TRUYỆN CỔ PHẬT GIÁO

TRUYỆN CỔ PHẬT GIÁO

DIỆU HẠNH GIAO TRINH Việt dịch

NGUYỄN MINH TIẾN

hiệu đính và giới thiệu

ISBN-13: 978-1722135249

ISBN-10: 1722135247

DIỆU HẠNH GIAO TRINH
Việt dịch
NGUYỄN MINH TIẾN
Hiệu đính và giới thiệu

TRUYỆN CỔ PHẬT GIÁO

NGUYÊN TÁC: PHẬT GIÁO CỐ SỰ ĐẠI TOÀN

NHÀ XUẤT BẢN LIÊN PHẬT HỘI
UNITED BUDDHIST PUBLISHER

LỜI GIỚI THIỆU

Trong bất cứ nền văn hóa nào trên thế giới cũng đều có sự hiện diện từ rất sớm của những câu chuyện cổ, mà phần lớn là dưới hình thức truyền khẩu, được những người thuộc tầng lớp bình dân kể cho nhau nghe qua từng thế hệ tiếp nối nhau. Đặc điểm chung của những câu chuyện kể dân gian này là sự bình dị nhưng không kém phần sâu sắc, bởi chúng luôn là sự đúc kết từ vô vàn những kinh nghiệm sống thực tiễn và những nhận thức chân xác của nhiều thế hệ, được đưa vào từng câu chuyện kể một cách tự do thoải mái mà không cần quan tâm đến bất cứ một sự vi phạm bản quyền nào như trong văn học viết.

Từ chuyện kể đến những truyện được ghi chép luôn có một khoảng cách nhất định, bởi người kể chuyện luôn có quyền sáng tạo bằng cách tùy tiện thêm thắt những chi tiết nhất định, trong khi truyện được ghi chép lại với tính chất cố định hơn và luôn có yếu tố thẩm định chủ quan của người ghi chép. Vì thế, có thể nói việc xem một tuyển tập truyện cổ so với nghe kể chuyện cũng giống như được ăn một món ăn chế biến công phu so với những món ăn dân dã. Tuy thực tế là mỗi loại đều có những hương vị đặc thù không thể thay thế cho nhau, nhưng nếu chỉ xét riêng về yếu tố tâm lý giáo dục thì có lẽ việc ghi chép và lưu hành những câu truyện cổ sẽ dễ dàng mang lại một hiệu quả tích cực hơn, và đồng thời cũng giúp cho những câu chuyện này không phải mai một với thời gian.

Khi chuyển dịch sang Việt ngữ tập sách "Phật giáo cố sự đại toàn", đạo hữu Diệu Hạnh Giao Trinh (hiện cư ngụ tại Paris, Pháp quốc) đã góp phần giới thiệu với độc giả Việt Nam những câu truyện cổ hết sức hấp dẫn, lý thú và bổ ích. Phần lớn những câu chuyện này tuy đã được những người Phật tử Việt Nam kể cho nhau nghe từ rất lâu rồi, nhưng sự tiếp cận với một tuyển tập truyện cổ như thế này chắc chắn sẽ giúp điều chỉnh lại nhiều chi tiết sai lệch, cũng như giúp độc giả có một cái nhìn toàn diện và chính xác hơn về truyện cổ Phật giáo.

Truyện cổ Phật giáo là một bông hoa trong những bông hoa truyện cổ trên khắp thế giới, và là một bông hoa vô cùng độc đáo. Tính cách độc đáo này có được là do sự hình thành của chúng, không chỉ hoàn toàn dựa vào những điều tai nghe mắt thấy của con người và được kể lại qua sự phóng đại cũng như sáng tạo của trí tưởng tượng như các loại truyện cổ nói chung, mà phần lớn truyện cổ Phật giáo đều có xuất xứ từ những kinh điển cũng như được đặt trên nền tảng của những giáo pháp do chính Đức Phật đã truyền dạy. Đặc biệt là giáo lý nhân quả. Đặc điểm này khiến cho tất cả những câu truyện cổ trong Phật giáo vừa duy trì được tính chất bình dị và hấp dẫn vốn có của thể loại truyện cổ, lại vừa hàm chứa những bài học đạo đức luân lý, những triết lý sống sâu xa, và trên tất cả là những chân lý về cuộc sống do Đức Phật Thích-ca Mâu-ni khám phá và truyền dạy lần đầu tiên trong lịch sử nhân loại từ cách đây hơn 25 thế kỷ.

Qua hơn một trăm câu truyện cổ bao gồm từ những truyện đã xảy ra hoặc được kể vào thời Đức Phật còn tại thế, cho đến những truyền tiền thân Đức Phật vốn được rất nhiều người biết đến qua Kinh Bản sanh (Jãtaka), cũng như những truyện có nguồn gốc dân gian được kể lại bằng nhận thức của người Phật tử... tập sách này sẽ dẫn dắt độc giả vào một thế giới lý tưởng và tươi đẹp, nơi ĐIỀU THIỆN luôn được tôn vinh và ĐIỀU ÁC luôn bị chê bai, trừng trị. Xét cho cùng, đó chẳng phải là niềm mơ ước khát khao và mục tiêu hướng đến từ muôn đời của nhân loại đó sao?

Với những nhận xét trên, xin trân trọng giới thiệu tuyển tập Truyện cổ Phật giáo này cùng bạn đọc gần xa. Mong rằng tập sách sẽ mang lại cho quý độc giả không chỉ là những phút giây thư giãn thoải mái, mà còn là những chiêm nghiệm sâu xa có thể làm thay đổi cuộc sống theo hướng tốt đẹp hơn. Nếu được như thế, đó sẽ là niềm hạnh phúc vô biên dành cho những người đã tham gia thực hiện.

Mùa Xuân, 2009

Trân trọng

Nguyễn Minh Tiến

NHỮNG CHUYỆN ĐƯƠNG THỜI ĐỨC PHẬT

1. Vợ chồng ông Cấp Cô Độc

Trưởng giả *Tu-đạt-đa* (cũng gọi là *Tu-đạt*) là một nhà từ thiện lớn, luôn vui thích làm những chuyện phước đức, bố thí. Ông thường cứu giúp những người nghèo khó, hay đem cơm gạo, quần áo bố thí cho họ. Trong toàn khu vực thành *Xá-vệ*, không phân biệt nam hay nữ, già hay trẻ, cứ hễ nghèo khổ, không nơi nương tựa, một khi tìm đến là được ông vui vẻ giúp đỡ ngay. Vì thế mọi người đều gọi ông là trưởng giả "Cấp Cô Độc", nghĩa là "người thường chu cấp cho những kẻ cô độc, không nơi nương tựa".

Một hôm, trưởng giả *Tu-đạt* đến nhà trưởng giả *Thủ-la* ở thành *Vương-xá* để bàn bạc việc hôn nhân cho người con trai út, thì ngẫu nhiên được diện kiến đức Phật và được nghe pháp âm của Ngài. Ông quá đỗi vui mừng, liền phát tâm xây tinh xá để thỉnh đức Phật và chư *tỳ-kheo* đến thành *Xá-vệ* giáo hóa chúng sinh ở đấy. Đức Phật hoan hỉ nhận lời, khi nào tinh xá xây xong thì Ngài sẽ đến.

Trưởng giả *Tu-đạt* trở về thành *Xá-vệ* lập tức đi xem khắp nơi để tìm một địa điểm thích hợp. Ông nhận thấy trong số các nơi đã xem qua chỉ có vườn cây của thái tử *Kỳ-đà* là vô cùng rộng rãi, thoáng mát, có sông có nước, có đồi có núi, có hoa thơm cỏ lạ, cảnh đẹp như tranh, thật là một khung cảnh vô cùng thanh tịnh, u mỹ.

Ông nghĩ, nếu được một chỗ như thế này để xây dựng tinh xá cúng dường đức Phật, để Thế Tôn về đấy thuyết pháp và chư *tỳ-kheo* an trú thì thật không có chỗ nào tốt đẹp hơn. Nhưng đây lại là khu vườn mà thái tử *Kỳ-đà* yêu thích nhất, nên trưởng giả *Tu-đạt* không biết phải làm cách nào để thái tử chịu nhượng lại khu vườn cây này cho ông. Ông suy nghĩ nát óc và tuy biết là sẽ rất khó khăn nhưng không còn cách nào khác hơn đành phải trực tiếp đến gặp thái tử *Kỳ-đà* để khẩn khoản xin thái tử nhượng lại khu vườn ấy.

Nhưng dù ông có nói thế nào thái tử *Kỳ-đà* cũng khăng khăng một mực không chấp thuận. Đến khi nghe trưởng giả *Tu-đạt* nài nỉ tới lần thứ ba, thái tử cảm thấy thật khó mà cự tuyệt mãi một người danh tiếng lừng lẫy trong cả nước như ông trưởng giả này, bèn nghĩ kế đòi một giá bán thật cao để khiến cho trưởng giả phải thối chí. Nghĩ sao làm vậy, thái tử bèn nói:

- Thật sự tôi không muốn nhượng khu vườn này cho ông, nhưng thấy ông cứ nài nỉ mãi như thế, thôi thì thế này. Tôi bằng lòng bán với điều kiện như sau: Ông hãy lấy vàng trải đầy khắp mặt đất của khu vườn. Nếu ông đồng ý trả đủ số vàng như thế thì tôi sẽ nhượng đất cho ông.

Không ngờ thái tử vừa nói giá như thế thì trưởng giả *Tu-đạt* tỏ ra vui mừng khôn xiết, lập tức trở về huy động người nhà lấy xe chở vàng nhanh chóng đến trải đầy khắp mặt đất chỗ khu vườn.

Khoảng xế chiều thì toàn bộ khu đất đã được phủ kín vàng, chỉ còn thiếu một khoảnh nhỏ. Thái tử *Kỳ-đà* nhìn thấy ông trưởng giả có vẻ như đang trầm ngâm suy nghĩ liền đến bảo:

- Bây giờ ông đổi ý vẫn còn kịp đấy. Đất vẫn là của tôi, ông có thể lấy vàng về.

Trưởng giả *Tu-đạt* nhoẻn miệng cười, nói:

- Ngài lầm rồi! Tôi không hề tiếc rẻ số vàng bỏ ra, chỉ

đang nghĩ xem nên lấy số vàng còn thiếu này từ kho nào cho thuận tiện đó thôi.

Ban đầu thái tử *Kỳ-đà* vẫn tưởng có thể làm cho trưởng giả *Tu-đạt* phải thối chí trước một giá bán quá cao như thế, không ngờ ông này chẳng tiếc gì số vàng lớn, vẫn quyết tâm mua cho bằng được khu đất. Thái tử lấy làm tò mò, liền gạn hỏi nguyên do mua đất. Trưởng giả *Tu-đạt* mới thật lòng đem dự tính xây dựng tinh xá cúng dường đức Phật và chư tăng mà nói cho thái tử nghe. Thái tử không khỏi lấy làm cảm động trước tín tâm chân thành của vị trưởng giả *Tu-đạt* liền hỏi tiếp:

- Đức Phật là người như thế nào mà ông đối với ngài nhiệt tâm và thành tín đến thế?

Trưởng giả Tu-đạt liền kể lại việc mình được gặp Phật tại thành Vương-xá và được nghe giáo pháp giải thoát của ngài như thế nào. Thái tử nghe xong cũng sinh lòng hoan hỷ, rất mong muốn chính bản thân mình sẽ được gặp Phật. Thái tử liền nói:

- Trưởng giả! Số vàng còn thiếu ông không cần phải chở đến nữa, xem như tôi cúng dường số vàng ấy vào việc xây dựng tinh xá. Ngoài ra, đất đai thì xem như bây giờ đã là của ông, nhưng cây cỏ hoa lá trong vườn thì tôi chưa hề bán. Vậy nay tôi cũng xin tự nguyện cúng dường tất cả cây cối trong vườn này để góp phần làm chỗ cho đức Phật và chư tăng an trú.

Trưởng giả *Tu-đạt* thấy thái tử *Kỳ-đà* phát khởi lòng tin như thế thì rất vui. Từ đó cả hai đều hết sức hân hoan, cùng nhau đốc thúc việc xây dựng và chờ đợi ngày đức Phật quang lâm.

Khi tinh xá vừa xây xong, trưởng giả *Tu-đạt* lập tức nghênh thỉnh đức Phật và chư tăng về. Bởi vì tinh xá này là do trưởng giả Cấp Cô Độc cúng dường khu đất và thái tử *Kỳ-đà* cúng dường vườn cây, nên người thời bấy giờ gọi tên tinh xá này là “Kỳ thọ Cấp Cô Độc viên”, nghĩa là vườn của ông Cấp Cô Độc, cây của thái tử *Kỳ-đà*.

Trưởng giả *Tu-đạt* vốn thích bố thí, ham làm việc thiện, lại thêm việc xây tinh xá khiến ông phải tốn kém số tiền quá nhiều, khiến cho việc làm ăn nhanh chóng suy sụp, dần dần khánh kiệt cả gia sản, không còn trong tay bất cứ tài sản giá trị nào, thậm chí đã đến mức sắp phải chết đói.

Ngay lúc đó, ông nhặt được trong đống rác một khúc gỗ quý. Đây là một loại gỗ *chiên-đàn* cực kỳ hiếm có và hết sức quý giá, nhưng vì nó chưa được rửa sạch nên khi ông đem đi bán chẳng ai muốn mua cả. Cuối cùng có một nhà buôn thấy ông tội nghiệp nên miễn cưỡng đổi lấy với 4 thưng gạo trắng.

Bấy giờ, phu nhân trưởng giả *Tu-đạt* liền đong một thưng gạo đem đi nấu cơm. Cơm vừa chín thì có tôn giả *Xá-lợi-phất* đến đứng ngay trước cửa, ôm bình bát khất thực. Phu nhân vô cùng hoan hỉ, liền đem thưng gạo đã nấu thành cơm ấy mà cúng dường hết cho ngài *Xá-lợi-phất*. Sau đó bà đong một thưng gạo khác đem đi nấu. Cơm vừa chín thì có ngài *Mục-kiền-liên* đến khất thực. Bà cũng đem cơm mới nấu ra cúng dường hết cho ngài *Mục-kiền-liên*. Lần thứ ba nấu cơm, bà lại cúng dường cho ngài *Ca-diếp*. Còn thưng gạo cuối cùng, cơm vừa chín tới thì thấy đức Phật từ xa đi đến. Bà vui mừng thầm nghĩ: “Cũng may là mình vẫn còn một thưng gạo cuối cùng mới nấu chín này để cúng dường đức Thế Tôn!” Nghĩ thế rồi, có bao nhiêu cơm trong nồi bà dâng cúng trọn lên đức Phật.

Đức Phật thấy vợ chồng trưởng giả *Tu-đạt* có lòng lành và tín tâm như thế nên từ kim khẩu ngài liền chúc nguyện rằng:

- Tội diệt phúc sinh, từ nay trở đi phúc đức vô tận, không còn khốn khó.

Ngay khi đức Phật vừa đi khỏi thì nhà buôn vừa mua khúc gỗ *chiên-đàn* khi nãy tìm đến, vui vẻ nói với trưởng giả *Tu-đạt*:

- Ông thật may mắn, khúc gỗ ấy sau khi tôi rửa sạch mang ra chợ bán đã có người đến trả đến hơn năm nghìn đồng tiền vàng. Tôi nghĩ đây là phước báu của ông nên không dám một mình hưởng trọn, xin cùng với ông chia đôi số tiền này vậy.

Thế là trưởng giả *Tu-đạt* nhận được một số tiền lớn, có thể mua lại nhà cửa và bắt đầu trở lại công việc làm ăn buôn bán. Từ đó mọi việc đều thuận lợi đến nỗi không bao lâu sau thì vàng bạc, tiền tài, châu báu trong nhà, cơm gạo, lụa là vải vóc trong kho đã chất đầy như núi, so với lúc trước thì bây giờ ông còn giàu có hơn gấp nhiều lần.

Trong thâm tâm, trưởng giả *Tu-đạt* rõ biết đây là do nhân lành bố thí và cúng dường của mình mới có được, nên ông cho lập đàn thật lớn để cúng dường đức Phật và chư tăng, thỉnh đức Thế Tôn thuyết pháp cho mọi người được nhiều lợi lạc, và từ đó càng nỗ lực làm việc từ thiện, cứu giúp người nghèo khó.

Quả thật là, đem của cải mình hiện có ra bố thí cho người khác, thấy thì có vẻ như mất đi, nhưng thật ra chẳng khác nào mang hạt giống tốt vùi trong lòng đất ẩm, sớm muộn gì cũng sẽ có ngày hái được quả ngọt.

2. Tinh xá và thiên cung

Xá-lợi-phất là một trong các vị đệ tử hàng đầu của đức Phật. Từ khi ngài bỏ ngoại đạo về quy y Phật thì tăng đoàn lớn mạnh thêm rất nhiều, vì ngài đã dẫn theo cả một đồ chúng rất đông đảo cùng lúc xuất gia theo Phật.

Đức Phật rất tin tưởng vào nhân cách cũng như năng lực của ngài. Lần đầu tiên khi cần có người trong tăng đoàn đến miền bắc Ấn Độ để hoằng pháp và trông coi công trình xây dựng tinh xá Kỳ Viên, chính ngài là người được đức Phật giao cho trọng trách đó.

Nguyên do là ở nước *Ma-kiệt-đà*, miền nam Ấn Độ, đã có tinh xá Trúc Lâm, nhưng còn ở miền bắc thì hai năm sau khi đức Phật thành đạo vẫn chưa có địa điểm thuận lợi nào làm cơ sở cho Ngài thuyết pháp.

Một hôm, nhân duyên xui khiến trưởng giả *Tu-đạt* ở thành *Xá-vệ* nước *Kiêu-tát-la*[1] đến miền nam thăm người thân, được diện kiến thánh nhan của đức Phật, bèn xin quy y và tự nguyện phát tâm xây dựng một tinh xá ở miền bắc cúng dường đức Phật, để nước pháp cam-lồ được ban rải khắp mọi nơi.

Trưởng giả *Tu-đạt* ở thành *Xá-vệ*, sau khi mua được vườn hoa của thái tử *Kỳ-đà* bằng cách dùng vàng trải đầy mặt đất, bèn xin đức Phật phái một người đến thiết kế và chỉ dẫn việc xây cất tinh xá tại đấy.

Đức Phật biết rằng khi Phật pháp còn chưa truyền đến miền bắc thì người dân ở đó đa phần đều tin theo ngoại đạo.

[1] Thành Xá-vệ (Śrāvastī) thuộc nước Kiêu-tát-la nằm ở phương bắc. Vì thời ấy ở phương nam cũng có một nước tên Kiêu-tát-la, nên về sau người ta thường gọi nước ở phương bắc là nước Xá-vệ để dễ phân biệt.

Vì thế, người được phái đến miền bắc không những phải lo việc xây cất tinh xá mà còn phải có khả năng hàng phục đồ chúng của ngoại đạo nữa. Vì lý do đó mà đức Phật đã chọn ngài *Xá-lợi-phất* để giao nhiệm vụ theo trưởng giả *Tu-đạt* về thành *Xá-vệ*.

Quả thật vậy, tinh xá bắt đầu xây dựng chưa bao lâu thì ma nạn đã bắt đầu xảy tới.

Rất nhiều ngoại đạo ganh tức với Phật giáo đang phát triển, bèn kéo đến yêu cầu trưởng giả *Tu-đạt* phải bỏ ngay ý định xây dựng tinh xá cúng dường đức Phật và còn bảo ông không được tin theo đức Phật nữa.

Trưởng giả *Tu-đạt* vốn đã được tiếp nhận hồng ân của pháp Phật nên không màng đến những lời của ngoại đạo. Vì thế ngoại đạo bèn nghĩ đến việc tranh luận cùng đệ tử của đức Phật, tức là ngài *Xá-lợi-phất*. Họ nghĩ là nhờ vào số đông sẽ có thể hạ bệ Phật giáo ở miền bắc ngay từ buổi đầu và khiến cho trưởng giả *Tu-đạt* thay đổi ý định.

Nghe tin này, trưởng giả *Tu-đạt* rất kinh hoàng. Ông nghĩ rằng, làm sao một mình ngài *Xá-lợi-phất* có thể tranh biện nổi với số đông ngoại đạo như thế?

Lòng nặng trĩu ưu tư, trưởng giả *Tu-đạt* đành phải chuyển đến ngài *Xá-lợi-phất* lời yêu cầu của bọn ngoại đạo. Không ngờ khi nghe tin thì ngược lại, ngài *Xá-lợi-phất* rất vui mừng, vì thấy rằng đây là cơ hội tốt nhất để ngài tuyên dương Chánh pháp.

Sau khi định ước xong về thời gian và địa điểm của ngày đại hội tranh biện, phía ngoại đạo bèn chọn ra mười vị luận sư xuất sắc nổi danh nhất để đối phó với mỗi một mình ngài *Xá-lợi-phất*.

Nhưng sự lo lắng của trưởng giả *Tu-đạt* thật ra là hoàn toàn không cần thiết, vì cho dù về mặt số lượng thì các luận sư ngoại đạo là đông đảo, còn phía Phật giáo chỉ có mỗi một mình ngài *Xá-lợi-phất*, nhưng về mặt thực lực tranh biện thì đừng nói gì mười vị luận sư này, mà dẫu có đến ngàn vạn luận sư ngoại đạo cũng không phải là đối thủ tranh biện của ngài *Xá-lợi-phất*.

Vì sao vậy? Vì trong hàng đệ tử Thanh văn của đức Phật, ngài *Xá-lợi-phất* là bậc trí tuệ đệ nhất, không ai sánh bằng. Ngài xuất thân từ một gia đình danh tiếng thuộc dòng *Bà-la-môn*, ông nội và cha ngài đều là những vị luận sư *Bà-la-môn* nổi danh*Bà-la-môn*, là những vị học giả lỗi lạc nhất của toàn cõi Ấn Độ thời ấy.

Nói về kiến thức thế gian, ngài *Xá-lợi-phất*, tinh thông tất cả các mọi kinh điển, luận thư của ngoại đạo. Nhưng còn hơn thế nữa, hiện nay ngài đã đạt được trí huệ giải thoát nhờ chứng đắc thánh quả *A-la-hán*. Vì thế, việc ngài *Xá-lợi-phất* đứng ra tranh biện với ngoại đạo thật ra là một sự kiện có thể hoàn toàn thấy trước được kết quả.

Quả thật như vậy, vào ngày tranh biện ấy ngài *Xá-lợi-phất* đã toàn thắng một cách thuyết phục. Rất nhiều đồ chúng ngoại đạo sau khi được nghe cuộc tranh biện đã xin quy y với ngài *Xá-lợi-phất*, từ bỏ ngoại đạo để nương về với Chánh pháp *Thích-ca Mâu-ni*.

Phật giáo khi ấy tuy hãy còn ở miền nam mà ánh sáng Chánh pháp đã bắt đầu được chiếu rọi đến miền bắc. Số người ngoại đạo nhờ sự thức tỉnh của ngài *Xá-lợi-phất* mà quay về quy y Phật lên đến cả ngàn vạn người.

Lúc ấy trưởng giả *Tu-đạt* mới thở phào một tiếng nhẹ nhõm. Ông hết sức khâm phục trí tuệ của ngài *Xá-lợi-phất* và lại càng tin tưởng hơn vào giáo pháp của đức Phật.

***

Công trình xây cất tinh xá Kỳ Viên tiến hành rất mau lẹ. Theo sự thiết kế của ngài Xá-lợi-phất thì có 16 điện chỉ dành làm nơi đại chúng vân tập, lại có ba trăm căn phòng lớn, sáu mươi ba nơi thiền phòng an tịnh; ngoài ra cũng có đầy đủ các tịnh thất mùa đông, nhà trú mùa hạ, thảy thảy đều riêng biệt; nhà trù, phòng tắm, chỗ rửa chân, nhà xí... không thiếu gì cả.

Khi tinh xá xây dựng gần xong, ngài *Xá-lợi-phất* nói với trưởng giả *Tu-đạt*:

- Trưởng giả *Tu-đạt*, ông nhìn xem trong không trung hiện giờ vừa có gì xuất hiện vậy?

Trưởng giả *Tu-đạt* nhìn lên rồi thất vọng trả lời:

- Bạch tôn giả, tôi không nhìn thấy gì cả.

- Điều đó không có gì lạ, vì mắt thường không thể nhìn thấy những hiện tượng như thế. Bây giờ, nương vào thần lực thiên nhãn của tôi, ông hãy thử nhìn xem một lần nữa.

Trưởng giả *Tu-đạt* ngước mắt nhìn rồi mừng rỡ reo lên:

- Bạch tôn giả, tôi thấy có rất nhiều cung điện nguy nga tráng lệ!

- Đó toàn là những cung điện của trời *Lục dục*, do việc ông cúng dường tinh xá cho đức Phật thuyết pháp nên ứng hiện. Tuy tinh xá ở đây xây dựng chưa xong nhưng ở trời *Lục dục* thì cung điện phước báo của ông đã hoàn tất.

- Xin hỏi tôn giả, cõi trời *Lục dục* có quá nhiều cung điện như thế, tương lai tôi nên sinh về cõi trời nào là tốt nhất?

Tôn giả *Xá-lợi-phất* giải thích:

- Cõi trời *Đao-lợi* có thọ mệnh rất lâu dài, cư dân ở đó đều biết tu hành, chuyên cần thực hành Phật đạo, rất khó bị đọa lạc. Ông nên phát nguyện sinh về đó.

- Vậy tôi nguyện sẽ sinh về cõi trời *Đao-lợi*!

Khi trưởng giả *Tu-đạt* vừa phát nguyện như thế thì tất cả các cung điện khác liền từ từ ẩn mất, chỉ còn lại cung điện của cõi trời Đao Lợi là thêm phần huy hoàng lộng lẫy trước mắt ông.

Suốt cả một đời, chưa bao giờ trưởng giả *Tu-đạt* vui mừng như lần ấy!

3. Quả báo của sự keo kiệt

Ở miền Nam Ấn Độ, cách thành Vương Xá không xa có một khu rừng trúc u nhã, yên tịnh tên là Ca Lan Đà. Trúc trong rừng ấy vừa cao vừa rậm rạp, bao quanh một khu tinh xá lớn và tráng lệ, do vua Tần Bà Sa La xây dựng và cúng dường đức Phật. Đó chính là tinh xá Trúc Lâm, là nơi đức Phật cùng rất đông đệ tử của Ngài cư ngụ, và cũng là nơi mà đức Phật thường giảng kinh thuyết pháp cho rất nhiều người nghe.

Hai vị đệ tử thượng thủ của Ngài là ngài *Xá-lợi-phất* và ngài *Mục-kiền-liên*, trước khi dùng cơm lần nào cũng vận dụng thần thông "từ bi" (thần thông này do lực từ bi mà có) để quán sát các chúng sinh đang chịu khổ trong ba đường ác là địa ngục, ngạ quỷ và súc sinh, xem có cơ duyên nào cứu độ họ được hay không, rồi mới dùng cơm.

Có một lần tôn giả *Mục-kiền-liên* quan sát thế giới ngạ quỷ, thấy có một ngạ quỷ rất đáng thương. Thân nó giống như cây cột cháy, bụng thì to như gò núi, hễ đưa bất cứ thứ gì lên miệng thì thứ ấy lập tức biến thành những cây kim bằng sắt. Đã thế mà còn thường khạc ra lửa khói, tự đốt cháy mặt mày, tóc tai thì cứng như dao kiếm, suốt ngày khóc lóc kêu than, đói khát muốn chết, thế mà một giọt nước cũng không nuốt được, vì hễ đưa nước lên tới miệng thì nước liền biến thành máu, không uống được.

Thấy tình cảnh ngạ quỷ thống khổ như thế, *Mục-kiền-liên* mới tiến đến trước mặt nó hỏi:

- Ngươi đã tạo nên nghiệp tội gì mà bây giờ phải chịu khổ như thế này?

- Bạch Tôn giả, nơi nào có mặt trời chiếu thì không cần thắp ngọn đèn dầu leo lét. Trí huệ đức Phật như kính sáng, có thể chiếu rọi chúng sinh trong mười phương. Bất kỳ người nào tạo nghiệp tội trong quá khứ, hiện tại và vị lai cũng được kính trí huệ của Ngài soi rõ, không thiếu sót mảy may nào. Tôi đã tạo tội ác gì, ngài có thể thưa hỏi đức Phật thì rõ. Bây giờ tôi quá đói khát, không trả lời cho ngài được, xin ngài thứ lỗi.

Ngạ quỷ nói với ngài *Mục-kiền-liên* như thế xong, lại tiếp tục rên rỉ kêu than. Tôn giả *Mục-kiền-liên* liền đi tìm đức Phật bái kiến.

Lúc ấy đức Phật đang thuyết giáo nghĩa cứu cánh cho các *tỳ-kheo*, thấy dáng điệu vội vàng của ngài *Mục-kiền-liên* liền hỏi:

- *Mục-kiền-liên*, ông có việc gì mà cuống quýt lên như thế?

- Vâng, bạch Thế Tôn! Con có một điều không giải quyết được, nên tới đây thỉnh Thế Tôn khai thị.

Đức Phật từ bi trả lời:

- Có chuyện gì ông cứ nói.

- Vừa rồi con quán sát trong địa ngục có một ngạ quỷ thân thể bị cháy sém, cổ họng như lỗ kim, bụng to như cái thùng, không ăn được bất cứ món gì, không ngừng đi lùng kiếm thức ăn, nhưng cứ hễ đưa thức ăn lên miệng thì thức ăn biến thành kim sắt. Ngạ quỷ này đã làm nên tội gì mà phải thọ một quả báo như vậy, cúi xin Thế Tôn thuyết giải cho chúng con rõ.

Trước khi *Mục-kiền-liên* bắt đầu kể, đức Phật đã biết rõ chuyện gì xảy ra, nên mới thuận theo cơ duyên này mà nói với các đệ tử trong pháp hội:

- Các ông hãy nghe cho kỹ, ta sẽ nói cho các ông rõ.

Cách đây rất lâu trong thành Xá Vệ, có một người rất giàu có, làm nghề ép mía lấy nước ngọt bán. Công việc làm ăn thịnh vượng, trong nhà tấp nập công nhân thợ thuyền. Lúc ấy có một vị Bích Chi Phật, vì muốn hóa độ tất cả chúng sinh nên thị hiện chứng bệnh hay khát nước. Có một người khuyên ngài nên uống nước mía ép, vì thế ngài bèn đến nhà ông nhà giàu nọ xin nước mía uống.

Người này thấy có Bích Chi Phật đến, sinh lòng cung kính, hoan hỉ cúng dường nước mía cho ngài. Nhưng ông có việc gấp phải đi ra ngoài, không thể tự tay cúng dường, bèn giao việc này cho bà vợ và căn dặn rằng: “Bà hãy thay tôi đem nước mía lên cúng dường Bích Chi Phật.” Bà vợ trả lời: “Vâng, tôi đem lên liền.”

Ông nhà giàu đi rồi, bà vợ bèn nghĩ: “Nước mía rất quý, từ trước đến nay nhà ta chưa bao giờ đem cho ai uống không. Nếu hôm nay cho ông này uống, sau này sẽ có nhiều người đến xin nữa.”

Tâm keo kiệt phát khởi, bà lén thi hành độc kế bằng cách lấy một cái bát bằng sắt, đổ nước dơ uế vào rồi mới đổ một chút nước mía lên trên, xong bưng lên đưa cho Bích Chi Phật uống. Vị Bích Chi Phật đón lấy cái bát, biết ngay việc làm tội lỗi của người đàn bà, nên đổ những món bẩn thỉu trong bát xuống đất, lấy nước rửa bát sạch sẽ rồi bỏ đi.

Không lâu sau, mạng sống người của đàn bà keo kiệt chấm dứt, đọa xuống làm ngạ quỷ, thường bị đói khát và bị lửa nghiệp đốt thân. Nghiệp khổ này còn phải kéo dài đến 90 ngàn năm nữa mới hết.

Đức Phật thuyết xong nhân duyên của người đàn bà keo kiệt bị đọa xuống làm ngạ quỷ, khiến tứ chúng trong pháp hội đều kinh hãi từ bỏ tính keo kiệt tham lam, ghê sợ chuyện sinh tử, ai cũng chứng được quả thánh, hoan hỉ tán thán rồi lui ra.

4. Có làm có chịu

Lúc đức *Thích-ca Mâu-ni* trụ tại thành *Vương-xá*, một hôm có một người lái buôn tên gọi là Phất Ca Sa muốn đi mua hàng hóa, nên sáng sớm đi đến thành La Việt, nhưng vừa tới cổng thành thì đã bị một con trâu húc chết.

Chủ con trâu thấy thế, sợ nếu giữ con trâu hung ác này lại thì về sau thế nào cũng sẽ xảy ra chuyện không lành, bèn đem con trâu đi bán với một giá rẻ mạt.

Người chủ mới mua trâu xong bèn dắt trâu về nhà. Đi được nửa đường gặp một con sông, ông muốn cho trâu uống nước. Không ngờ trâu chẳng những không uống nước mà còn nổi tính hung bạo dữ dằn, thình lình dùng sừng húc người này chết tươi.

Người nhà của nạn nhân thấy thế nổi giận, đem con trâu ra giết, rồi đem thịt ra chợ bán. Có một người nông phu tham giá rẻ, mua đầu trâu về, lấy dây cột sừng trâu lại rồi xách về nhà.

Ấn Độ là một nước nhiệt đới, vô cùng nóng bức. Người nông phu đi được một đoạn đường thì vừa nóng vừa khát, bèn treo đầu con trâu lên một cành cây rồi ngồi dưới gốc cây này nghỉ ngơi.

Quái lạ thay, sợi dây cột đầu con trâu mắc lên cành cây bỗng dưng vô cớ đứt đoạn, khiến đầu con trâu rơi xuống, trúng ngay đầu người nông phu khiến ông này bị trọng thương mà chết ngay tại chỗ.

Chỉ trong vòng một ngày mà con trâu này đã giết chết ba người.

Vua Tần Bà Sa La nghe tin này rất lấy làm lạ, biết rằng bên trong phải có nguyên do gì đây. Ông bèn dẫn một số đại thần, đem hoa quả hương đèn tới núi Linh Thứu lễ Phật rồi thỉnh Ngài thuyết giải cho nghe.

Đức Phật kể cho vua Tần Bà Sa La nghe rằng:

- Thuở xưa có ba người lái buôn đi qua nước láng giềng làm ăn mua bán. Họ muốn để dành tiền nên chiều hôm ấy, thay vì đi tìm nhà trọ thì lại ghé đến nhà một bà lão xin mướn một căn phòng. Hai bên thỏa thuận giá cả xong, họ ở lại nhà bà lão ngủ qua đêm ấy. Sáng hôm sau, bà lão có việc phải đi ra ngoài, ba người thừa cơ hội bà vắng mặt lẻn trốn đi mất.

Về tới nhà thấy thế, bà lão tức giận vô cùng, đuổi theo họ đòi tiền. Ba người phải gánh vác hành lý nặng nề nên đi chưa được xa đã bị bà lão bắt kịp. Họ thấy bà lão già cả, dễ ức hiếp, nên nặng lời nhục mạ chưởi mắng bà. Bà lão không làm gì được họ, phẫn uất mà nói:

- Mấy người chỉ là một phường vô lại, thấy tôi già cả nên mới ức hiếp nhục mạ tôi. Nhưng hành động này của mấy người thế nào cũng có ngày trả báo. Kiếp này tôi không làm gì mấy người được, nhưng kiếp sau, dầu tôi có sinh ra làm người hay dầu có mất thân người đi nữa, tôi cũng quyết sẽ báo thù. Tôi sẽ giết hết cả ba người, có thế mới hả được niềm căm hận này.

Đức Phật thuyết câu chuyện nhân duyên ấy xong liền nói tiếp:

- Con trâu hung ác chỉ trong một ngày giết hại ba mạng người chính là bà lão thuở trước. Ba người lái buôn đã khinh miệt bà lão trong kiếp xưa, kiếp này đã lần lượt bị trâu húc chết trong vòng một ngày.

Tội phúc như chiếc bóng đi theo mỗi người, nếu mình khinh miệt người khác mà làm việc trái với lương tâm, thì cũng chỉ có mình tự chịu lấy quả báo đau khổ về sau mà thôi!

5. Ác khẩu và quả báo

Ngày xưa, trong thành Xá Vệ có một người nhà rất giàu, tên gọi là Sư Chất, đã hơn 40 tuổi rồi mà chưa có con. Hai vợ chồng rất lo lắng, liền đến một nhà *Bà-la-môn* xin bốc một quẻ bói xem sau này có sinh được đứa con trai hay con gái nào không? Nhưng họ vô cùng thất vọng nghe thầy bói trả lời rằng suốt đời họ sẽ không có con.

Sư Chất nghe thế không chịu tin, lại đi tìm một ông thầy tướng số khác, cao tay ấn hơn, nhiều kinh nghiệm hơn xin bốc quẻ. Lạ thay, vị thầy tướng này vốn được mọi người tôn kính và khen ngợi là bói linh như thần, lại cũng làm cho Sư Chất thất vọng.

Sư Chất đi về mà lòng phiền muộn, bỗng sực nhớ đến bậc đại thánh *Thích-ca Mâu-ni*, tự nghĩ:

- Đức Phật là giáo chủ của trời và người, là bậc *Nhất thiết trí*, không có gì là Ngài không biết, không có gì là Ngài không hiểu, tại sao ta lại không đến gặp Ngài xin chỉ giáo?

Nghĩ đến đây ông bèn nhắm hướng tinh xá Kỳ Viên mà đi. Cung kính đảnh lễ đức Phật xong, ông chắp tay bạch:

- Bạch đức Thế Tôn đại bi, xin Ngài thương xót chúng sinh ngu si mà chỉ giáo. Con có chút ưu tư, năm nay đã hơn 40 mà chưa có đứa con trai nối dõi, đó là do nhân duyên gì, cúi xin đức Phật khai thị.

Đức Phật trả lời:

- Không lâu nữa ông sẽ có một đứa con trai, vừa có phúc lại vừa có đức, chỉ có điều là khi nó vừa lớn nó sẽ xin xuất gia.

Nghe tin này Sư Chất rất đỗi vui mừng, thành tâm đảnh lễ chân Phật, rồi thỉnh cầu:

- Cầu xin Thế Tôn và chư tăng cho phép chúng con được cúng dường vào trưa mai, để chúng con được kết thêm thiện duyên và trồng chủng tử vào ruộng phước của Như Lai.

Đức Phật nhận lời rồi, Sư Chất hoan hỉ quay về chuẩn bị đàn trai. Hôm sau ông dẫn đầu gia nhân, chân thành cúng dường những món ăn thức uống ngon lành đẹp mắt nhất.

Đức Phật nhận cúng dường xong, thuyết một thời pháp rồi dẫn tăng chúng quay về tinh xá. Đi được nửa đường, đức Phật và tăng chúng ngồi dưới một gốc cây bên bờ sông nghỉ ngơi. Bỗng từ trên cây, một con khỉ nhảy xuống xin mượn bình bát của đức Phật. Nó ôm bình bát chạy đi thật xa rồi quay về, trong bình bát chứa đầy mật ngọt. Nó dùng hai tay kính cẩn dâng bình bát lên đức Phật, Ngài nhận lấy và chia cho chư tăng dùng để con khỉ được nhiều phúc đức. Con khỉ thấy thế mừng rỡ nhảy nhót.

Không lâu sau nó đến ngày tận số, đầu thai làm người, sinh vào nhà của Sư Chất.

Lúc nó sinh ra, trong nhà phàm có vật dụng gì có thể chứa đựng thức ăn, thì vật dụng ấy bỗng đầy ắp mật và đường. Vợ chồng Sư Chất thấy điều quái dị, bèn do nhân duyên này đặt tên con là Mật Thắng.

Thời gian vùn vụt trôi mau như tên bắn, hơn mười năm trôi qua như trong nháy mắt, Mật Thắng nay đã lớn khôn. Chú bé chán ngán chuyện thế tục, xin phép cha mẹ cho mình được xuất gia, cha mẹ hết sức vui mừng mà trả lời:

- Lúc con chưa ra đời, đức Phật đã biết sẽ có ngày hôm nay. Bây giờ con muốn xuất gia, cha mẹ rất hoan hỉ. Không bao giờ cha mẹ ngăn chặn con một cách vô lý.

Được cha mẹ hoan hỉ cho phép rồi, Mật Thắng đến tinh xá Kỳ Viên xin xuất gia với đức Phật. Nhờ có tiền duyên, Mật Thắng chứng quả rất mau.

Một hôm, thầy đang trên đường đi độ hóa với các bạn đồng tu, cảm thấy vừa nóng vừa khát lạ thường, ai nấy đều ao ước có một cái gì để uống. *Tỳ-kheo* Mật Thắng bèn cầm bát tung lên trời rồi sau đó dùng hai tay tiếp lấy bát trở về. Bấy giờ trong bát đựng đầy mật ngọt, Mật Thắng bèn chia cho chúng tăng giải khát.

Về tới tinh xá, một vị *tỳ-kheo* đi tìm đức Phật xin thỉnh giáo:

- Bạch Thế Tôn, trong quá khứ *tỳ-kheo* Mật Thắng đã tu phúc đức gì mà bây giờ bất cứ lúc nào, ở đâu cũng có thể có đường và mật?

Đức Phật trả lời:

- Các ông có nhớ có một lần lâu lắm rồi, có một con khỉ đem mật ngọt đến cúng dường Như Lai và chúng tăng không? Nhờ bố thí với thiện tâm, nên sau khi chết rồi nó được sinh ra làm người, và nhờ nó chân thành cúng mật ngọt cho Phật nên kiếp này nó có thể được đường và mật bất cứ lúc nào và ở đâu.

Đức Phật nói xong, vị *tỳ-kheo* nọ hỏi tiếp:

- Bạch Thế Tôn! Thế thì tiền kiếp Mật Thắng do nhân duyên gì mà bị đọa làm thân khỉ?

Lúc ấy xung quanh đức Phật có rất nhiều đệ tử vân tập, Ngài nhìn họ một lúc rồi đáp:

- Thầy ấy bị đọa xuống làm khỉ là do một nhân duyên xảy ra cách đây 500 kiếp về trước, thời đức Như Lai *Ca-diếp* còn tại thế. Lúc đó có một vị *tỳ-kheo* trẻ tuổi, tình cờ thấy một vị *tỳ-kheo* khác đang băng qua một con suối nhỏ, vị trẻ tuổi bèn cười chế nhạo, bảo là dáng điệu của vị *tỳ-kheo* kia giống hệt như con khỉ. Nhưng sau đó thầy ấy tự biết lỗi lầm của mình, đến xin sám hối với vị *tỳ-kheo* mà mình đã chế nhạo. Vị *tỳ-kheo* trẻ tuổi đã phạm tội ác khẩu nên bị đọa xuống làm khỉ, tuy nhiên nhờ thắng duyên biết sám hối nên kiếp này mới được gặp Phật và được Phật độ, chứng quả *A-la-hán* một cách mau chóng.

Nghe đức Phật giảng xong, các vị *tỳ-kheo* đều nhận ra rằng một câu nói ác cũng có thể chiêu cảm nghiệp khổ, vì thế không còn ai dám ác khẩu, ngay cả đến một câu nói đùa cũng không dám nói.

Bởi vì luật nhân quả không bỏ sót bất cứ một người nào.

6. Kiện Đạt Đa ích kỷ

Có một hôm đức Phật đang đi dạo bên bờ hồ sen. Lúc ấy buổi sáng sớm, gió nhè nhẹ thổi, hương sen phảng phất. Từ dung của đức Phật như trăng rằm, ngài chăm chú nhìn giữa hồ sen, thấy hoa sen hàm tiếu đầy hồ, nước xanh trong vắt, lấp lánh ánh sáng.

Bỗng nhiên, Ngài dùng huệ nhãn nhìn thấu qua đáy hồ và thấy cảnh địa ngục.

Trong địa ngục bốn phía đen ngòm có một hồ máu đỏ tanh tưởi, trong đó ngàn vạn tội nhân đang chìm nổi, khóc than thảm thiết, có kẻ thì sức lực cạn kiệt mệt mỏi, có kẻ thì giãy giụa vùng vẫy. Giữa đám tội nhân ấy, đức Phật nhìn ra một người mạnh khoẻ nhất tên là Kiện Đạt Đa, cũng đang tận lực vùng vẫy giãy giụa.

Kiếp trước, Kiện Đạt Đa là một tên tướng cướp chuyên đốt nhà và giết người, không có tội ác nào không nhúng tay vào. Vì tội ác dẫy đầy chồng chất mà hắn phải đọa xuống địa ngục.

Nhưng có một lần, sau một vụ cướp của đốt nhà, trên đường về hắn thấy một con nhền nhện đang từ từ bò ngang qua đường. Khi vừa đưa chân lên định đạp xuống kết liễu mạng sống con nhện, bỗng nhiên hắn khởi lên một niệm lành trong tâm: "Con nhện nhỏ bé này cũng có sinh mệnh, giết nó chết giữa đường kể cũng tội nghiệp, thôi hôm nay ta tha cho nó làm phước một phen!" Con nhện dưới chân hắn vội ba chân bốn cẳng chạy bán mạng tìm đường sống.

Khi đức Phật quan sát tới việc thiện của hắn, Ngài liền tìm cách cứu Kiện Đạt Đa ra khỏi địa ngục. Vừa khéo, một con nhện của thế giới Cực Lạc đang giăng một sợi tơ bạc tuyệt đẹp giữa những cành hoa. Đức Phật bèn nắm lấy sợi tơ bạc ấy, và thả từ hồ sen xuống tận địa ngục.

Địa ngục đen ngòm không chút ánh sáng, dễ sợ như một ngôi nhà mồ, chỉ thấy có một vài bộ mặt hung ác gớm ghiếc và vô số tội nhân như những hạt cát chìm nổi trong hồ máu, bò trườn vặn vẹo như những con trùng.

Kiện Đạt Đa vốn khoẻ mạnh, vô tình ngẩng đầu lên, thấy giữa không gian đen ngòm có một lằn ánh sáng chiếu xuống đỉnh đầu hắn. Như gặp được cứu tinh hắn mừng rỡ nghĩ rằng:

- Đây không phải là một sợi tơ nhện từ cõi trời xa thăm thẳm kia đang từ từ hạ xuống hay sao? Giả sử như ta bám được sợi tơ nhện này rồi cứ thế mà leo lên, làm gì mà không thoát được địa ngục và trèo lên tới thế giới Cực Lạc?

Nghĩ thế rồi, hắn bèn hai tay nắm lấy sợi tơ nhện, rồi vận dụng hết sức lực cố gắng trèo lên. Cái nghề trèo cây đu cành vốn là nghề của một tên tướng cướp như hắn, nên hắn trèo lên một cách dễ dàng!

Nhưng khoảng cách giữa địa ngục và Cực Lạc thế giới sao mà xa xôi diệu vợi, dẫu cố gắng tới đâu cũng không thể trong một lúc mà leo tới được. Sau một khoảng thời gian dài, Kiện Đạt Đa từ từ thấm mệt, hắn đành phải lơ lửng giữa hư không mà nghỉ ngơi.

Lơ lửng giữa hư không như thế, Kiện Đạt Đa thuận mắt nhìn xuống phía dưới. Hồ máu trong địa ngục bây giờ đã chìm ẩn trong một màu đen sâu thẳm, mù mờ không thấy rõ nữa. Kiện Đạt Đa lòng như nở hoa, mừng rỡ cất tiếng cười hô hố.

Đột nhiên hắn thấy phần dưới của sợi tơ nhện có vô số tội nhân đang lũ lượt như đàn kiến theo gương hắn cố gắng trèo lên. Hắn kinh hoàng phẫn nộ tự nghĩ: “Mỗi một mình ta trèo mà còn sợ sợi tơ nhện mong manh kia đứt mất, huống chi với sức nặng của chừng ấy người! Nếu chẳng may sợi tơ nhện đứt thì tất cả những cố gắng và hy vọng của ta sẽ tan thành bọt nước, phải rơi xuống địa ngục chịu khổ nữa!” Lũ tội nhân vẫn hàng hàng lớp lớp không ngừng trèo lên, càng lúc càng đông. Kiện Đạt Đa cuống quýt vừa sợ vừa giận, nổi sân hận la hét om sòm:

- Ê! Ê! Cái lũ tội nhân kia! Sợi tơ nhện này là của ta khám phá, nó thuộc quyền sở hữu của ta! Ai cho phép bọn bây trèo lên? Đi xuống! Đi xuống!

Vừa dứt lời, sợi tơ nhện bỗng đứt ngay ở phía trên chỗ Kiện Đạt Đa đang nắm.

Tên Kiện Đạt Đa ích kỷ kia xoay tít giữa hư không mấy vòng, rồi rơi tõm xuống địa ngục trở lại. Phần tơ nhện còn lại vẫn óng ánh, lấp lánh trong địa ngục tối tăm lặng im như cõi chết, nhưng quá xa tầm tay với của tội nhân, như một con diều lơ lửng cao vút trong không trung.

Khuôn mặt từ bi của đức Phật liền phủ lên một thoáng buồn. Ngài lắc đầu khẽ thở dài một tiếng.

Hoa sen nở đầy hồ vẫn tỏa hương ngào ngạt, lá sen mềm mại vẫn xanh mơn mởn, và lòng từ bi thương xót của đức Phật thì cứ vẫn dạt dào.

7. Hái hoa dâng Phật

Có một lần đức Phật đi dạo ở thành La Duyệt. Trời đương độ mùa xuân, cảnh xuân tươi đẹp, thời tiết lý tưởng. Đức Phật thong thả từ thành trong đi vòng ra thành ngoài, nhìn cảnh sông nước tươi tốt, đồng cỏ mơn mởn xanh, Ngài thấy trong lòng thơ thới, an nhiên. Bỗng dưng từ xa vọng lại tiếng ca, nghe sao mà ai oán, sao mà bi thảm đến thế! Lúc ấy, Đức Phật yên tịnh ngồi bên bờ suối.

Không lâu sau, một đoàn người đủ cả già trẻ nam nữ, trong tay ôm một bó hoa tươi, im lặng tiến đến gần.

Từ xa, họ đã thấy đức Phật uy nghi, tướng hảo, như mặt trời mọc buổi bình minh, như trăng sáng giữa bầu trời đầy sao, còn có rất đông các vị đệ tử Bồ Tát vây quanh trước sau; trong lòng họ, ai nấy đều cảm thấy như mình bắt được một kho tàng quý báu, nên không ai bảo ai, như ong vỡ tổ, họ chạy đến trước mặt đức Phật, đảnh lễ Ngài và nói:

- Bạch Thế Tôn! Chúng con thấy Ngài tướng hảo trang nghiêm, biết ngay Ngài chính là đức Phật tối tôn, chỉ có Ngài mới là bậc cứu thế chân chính mà thôi. Chúng con phụng mệnh quốc vương, mỗi ngày phải ra ngoài thành hái hoa để chưng bày trong hoàng cung, ngày nào không hái được hoa thì sinh mệnh chúng con khó có thể bảo toàn, chúng con sẽ bị khổ hình roi vọt trút trên đầu trên cổ không thương xót. Hôm nay chúng con có may mắn lớn gặp được Ngài là bậc Đại Thánh, giống như người bệnh được thuốc, thật không ai có thể hình dung được niềm vui mừng của chúng con. Thỉnh cầu Thế Tôn tiếp nhận những bó hoa tươi chúng con xin cúng dường.

Đức Phật mỉm cười, xót thương họ mà nói:

- Không nên làm như thế. Các người phụng mệnh nhà vua mà hái hoa, nếu đem hoa tặng ta thì các người sẽ chịu sự trừng phạt của nhà vua, làm sao ta có thể nhẫn tâm lấy hoa của các người!

- Bạch Thế Tôn! Xin Ngài quan sát rõ tâm của chúng con. Được gặp Phật xuất thế là chuyện muôn ức kiếp khó mà có được. Chúng con thà xả bỏ cái thân mệnh ngắn ngủi đau khổ, đem hoa cúng dường Phật gieo trồng nhân duyên thiện lành và thoát khỏi cái thân phận đớn đau này.

- Nếu quả thật các người bị nhà vua xử phạt thì các người sẽ phải làm thế nào?

- Bạch Thế Tôn! Chúng con quyết không ân hận, vì dù cho có bị sát hại đi chăng nữa, thì nhờ nương vào công đức của Phật, chúng con chắc chắn sẽ không còn rơi vào nẻo ác, cuối cùng cũng sẽ sinh vào chỗ tốt đẹp an vui.

Người nào biết rõ rằng sống là khổ đau mới phát tâm muốn giải thoát một cách chân thật. Đức Phật mỉm cười, im lặng gật đầu. Những người ấy bèn lấy hoa rải lên thân Phật và chúng đệ tử Bồ Tát xung quanh Ngài. Không trung lập tức ngát lên hương thơm ngào ngạt.

Những người hái hoa thấy tôn nhan của đức Phật lộ vẻ hoan hỉ, họ bèn nhảy nhót vui mừng và xin thọ Tam quy, Ngũ giới.

Sau đó, đức Phật còn thuyết pháp Đại thừa Lục độ (Sáu *Ba-la-mật*) cho họ nghe. Những người hái hoa này đều phát tâm vô thượng, hiểu rõ sâu xa ý nghĩa Phật pháp, đạt được vị bất thối chuyển.

Đức Phật hoan hỉ thọ ký cho họ:

- Các người sau này sẽ thành Phật, đều có tên là Diệu Hoa.

Những người hái hoa đảnh lễ đức Phật xong, vui vẻ lui đi.

Cúng dường Phật bằng tâm chân thành, dù chỉ một đóa hoa cũng được Phật thọ ký, Phật pháp quả thật là không thể nghĩ bàn!

8. Niệm Phật diệt tội

Khi đức Phật đã chứng quả Vô Thượng Bồ Đề thì có rất nhiều người đi theo Ngài xuất gia học đạo. Dưới sự hướng dẫn của Thế Tôn, có rất nhiều người đã chứng quả *A-la-hán*, thoát được sự đau khổ của sinh tử. Các vị này có thể tự do tự tại đi lại khắp mọi nơi trong mười phương không một chút chướng ngại.

Trong số các vị đã chứng quả *A-la-hán* ấy có một vị phát nguyện cứu độ tất cả những người đã có nhân duyên với ngài trong những kiếp trước hay trong kiếp này. Dầu cho họ có đầu thai làm người hay làm súc sinh, ngài cũng tìm đủ mọi cách và vận dụng đủ mọi thần thông để giải thoát cho họ.

Sau một vài tháng như thế, ngài đã độ hóa được vô số

người, tất cả đều quy y Phật và đều trở thành những Phật tử thuần thành.

Duy chỉ có một người hãy còn ở dưới địa ngục là ngài chưa tìm ra cách nào để cứu được. Đó chính là mẹ của ngài ở kiếp này. Lúc còn sống, mẹ ngài không kính trọng người lớn tuổi, hủy báng Tam bảo, nên chết rồi phải đọa xuống địa ngục, chịu những cái khổ khủng khiếp như bơi trong biển lửa, trèo lên núi đao. Nghiệp chướng của bà quá nặng nề nên tuy có con trai đắc quả *A-la-hán* rồi mà cũng không cứu bà ra khỏi địa ngục được.

Thế nhưng người con hiếu thảo vẫn tha thiết muốn cứu mẹ, tự biết sức của chính mình không đủ nên nghĩ cách nhờ đến tha lực.

Vị *A-la-hán* thấy vua của một vương quốc bé nhỏ nọ, tuy còn trẻ tuổi nhưng bản tính hung bạo, đã từng tạo tội giết cha để chiếm ngôi. Tội giết cha và thí vua nhất định sẽ chiêu cảm quả báo khổ đau cùng cực.

Vị *A-la-hán* dùng thần thông quán thấy vị hôn quân ngỗ nghịch vô đạo này mệnh sống chỉ còn có 7 ngày, chết rồi sẽ đọa ngay xuống đúng cái địa ngục mà mẹ ngài đang ở để cùng chịu chung cảnh khổ của địa ngục ấy.

Vì muốn cứu mẹ và đồng thời cứu luôn ông vua lẫn tất cả những người đang chịu khổ trong địa ngục, vị *A-la-hán* bèn đến trước mặt vua, hiện thần thông, nửa thân người treo lơ lửng trên hư không.

Vua thấy thế hoảng sợ vội rút kiếm ra tính sát hại ngài, nhưng lưỡi kiếm chưa chạm đến thân ngài thì vuột khỏi bàn tay vua rơi xuống đất. Vua lấy làm lạ, vừa định mở miệng ra hỏi thì nửa phần thân người đang treo lơ lửng trên hư không bỗng nói trước:

- Có phải cái ngôi báu mà bệ hạ đang ngồi đó là do bệ hạ chiếm đoạt không? Bệ hạ giết vua cha để soán ngôi, bệ hạ có biết tội ấy nặng như núi không? Nếu bệ hạ không mau mau hối lỗi, chỉ trong bảy ngày nữa bệ hạ sẽ chết và đọa xuống địa ngục. Hôm nay tôi đặc biệt đến đây để báo cho bệ hạ biết trước mà sớm sám hối, may ra mới thoát khổ sau này.

Nhà vua nghe thế trong lòng vừa xấu hổ vừa sợ hãi. Nghe rằng cái chết đang kề cận ngay trước mắt, chỉ trong vòng 7 ngày nữa là thọ mệnh chấm dứt rồi sau đó sẽ rơi xuống địa ngục chịu khổ, ông chợt biết những việc ông làm là tội lỗi. Nhà vua khóc lóc thảm thiết, van cầu ngài *A-la-hán* ra tay cứu độ.

Vị *A-la-hán* thương xót sự ngu muội của ông, nói rằng:

- Bây giờ thọ mệnh của bệ hạ chỉ còn có 7 ngày, dẫu có muốn tạo công đức cũng không kịp nữa. Tôi cho bệ hạ biết, nếu trong 7 ngày tới mà bệ hạ có thể xả bỏ tất cả mọi thứ, một lòng thành tâm niệm "Nam Mô *A-di-đà* Phật" thì có thể nương vào sức đại từ đại bi của Phật *A-di-đà* mà được độ thoát.

Nghe lời dạy bảo của vị *A-la-hán*, nhà vua nhất tâm nhất ý niệm thánh hiệu Phật *A-di-đà*.

Quả nhiên 7 ngày sau ông tắt thở, nhưng tâm trí vẫn hết sức tỉnh táo sáng suốt. Ông biết mình đã rơi xuống địa ngục, nhưng nhờ trong ròng rã 7 ngày liền ông đã niệm danh hiệu Phật *A-di-đà* cho đến mức nhất tâm, nên đến cửa địa ngục rồi mà cũng không chút sợ hãi, ông cứ thế tiếp tục niệm danh hiệu Phật.

Khi danh hiệu Phật vừa từ cửa miệng ông xướng lên thì địa ngục bỗng nhiên mát mẻ, các dụng cụ tra tấn bày hai bên bỗng không cánh mà bay. Lúc ấy tất cả tội nhân trong địa ngục đều cùng nhau bắt chước nhà vua niệm Phật. Tâm thành khẩn của mọi người đã giao tiếp được với nguyện lực của đức Phật *A-di-đà*, nên nhà vua, mẹ của vị *A-la-hán* cùng hết thảy mọi tội nhân trong ngục đều được giải thoát và siêu sinh.

9. Nghĩa khí của con khỉ mặt đỏ

Ngày xưa, trong một ngọn núi thâm u rậm rạp, có một con quạ đen già tên là Câu Kỳ xây tổ trên một khóm cây cao to, sinh hạ được vài chú quạ đen xinh xắn dễ thương. Quạ già rất mực yêu thương mấy chú quạ con.

Ngày dài tháng rộng, lão quạ đen Câu Kỳ thường đi chơi trong rừng sâu núi thẳm, và kết bạn với một con khỉ mặt đỏ. Tình bạn của họ vô cùng thân thiết.

Gần khóm cây của lão có một con rắn độc cũng thường hay tới chơi. Khi nó thấy được mấy chú quạ con xinh xắn trên ngọn cây, nó không ngừng chăm chú nhìn lên, nhưng vì lão quạ đen và con khỉ mặt đỏ thường ở đấy canh chừng nên nó chưa có cơ hội lên làm thịt mấy chú quạ con ấy.

Có một hôm, lão quạ đen phải bay đi nơi khác kiếm thức ăn, con khỉ mặt đỏ cũng lên núi hái hoa quả, con rắn độc bèn chụp lấy cơ hội ngàn vàng này, bò lên tổ quạ ăn tươi nuốt sống mấy chú quạ con rồi bỏ đi.

Lão quạ đen cực khổ lắm mới tìm được thức ăn mang về, nhưng khi về đến tổ chỉ thấy lác đác vài chiếc lông tơ bên cạnh mấy ngấn máu đỏ. Lão biết ngay là con rắn độc đã ăn mất quạ con của lão rồi. Lão đau khổ vô ngần, kêu thương không ngớt, muốn báo thù cho con nhưng thừa biết mình không phải là đối thủ của con rắn độc. Vì thế nên nỗi thương đau của lão lại càng tăng thêm.

Khỉ mặt đỏ vừa về tới, thấy lão quạ đen đang khóc than bi thảm, ngạc nhiên gạn hỏi nguyên do. Lão quạ đen mới đem chuyện quạ con bị rắn độc giết ăn thịt ra kể cho khỉ mặt đỏ nghe.

Khỉ mặt đỏ nổi giận quát tháo:

- Con rắn độc tâm địa tàn ác, táng tận lương tâm, chuyên gây nghiệp sát sinh, lười biếng không biết kiếm sống theo chính nghiệp, thấy ai yếu hơn mình thì nhe răng uy hiếp giết hại, thật đáng buồn cho cảnh ỷ mạnh hiếp yếu này!

Con khỉ mặt đỏ lựa lời an ủi quạ đen, rồi nói một cách cương quyết:

- Con rắn độc này quá khốn nạn, tôi sẽ báo thù thay cho bạn!

Nói xong, nó nhảy vọt đi. Đi không xa, từ trên cao nhìn xuống, nó thấy con rắn độc đang trườn đi một cách ung dung an nhàn. Nó bèn nghĩ rằng:

- Con rắn độc khốn nạn, mi tàn nhẫn giết hại con của bạn ta mà ăn thịt, hôm nay ta quyết ăn thua đủ với mi, một sống hai chết mới thôi!

Nghĩ như thế xong, nó nhảy ra trước mặt rắn độc chặn đường. Rắn độc nổi giận đùng đùng ngóc thân lên, định quấn lấy khỉ. Nhưng con khỉ mặt đỏ nhanh nhẹn như tên bắn, nhảy sang một bên rồi lại nhảy tới phía trước, dùng hết sức lực một tay túm lấy đầu rắn, một tay chụp một hòn đá cứng, rồi đập xuống nghiền nát đầu đối thủ. Rắn bị bể đầu chết tươi.

Khỉ mặt đỏ cầm xác con rắn quăng xuống vực sâu rồi vui vẻ thơ thới quay về. Lão quạ thấy kẻ tử thù đã đền xong nợ máu, cũng thấy có chút phần an ủi.

Nghe được câu chuyện này, đức Phật nói rằng:

- Con khỉ này chính là một vị Bồ Tát hóa thân, nó vì chính nghĩa mà trừ khử con rắn độc, không cho phép rắn tiếp tục giết hại những sinh mệnh bé nhỏ yếu ớt khác. Nó đã tự hy sinh, chẳng thà tự mình chịu lấy nghiệp sát và bị đọa lạc mà sinh mệnh của chúng sinh được bảo toàn.

Giới luật của Tiểu thừa tuyệt đối cấm sát sinh, nhưng theo tinh thần Đại thừa, không thể chấp chặt vào các pháp một cách cứng nhắc, thà tự mình đọa địa ngục mà giúp cho chúng sinh thoát khổ thì vẫn là chuyện nên làm.

Cao cả thay tinh thần Bồ Tát!

10. Bà lão bộc

Trưởng giả *Tu-đạt* tại thành Xá Vệ nước Ấn Độ là một vị "đại thí giả", hễ có người nghèo khổ bần cùng đến cầu xin ông cứu giúp, ông liền làm cho người ấy được toại ý. Nhất là đối với Tam bảo thì ông lại càng cung kính tôn thờ, thường cúng dường đức Phật và chư tăng.

Trong nhà ông trưởng giả *Tu-đạt* có một bà lão bộc làm công, rất trung thành với chủ và làm việc rất siêng năng nên được trưởng giả một lòng tín nhiệm. Chìa khóa nhà kho, vựa lúa đều do một tay bà nắm giữ.

Bà lão bộc này tính nết rất keo kiết, mỗi khi thấy chủ nhân lấy từ kho ra bao nhiêu là tiền bạc của cải để bố thí cho người là trong lòng bà không khỏi cảm thấy tiếc rẻ.

Nhưng điều làm cho bà bất mãn hơn cả là lúc bà thấy đức Phật và chư vị đệ tử đến nhà trưởng lão thọ cúng dường. Bà thấy lúc đó trưởng giả vô cùng nhiệt thành, hoan hỉ nghênh tiếp và cúng dường đức Phật. Tâm ganh tị như thiêu như đốt khiến bà ghét đức Phật thậm tệ. Có một hôm bà còn lập ác nguyện rằng:

- Tôi vĩnh viễn không muốn thấy mặt Phật, không muốn nghe ông ta thuyết pháp, cũng không muốn thấy mặt mấy ông *tỳ-kheo*.

Thật là chuyện tốt không ai hay, mà chuyện xấu thì ai

cũng biết, nên tin bà lão bộc phát ác nguyện chẳng mấy chốc lan truyền khắp mọi nơi.

Lúc ấy, hoàng hậu Mạt Lợi nghe kể lại, rất lấy làm phật ý. Hoàng hậu biết trưởng giả *Tu-đạt* là một vị Phật tử thuần thành, thì làm sao lại dung dưỡng trong nhà một bà nô bộc bất kính Tam bảo như thế? Do đó, hoàng hậu hạ lệnh bắt trưởng giả phải cho bà mượn bà lão bộc đến hoàng cung giúp việc nhân dịp bà lập đàn trai cúng dường đức Phật.

Dĩ nhiên là trưởng giả *Tu-đạt* không dám trái lệnh hoàng hậu, hơn nữa mục đích lại là giúp cho việc cúng dường đức Phật thì ông lại càng vui lòng hơn nữa. Trưởng giả lập tức dùng mâm vàng đựng đầy trân châu, sai bà lão bộc đem đến hoàng cung để cúng dường đức Phật.

Hoàng hậu ra ý, chủ nhân truyền lệnh, bà lão bộc đâu dám không tuân! Khi phu nhân Mạt Lợi thấy bà lão bộc này, bà nghĩ phải thỉnh đức Phật dạy dỗ con người tà kiến như thế mới được!

Bà lão bộc đem trân châu đến dâng lên hoàng hậu rồi, vừa mới quay người tính lui đi thì đức Phật từ cửa chính bước vào, theo sau là các vị đệ tử của Ngài. Thấy đức Phật bước vào bà lão đâm ra bối rối, cất bước lên tính trốn bằng cửa sau, thì quái lạ thay, đức Phật cũng lại từ cửa sau bước vào. Lần này bà cuống cuồng lên, tính chạy bằng cửa bên hông nhà, nhưng cũng lại thấy đức Phật đứng ngay ở ngưỡng cửa bên hông. Bà lão bộc thấy bốn phương tám hướng đâu đâu cũng có đức Phật và chư vị đệ tử đứng, bà tiến hay lùi gì cũng không được nữa, đành phủ phục xuống đất. Nhưng ngay trên mặt đất bà cũng vẫn thấy tôn tượng của Thế Tôn.

Bà vội vàng dùng hai bay bịt kín lấy mắt, để mắt mình không gặp hình ảnh của đức Phật nữa. Nhưng trong khoảnh khắc, mười ngón tay của bà đều hiện lên hình Phật. Bà không cần biết hậu quả ra sao, ba chân bốn cẳng chạy về, trốn vào một căn nhà nhỏ, những tưởng là sẽ không còn thấy đức Phật nữa. Nhưng vẫn như trước, trong gian phòng đen tối ấy, đâu đâu cũng có đức Phật nên bà lão bộc rất lấy làm đau khổ.

Lại nói đến đức Phật *Thích-ca Mâu-ni* ở hoàng cung, Ngài không nói gì về thái độ vô lễ của bà lão bộc, chờ thọ cúng xong mới nói với *La-hầu-la*:

- Bây giờ con có thể đi hóa độ cho bà lão ban nãy. Bà ấy với con có nhân duyên lớn, bà ấy sẽ tiếp đón con nồng hậu và sẽ chấp nhận sự giáo hóa của con.

Tôn giả *La-hầu-la* vâng lời đức Phật đi ngay, đến nhà bà lão bộc nọ rồi đứng trước nhà kêu cửa.

Bà lão đang trốn trong nhà, chợt nghe một giọng nói hòa nhã thân thiết bèn vội vàng chạy ra mở cửa nhìn xem là ai. Có lẽ trong lòng còn hoảng hốt, lại hoa mắt nên thấy ngài *La-hầu-la* bà ngỡ là người từ cõi trời xuống.

Bà lễ lạy và đối xử với *La-hầu-la* như thần thánh. Tôn giả bèn dùng thái độ trang nghiêm thuyết cho bà lão nghe pháp Thập thiện.

Bà lão nghe rồi, hối hận những lỗi lầm đã tạo trong quá khứ, và nói:

- Ngài là chúa tể cõi trời, ngài quả là cao cả, vì thế nhân chúng con mà thuyết Thiện pháp vi diệu để lợi lạc chúng sinh, ngài thật là phi thường hơn mấy ông *tỳ-kheo* kia nhiều!

Lúc ấy, ngài *La-hầu-la* biết bà đã bớt tâm ngã mạn, mới trả lời:

- Pháp của Phật mới là thanh tịnh, mới là từ bi quảng đại. Pháp mà tôi mới nói ban nãy là do thầy tôi dạy. Phận tôi nhỏ nhoi không đáng kể, làm sao so sánh với bậc đại thánh Như Lai được?

Lão bà nghe những lời ấy, định thần nhìn kỹ lại ngài *La-*

hầu-la, lúc đó mới tàm quý hổ thẹn không biết làm sao để chui xuống đất. Bà hối hận, bà tự trách, rồi bà khẩn cầu ngài *La-hầu-la* giúp bà sám hối với đức Phật và can thiệp cho bà được xuất gia.

Phật pháp vốn bình đẳng, giữa người cao sang như vua chúa hay người bần tiện như nô tỳ không hề có sự sai khác.

Bà lão bộc nọ, sau khi đến trước mặt Phật sám hối rồi, bèn xuống tóc xuất gia làm *tỳ-kheo* ni.

Bà chuyên tâm tu học nên chứng được quả vị rất mau lẹ. Có người thấy thế, bèn đến xin đức Phật thuyết giảng về nhân duyên quá khứ của bà lão bộc này. Phật dạy:

- Vào thuở xa xưa, thời Phật Bảo Cái Đăng Vương có một vị thái tử xuất gia học đạo với Như Lai. Thật ra, vị hoàng tử này tu hành trì giới rất tinh chuyên, nhưng lại lầm lạc theo đường tà. Về sau hoàng tử gặp một vị *tỳ-kheo*, vị *tỳ-kheo* này thuyết pháp dẫn đạo rất hay, nhưng hoàng tử không những không tán thán còn đem lời phỉ báng, bởi vì tuy trì giới nhưng lại rất ngã mạn tà kiến. Do đó chết rồi đọa ác đạo, chịu đủ hết mọi sự thống khổ trong địa ngục, nay tuy sinh thân người nhưng lại chịu phận nô bộc.

Vị hoàng tử thời nọ chính là bà lão bộc trong kiếp này và vị *tỳ-kheo* bị hủy báng kia chính là ta trong quá khứ.

Các vị đệ tử của đức Phật nghe xong, họ thấy rõ ràng là không thể tạo khẩu nghiệp, nhất là hủy báng người khác, vì quả báo xấu xa của tội này, dẫu có tu hành trì giới cũng không ngăn chặn được.

11. Công chúa lột xác

Vua Ba Tư Nặc nước Kiều Tát Di La ở Ấn Độ là một ông vua nhân từ, gần gũi dân chúng, hết lòng chăm lo việc nước và trị vì quốc gia rất khôn khéo. Vì thế tên của vị vua hiền này lan xa khắp bốn phương, ai ai cũng ngưỡng mộ. Nhưng ngay bản thân ông, có một điều làm cho ông vô cùng buồn tiếc.

Vua Ba Tư Nặc và hoàng hậu tức là phu nhân Mạt Lợi sinh được một cô con gái tên là Ba An La. Công chúa Ba An La bất hạnh nên sinh ra đã vô cùng xấu xí, da dẻ sần sùi, khó coi như quỷ Dạ Xoa. Vì sợ bị chê cười nên vua dặn dò người trong cung phải cẩn thận giữ gìn, người ngoài không ai được thấy mặt công chúa. Vì thế công chúa bị nhốt trong cung cấm từ nhỏ, chưa hề gặp mặt một người lạ nào.

Tuy mặt mày cô xấu xí nhưng dầu gì cô cũng là con gái của phu nhân Mạt Lợi, vốn là một vị hoàng hậu nhân từ và thương người, nên không ai dám coi thường và lơ là trong việc chăm sóc cho cô.

Con người sống trên dương thế ví như khách lên xe và xuống xe: lúc nhảy lên xe là lúc bắt đầu cuộc sống, và cứ thế cho đến lúc xuống xe là lúc trút hơi thở cuối cùng. Trong khoảng giữa, con người sẽ phải sống qua mọi nỗi vui buồn thương ghét của cuộc đời mình. Một khi xe chuyển bánh là cứ hướng thẳng về phía trước mà chạy không bao giờ ngừng, mỗi phút mỗi giây đưa khách dần dần về tới trạm chót. Khách lên xe, không cần biết là giàu hay nghèo, quý phái hay hạ tiện, đẹp hay xấu, khôn hay ngu, không ai là không phải trải qua cái lúc lên và xuống xe ấy.

Công chúa Ba An La, con gái của phu nhân Mạt Lợi cũng theo dòng chảy của thời gian mà trưởng thành. Cô tới cái tuổi thanh xuân tươi đẹp nhất của đời người con gái, nhưng với một khuôn mặt như thế, vua Ba Tư Nặc rất lấy làm lo lắng cho việc hôn nhân của cô. Con gái lớn phải có chồng, dầu sao công chúa cũng không thể vĩnh viễn sống cô quạnh ở chốn thâm cung. Nhưng điều làm cho vua và hoàng hậu khó xử nhất chính là địa vị của mình: đường đường là vua của một nước mà lại không thể gả công chúa cho người mình chọn.

Vua và hoàng hậu bàn bạc mãi về vấn đề này nhưng không tìm ra được giải pháp nào khả dĩ gọi là tốt đẹp. Cuối cùng, họ chỉ còn cách bí mật gởi sứ giả ra ngoài thành dò xét, xem nhà nào có con trai thuộc hàng danh gia vọng tộc nhưng cảnh nhà sa sút, đời sống khó khăn khiến người thanh niên ấy không thể kiếm vợ, rồi đưa người ấy về cung.

Vài ngày sau, sứ giả đưa về một chàng thanh niên quần áo rách mướp nhưng mặt mũi sáng sủa thanh tú. Vua thay đổi thường phục, ra vườn sau gặp người này ở một nơi vắng vẻ và nói:

- Nói thật với ngươi, ta có một đứa con gái đã đến tuổi lấy chồng nhưng rất xấu xí. Nếu ngươi ưng thuận thì ta sẽ gả công chúa cho ngươi, bù lại ta sẽ cung ứng tất cả các thứ như nhà cửa, ăn uống vật dụng cho hai người sau này. Vậy ý ngươi thế nào?

Người thanh niên nghe nhà vua nói thế bèn quỳ xuống đất khấu đầu trả lời:

- Tâu bệ hạ, tổ tiên hạ thần tuy thuộc dòng hào phú, nhưng nay cảnh nhà đã sa sút nhiều. Bệ hạ không ghét bỏ, giá như có đem tỳ nữ gả cho hạ thần, hạ thần còn phải mang ơn mà bái tạ thay, huống hồ bệ hạ có lòng thương đem công chúa gả cho hạ thần, thì hạ thần đâu có lý do gì mà không tuân lệnh!

Bao nhiêu ưu tư từ bấy nhiêu năm nay, vua Ba Tư Nặc xem như đã giải quyết xong, vì con gái mình đã có nơi nương tựa. Mọi sự quyết định đâu đó rồi, vua bèn xây cho công chúa một tòa cung điện tráng lệ, phía trong có 7 lớp cửa. Các lớp cửa này sẽ được khóa chặt mãi mãi, chìa khóa do phò mã đeo trong thân không lúc nào rời. Trong nhà có khoảng trăm cô nô tỳ, nhưng ai ở đâu thì phải ở mãi đó, người trong nhà không được đi ra ngoài và người từ bên ngoài cũng không được vào trong. Mọi chi phí trong nhà đều do hoàng cung đài thọ.

Lại sợ phò mã bị người ta coi thường nên vua còn phong cho phò mã một tước vị cao quý. Tới đây thì nhà vua xem như mọi vấn đề đã được giải quyết ổn thỏa.

Ở Ấn Độ thời ấy, có phong tục là những người nhà giàu phải luân phiên nhau tổ chức một buổi lễ họp mặt hằng tháng, gọi là hội "*ngu lạc*" và mời nhau đến tham dự để cùng gặp gỡ, gắn kết tình cảm.

Trong các buổi lễ ấy, ai ai cũng đều có đôi có cặp, chỉ riêng phò mã là lúc nào cũng đến một thân một mình. Sau hơn một năm trời, mọi người đều thấy như có điều chi khả nghi. Họ nghĩ rằng phò mã và công chúa kết hôn chưa được bao lâu, không lẽ tình cảm đã sứt mẻ rồi hay sao? Hay công chúa sợ bị người khác nhìn thấy? Vậy thì chắc công chúa phải là một tuyệt sắc giai nhân hay là quỷ dạ xoa đội lốt, nếu không thì tại sao chưa ai được thấy mặt bao giờ?

Họ muốn biết công chúa là người như thế nào nên bèn nghĩ ra một kế. Trong một buổi hội *ngu lạc*, mọi người đặc biệt chăm sóc phò mã. Lúc uống rượu, họ bày ra cuộc chơi đố rượu (ai thua thì phải uống rượu phạt), và cố ý chuốc phò mã uống rượu cho đến say mèm. Sau đó họ lục trong người phò mã lấy xâu chìa khóa và một số người được cử đi đại diện, chạy bay đến cung điện để nhìn mặt công chúa.

Lúc đó, công chúa Ba An La bị cấm cung, theo lệ thường chờ chồng đi dự hội, một mình ở nhà âu sầu áo não. Cô tự hận mình đã tạo tội nghiệp đời trước nên bây giờ mới bị vua cha giam cầm, bị chồng ghét bỏ, suốt đời bị nhốt trong cung cấm, không bao giờ được thấy ánh mặt trời, không bao giờ được thở không khí trong lành. Sống một cuộc đời đen tối như thế, thì hỏi sống có ý nghĩa gì?

Nghĩ đến đây, nước mắt cô như một giòng châu tuông lả chả. Bỗng cô nhớ lại lời dặn của mẹ: "Đừng tuyệt vọng, nghiệp chướng có sâu dày tới đâu đi nữa, chỉ nên thành tâm cung kính Tam Bảo, khẩn cầu sám hối. Đức Phật từ bi thường làm lợi ích chúng sinh, có thể giúp chúng sinh giải trừ khổ nạn."

Câu nói của mẹ đã làm cho công chúa khởi lên một niệm thiện tâm chí thành. Mỗi khi chồng cô đi ra ngoài, cô lại bày hương án hướng lên không trung lễ bái, thiết tha khẩn cầu sám hối, xin cho mình có thân tướng đẹp đẽ để được thấy ánh mặt trời.

Hôm ấy, ngay vào lúc cô đang chí thành khẩn nguyện, một luồng hào quang bỗng nhiên tỏa sáng và kim thân đức Phật hiện ra trước mắt cô. Nhìn hào quang tướng hảo của đức Phật, công chúa vui mừng, lòng tôn kính lại càng gia tăng bội phần, cô phủ phục xuống đất quỳ lạy, nước mắt tuôn thành dòng, cầu xin với đức Thế Tôn:

- Duy nguyện Phật tổ từ bi thương xót con, khuyên dạy con, phá trừ nghiệp chướng cho con, giải thoát con ra khỏi cảnh thống khổ hiện nay. Con nguyện từ nay trở đi, đời đời kiếp kiếp hộ trì Tam Bảo.

Công chúa cầu xin như thế xong, ngước mắt lên chiêm ngưỡng thánh nhan, từ quang của đức Phật chiếu sáng tâm can cô.

Thật là không thể nghĩ bàn, ngay lúc ấy, khuôn mặt xấu xí của công chúa từ từ trở nên xinh đẹp thanh tú, làn da sần sùi đen đúa trở nên mịn màng, phơn phớt hồng. Từ khuôn mặt, thân thể, chân tay, toàn thân công chúa Ba An La đã thay đổi, bây giờ tướng mạo cô tuyệt diệu như một thiên nữ cung trời.

Đức Phật từ trên không trung còn thuyết pháp cho công chúa nghe, khiến tinh thần cô phấn chấn lên, bao nhiêu buồn thảm trước kia tan biến hết. Công chúa hân hoan sung sướng và an lòng rồi, đức Phật còn dạy thêm:

- Này công chúa Ba An La! Bây giờ tuy công chúa đã chứng quả Tu Đà Hoàn, nhưng vẫn phải tiếp tục tinh chuyên tu trì. Kiếp người ngắn ngủi lắm, ta mong công chúa đừng để cuộc sống luống qua vô ích.

Đức Phật nói xong liền từ từ biến mất trong bầu không gian xa thẳm. Công chúa không còn phiền não âu sầu, lòng sùng kính tin tưởng vào đức Phật tăng thêm gấp bội.

Bây giờ nhắc đến những người đã lén lấy chìa khóa cung điện, giả mạo lệnh phò mã đến mở từng lớp, từng lớp cửa để vào tới tận thâm cung. Trong tay họ có cầm xâu chìa khóa nên họ không gặp trở ngại nào và cứ thế đi thẳng vào tòa nhà sau cùng.

Lúc ấy, họ nhìn qua khe cửa thấy dung nhan công chúa rạng ngời như tỏa ánh sáng, xinh đẹp như tiên nữ nên rất lấy làm kinh dị, không hiểu tại sao trên trần thế lại có người nhan sắc tuyệt vời đến như thế!

Họ không dám nấn ná lâu, liền khóa kỹ các lớp cửa lại rồi vội vàng trở về. May quá, phò mã vẫn còn chưa tỉnh. Họ trả chìa khóa về chỗ cũ rồi đem những gì đã thấy kể lại cho mọi người nghe, khiến ai nấy đều xôn xao bàn tán.

Hôm ấy, như mọi lần, phò mã về nhà thật khuya. Nhưng vào tới lớp cửa thứ bảy, chàng kinh ngạc khi thấy một mỹ nhân đang ngồi bên giường.

- Cô là ai? Làm sao cô vào được nhà của chúng tôi? Công chúa đi đâu rồi?

- Phu quân không nhận ra thiếp cũng phải. Thiếp chính là công chúa Ba An La, vợ của phu quân đây!

Công chúa mỉm cười, tha thướt yêu kiều tiến đến gần phò mã nhưng phò mã lùi lại mấy bước, hoang mang không hiểu chuyện gì đã xảy ra. Công chúa bèn đem chuyện gặp đức Phật ra kể cho phò mã nghe, rồi nói:

- Từ khi sinh ra đến giờ, thiếp chưa từng được thấy mặt phụ vương và mẫu hậu một cách kỹ càng, nên thiếp rất ao ước được gặp. Phu quân hãy vì thiếp mà về cung trước, xin phép phụ vương cho thiếp được diện kiến.

Dĩ nhiên phò mã hoan hỉ thực hành ngay lời yêu cầu của công chúa. Nhưng nhà vua vừa mới nghe nói công chúa đòi gặp liền cau mày, tỏ vẻ khó xử:

- Thôi khanh hãy về giữ cửa cho kỹ, nói với công chúa bỏ ý nghĩ ấy đi, đừng đi ra ngoài.

Phò mã biết ngay tại sao nhà vua cự tuyệt lời thỉnh cầu của công chúa, nên đem chuyện công chúa lột xác cải dạng kể cho vua nghe. Vua nghe xong vô cùng mừng rỡ, lập tức cho người đưa xe hoa và cung nữ đi nghênh tiếp công chúa hồi cung.

Sự thay đổi hoàn toàn của công chúa khiến cho nhà vua, hoàng hậu và phò mã vui mừng khôn kể xiết. Họ biết hạnh phúc gia đình này hoàn toàn nhờ tâm từ bi của đức Phật, nên để báo Phật ân, họ lập tức đến tinh xá Kỳ Viên và mang theo rất nhiều phẩm vật cúng dường Tam Bảo. Vua Ba Tư Nặc đảnh lễ đức Phật xong, chắp tay bạch:

- Bạch Thế Tôn, xin Ngài từ bi khai thị cho chúng con! Con gái chúng con đã tạo nghiệp gì mà kiếp này tuy được sinh ra nơi vương cung thọ hưởng mọi điều phú quý nhưng lại xấu xí đen đúa như thế? Ngưỡng mong Thế Tôn giải thích cho chúng con nỗi thắc mắc này.

Đức Phật bèn đem chuyện quá khứ kể lại rằng:

- Con người sinh ra đời, đẹp đẽ hay xấu xí đều do nghiệp quá khứ mà ra. Tội báo hay phúc báo đều như bóng theo hình, không có điều gì là ngẫu nhiên cả. Vì thế phải nói lý nhân quả báo ứng không mảy may hư dối, sai trật.

Trong quá khứ, nước Ba La Nại là một quốc gia phồn thịnh, nơi ấy có một vị trưởng giả rất giàu, giàu đến nứt đố đổ vách. Ông có tâm từ thiện và biết cung kính Tam Bảo, vì thế nên thường xuyên mời chư tăng đến nhà để cúng dường. Trong số những người này, có một vị đã chứng quả *A-la-hán* là hay lui tới nhất. Vị này chuyên tu khổ hạnh, thấy rõ lý vô thường, khổ, không trong thế gian nên rất lơ là trong vấn đề ăn mặc. Ông chỉ khoác trên thân một tấm cà-sa rách nát, không biết mặc đã bao nhiêu năm mà vá trước rách sau, không có chỗ nào là lành lặn, coi được. Vì ông tiều tụy rách rưới như thế nên cô con gái ông trưởng giả rất chán ghét ông. Vốn là một thiên kim tiểu thư, nên trong vấn đề ăn mặc, cô chỉ dùng những thứ sang trọng đẹp đẽ nhất. Vì thế nên hình tướng xấu xí của vị *A-la-hán* khiến cô khởi tâm khinh bỉ, cho đến nỗi có lúc cô đã thốt lời nhục mạ vị này.

Tuy biết rõ điều ấy nhưng vị *A-la-hán* vẫn tiếp tục lui tới nhà cô nhận lãnh cúng dường trong mấy năm liền. Một hôm, vị *A-la-hán* ấy lại đến nhưng dùng cơm xong, ông liền bay lên hư không, thị hiện thần thông biến hóa đủ cách. Từ người ông, giữa hai lông mày phóng ra lửa và nước, hoặc ông nằm ngang giữa hư không mà không rơi xuống đất. Người nào nhìn thấy sự thị hiện kỳ diệu xuất thần như thế cũng thích thú kính phục.

Cô tiểu thư con gái ông trưởng giả từ trước đến nay vốn coi thường vị *A-la-hán*, nay thấy thần thông vi diệu của ông bèn sinh lòng kính trọng, không ngờ một vị xuất gia với bề ngoài xấu xí ấy lại có công phu tu hành cao dày đến dường ấy, không thể nào trông mặt mà bắt hình dong được! Trước kia cô thật quá ngu xuẩn, đã thường xuyên phỉ báng một vị thánh tăng như thế, đúng là tội tày trời! Cô bèn quỳ xuống đất nhìn lên vị *A-la-hán* trên không trung mà sám hối, xin ngài khoan thứ cho tội ác khẩu kiêu mạn của mình.

Vị *A-la-hán* trên không trung nhìn thấy cô tiểu thư đang sám hối như thế, chỉ mỉm cười nhẹ gật đầu, rồi biến mất trong nháy mắt. Từ đó vị *A-la-hán* ấy không còn đến nhà ông trưởng giả nhận cúng dường nữa.

Cũng từ đó cô tiểu thư nọ thường lập đàn trai cúng dường chư tăng, làm việc thiện, bố thí rộng rãi để sám hối tội lỗi của mình lúc trước.

Đại vương, cô tiểu thư thời ấy chính là công chúa Ba An La hôm nay. Vì tội khinh mạn thánh tăng trong quá khứ nên sinh ra có thân hình xấu xí khó coi, nhưng lại nhờ biết cúng Phật kính tăng nên được sinh ra trong hoàng gia, lại được gặp Phật để lột xác biến hình.

Lời dạy của đức Phật khiến tín tâm của đại chúng tăng trưởng thêm lên. Họ không còn một mảy may tâm niệm nghi ngờ công đức và phước báo của việc cúng dường và tôn kính Tam Bảo.

12. Trường Sinh Đồng Tử

Có một lần, đức Phật đang thuyết pháp tại thành Câu Thiểm Di, trong chúng đệ tử chợt nổi lên một vụ tranh chấp kịch liệt, không ai chịu nhường nhịn ai. Đức Phật bèn tập họp đại chúng lại, thuyết giáo như sau:

- Các ông đừng tranh chấp, không thể dùng sự tranh chấp

để giải quyết tranh chấp. Chỉ có nhẫn nhục mới làm ngừng lại được mọi sự tranh chấp mà thôi. Ta mong các ông hãy tôn trọng công đức của nhẫn nhục.

Ngày xưa tại nước Kiều Tát Di có vị vua tên là Trường Thọ, và nước Ba La Nại có vua tên là Phạm Dự, là hai nước láng giềng của nhau. Một hôm vua Phạm Dự dẫn đại binh xâm lấn nước Kiều Tát Di, vua Trường Thọ cũng chỉ huy một đội binh ra kháng cự.

Cuối cùng vua Trường Thọ bắt sống được vua Phạm Dự, nhưng không những không giết mà còn đem phóng thích, và nói:

- Vận mệnh của ngài đang nằm trong tay tôi, tôi tha cho ngài, từ nay về sau xin ngài đừng dấy binh gây chiến nữa.

Ngay lúc ấy vua Phạm Dự hoan hỉ lạy tạ. Nhưng về nước ít lâu sau, ông lại khởi một đại binh trở lại báo thù rửa hận. Khi ấy, vua Trường Thọ suy nghĩ:

- Ta tuy có thể đánh thắng y, nhưng y sẽ không chịu thua ta. Ta lại đánh thắng y một lần nữa không có chi là khó, nhưng trong thâm tâm y sẽ không bao giờ chịu hàng phục, hơn nữa chiến tranh là rất tàn ác. Ta muốn thắng y, y cũng muốn thắng ta. Ta muốn hại y, y cũng sẽ muốn hại ta. Y muốn xâm lấn lãnh thổ của ta khiến cho dân chúng của hai nước phải chịu nhiều khổ đau, thật là không đáng chút nào. Nếu y muốn đất nước của ta thì ta sẽ nhường đất nước cho y, không cùng y giao chiến. Như vậy trăm họ trong hai nước sẽ khỏi điều khổ đau chết chóc.

Vua Trường Thọ suy nghĩ như thế xong, gọi đại thần đem việc nước giao cho vua Phạm Dự cai quản, còn mình thì đưa hoàng hậu và thái tử lên xe lánh đến một vương quốc khác ẩn thân. Vương quốc ấy không đâu khác hơn mà chính là đất nước của vua Phạm Dự.

Vua Trường Thọ thay họ đổi tên, mặc thường phục, nghiên cứu học hỏi nghề nghiệp, đi khắp các đô thị lớn, hòa nhã hiền dịu, dùng lời ca điệu múa mang niềm vui cho dân chúng khắp nơi, và gởi gắm thái tử cho người khác nuôi nấng.

Vua Phạm Dự được mật báo cho biết là vua Trường Thọ đã thay họ đổi tên và trốn ngay trong lãnh thổ của mình, bèn lập tức hạ lệnh bắt về. Dân chúng thấy vua Trường Thọ bị bắt, ai nấy đều thương tâm khóc không thành tiếng.

Thái tử con vua Trường Thọ tên là Trường Sinh Đồng Tử, được gởi nuôi ở một nơi khác, lớn lên thông minh lanh lợi, biết làm đủ mọi nghề, nghe tin vua cha bị bắt, bèn cải dạng làm một người tiều phu, tìm cách lén lút gặp vua cha. Vua Trường Thọ thấy con trai của mình, làm như không hề có chuyện chi xảy ra, bảo con rằng:

- Nhẫn! Nhẫn! Đó mới là đạo hiếu! Đừng kết nhân quả oán thù, hành đại nguyện từ bi mới là điều quan trọng. Giữ trong tâm mầm mống của sự hung ác độc hại, kết thù gây oán là gieo trồng gốc rễ của ngàn năm tai họa, đó không phải là cách xử sự của người con hiếu thảo. Con phải biết, tâm từ bi của chư Phật bao dung cả trời đất, các Ngài coi kẻ oán người thân bình đẳng như nhau. Ta tìm đạo chân thật, xả thân để cứu người mà còn sợ không làm tròn đạo hiếu, nay nếu con vì ta mà báo thù kết oán là đi ngược lại con đường của ta rồi! Dầu gì đi nữa, ta cũng không thể cho phép con giữ ý định ấy. Con phải nhớ lời ta dặn mới là đứa con hiếu thảo của ta.

Trường Sinh Đồng Tử biết tâm ý của vua cha, nhưng không đành lòng ngồi nhìn cha bị giết oan nên trốn vào một khu rừng sâu lánh nạn. Tất cả những thân sĩ hào tộc trong nước Ba La Nại đều thương tình vua Trường Thọ và đều hy vọng ông vua vô tội này sẽ được thả ra.

Nhưng vua Phạm Dự thấy cảm tình của mọi người đối với vua Trường Thọ thì rất lấy làm lo sợ, ông nghĩ trừ họa thì phải trừ tận gốc, nên hạ lệnh chém đầu vua Trường Thọ.

Khi Trường Sinh Đồng Tử biết vua cha đã bị giết, nửa đêm liền lén vào thành cướp tử thi, dùng gỗ thơm tẩm liệm và chí thành khẩn thiết cầu siêu cho cha.

Vua Phạm Dự biết vua Trường Thọ có một người con trai tên là Trường Sinh Đồng Tử, ông hết sức lo sợ sẽ có ngày vị thái tử này đến báo thù cho cha nên ăn ngủ không yên, bèn ra lệnh truy nã Trường Sinh Đồng Tử một cách gắt gao.

Trường Sinh Đồng Tử thay họ đổi tên, về thành Ca Thi sống, trở nên một nhạc sĩ lừng danh, rất được ái mộ trong giới danh gia quý tộc.

Một hôm vua Phạm Dự được nghe nhạc của chàng rất lấy làm thích thú, bèn truyền lệnh cho chàng về cung làm người hầu cận gần gũi nhất, vua tín dụng chàng đến nỗi giao cả bảo đao hộ thân cho chàng cầm giữ.

Một hôm, vua Phạm Dự lên núi săn bắn, lạc mất đường về và mất luôn cả liên lạc với đoàn tùy tùng, bên thân ông chỉ còn mỗi một Trường Sinh Đồng Tử. Vua tìm đường về, thật lâu mà vẫn không tìm ra, ông mệt mỏi gối đầu lên đùi của Trường Sinh Đồng Tử nhắm mắt nghỉ ngơi.

Ngay lúc ấy, Trường Sinh Đồng Tử nghĩ thầm:

- Tên vua ác độc này là một tên hôn quân vô đạo, hắn đã giết người cha vô tội của ta, chiếm đoạt lãnh thổ của cha ta. Hiện giờ sinh mệnh của hắn đang nằm trong tay ta, đúng là một cơ hội trời cho, đây thật là cái dịp ngàn năm một thuở cho ta báo thù rửa hận.

Nghĩ đến đây, Trường Sinh Đồng Tử rút đao ra định giết vua Phạm Dự, nhưng cũng đúng lúc ấy, chàng nhớ lại lời dặn dò sau cùng của phụ vương, bèn cho đao vào vỏ trở lại. Vừa lúc ấy vua Phạm Dự hoảng hốt giật mình tỉnh giấc, nói với Trường Sinh Đồng Tử rằng:

- Ôi chao! Thật là dễ sợ! Thật là dễ sợ! Ta vừa mộng thấy Trường Sinh Đồng Tử đến đây báo thù, cầm đao cắt đầu ta.

Trường Sinh Đồng Tử nghe vua nói thế, chậm rãi trả lời rằng:

- Xin đại vương đừng lo sợ gì cả. Trường Sinh Đồng Tử chính là thần đây. Thú thật với đại vương, trong lúc đại vương đang ngủ, thần quả có ý định báo thù, nhưng chợt nhớ lại di huấn của cha nên thần lại cho đao vào vỏ trở lại.

- Di huấn của cha ngươi như thế nào?

Vua Phạm Dự hấp tấp hỏi. Trường Sinh Đồng Tử lập lại di huấn của cha: "Nhẫn! Nhẫn! Đó mới là đạo hiếu! Đừng gieo nhân quả oán thù, tâm độc hại chính là gốc rễ của ngàn năm tai họa."

Vua Phạm Dự tỏ vẻ không hiểu ý câu nói ấy, hỏi lại Trường Sinh Đồng Tử:

- Ta hiểu nghĩa chữ "nhẫn! nhẫn!" nhưng "tâm độc hại chính là gốc rễ của ngàn năm tai họa" có nghĩa là gì?

- Thần giết đại vương, Trường Sinh Đồng Tử đáp, thì bầy tôi của đại vương tất nhiên sẽ muốn giết thần. Rồi bầy tôi của thần cũng nhất định muốn giết bầy tôi của đại vương. Tình trạng giết qua giết lại này sẽ luân chuyển vĩnh viễn không bao giờ ngừng. Còn nếu thần tha cho đại vương, đại vương tha cho thần, chỉ có nhẫn mới trừ được căn nguyên của tai họa.

Vua Phạm Dự nghe thế hết sức cảm động, hối hận lẩm bẩm tự nói một mình:

- Ta đã giết hại một thánh nhân, tội của ta thật đáng chết!

Ngay giờ phút đó, ông thành tâm muốn nhường cả đất nước cho Trường Sinh Đồng Tử, nhưng Trường Sinh Đồng Tử nói một cách khiêm tốn và trang trọng:

- Đất nước của đại vương là sở hữu của đại vương, chỉ xin đại vương trả lại cho thần lãnh thổ của vua cha là đủ!

Vua Phạm Dự và Trường Sinh Đồng Tử cùng tìm đường trở về thành. Trên đường về, họ gặp rất nhiều vị đại thần của vua Phạm Dự. Vua Phạm Dự muốn thử lòng họ, bèn hỏi:

- Này các khanh, ta muốn hỏi các khanh một điều: giả sử các khanh gặp Trường Sinh Đồng Tử thì các khanh sẽ đối phó với y ra sao?

Các vị đại thần muôn người như một trả lời:

- Chặt tay hắn!

- Chém đầu hắn!

- Giết hắn chết!

Vua Phạm Dự chỉ Trường Sinh Đồng Tử nói:

- Đây chính là Trường Sinh Đồng Tử.

Các vị đại thần kinh hãi, họ nhất loạt rút kiếm giương cung, sửa soạn giết Trường Sinh Đồng Tử, nhưng vua Phạm Dự lập tức ngăn lại:

- Không được động thủ!

Rồi vua kể lại câu chuyện Trường Sinh Đồng Tử lấy đức báo oán cho các vị đại thần nghe khiến các vị này vô cùng cảm động. Vua Phạm Dự còn dặn dò là sau này, bất kỳ người nào cũng không được có ác ý với Trường Sinh Đồng Tử. Các vị đại thần nghe thế rất khâm phục ngài.

Trở về cung rồi, vua Phạm Dự mời Trường Sinh Đồng Tử tắm bằng nước thơm, lấy y phục vương giả khoác lên người chàng, nhường cung điện cho chàng, mời chàng lên ngồi lên giường vàng của mình và còn đem công chúa gả cho chàng nữa. Sau đó, vua phái rất nhiều quân lính, ngựa, voi hộ tống chàng về nước.

Sau khi kể đến đây, đức Phật bảo đại chúng:

- Chư *tỳ-kheo*! Các ông nghe chuyện này rồi có cảm nghĩ thế nào? Vua Trường Thọ của nước Kiều Tát Di thực hành nhẫn nhục, với tâm đại từ đại bi đầy đủ thí ân huệ cho người thù của mình, là một tấm gương sáng, các ông nên cố gắng noi theo. Các ông là những người có lòng tin chân thành, rời bỏ quê nhà, cắt đứt ân ái gia đình, chưa nghiên cứu sâu chân lý của vũ trụ và cầu chứng thực tướng của nhân sinh, thì phải thực hành nhẫn nhục, tán thán nhẫn nhục, thực hành đại bi, tán thán đại bi, đem ân huệ bố thí cho tất cả chúng sinh, thực tướng trong vũ trụ đồng một thể, không nên có những tranh chấp giữa "ta" và "người".

Đại chúng nghe lời Phật dạy đều cúi đầu nhận lãnh, không ai còn khởi tâm tranh chấp với nhau nữa.

13. Bộ Tri Ca tỉnh ngộ

Vào thời đức Phật còn tại thế, trong thành Xá Vệ có một người rất giàu tên là Bộ Tri Ca, cha mẹ qua đời sớm, vì thế thuở ấu thời ông không được giáo dục đàng hoàng.

Bộ Tri Ca tính tình lì lợm cứng đầu, động một tí là nổi cơn tam bành. Ông không có một người bạn thân nào, vì không ai dám lại gần ông.

Bộ Tri Ca không tin đức Phật, nhưng đối với lục sư ngoại đạo thì lại cung kính lễ bái. Về sau ông mắc phải một cơn bệnh rất ngặt nghèo.

Ông đau đớn khôn kể xiết, nhưng không có lấy một người đến chăm sóc cho ông. Cả những vị ngoại đạo vốn được ông lễ kính, thường xuyên cúng dường, cũng chả có một người nào đến thăm hỏi ông.

Trong phút hấp hối, Bộ Tri Ca mới tỉnh ngộ ra rằng tính tình của mình quá ư thô bạo, suốt đời chưa từng kết giao với một người bạn nào, nên hôm nay lâm bệnh nặng không ai đến hỏi han chăm sóc. Ông bèn nguyện rằng, giá như có một người nào có thể cứu ông khỏi bệnh, ông thề sẽ suốt đời phụng sự người ấy để đền ơn. Ông lại nghĩ tiếp:

- Tính tình của ta không tốt nên đã bị tất cả mọi người bỏ rơi từ lâu, bây giờ sẽ không ai thèm đối xử tử tế với ta cả đâu! Chỉ có đức Phật từ bi bình đẳng, cứu khổ tất cả mọi người, không bỏ một chúng sinh đau khổ nào. Bây giờ ta muốn đi gặp Ngài quá, nhưng Ngài ở xa tít mù khơi, làm sao ta đi gặp Ngài được?

Bộ Tri Ca cứ một lòng suy nghĩ như thế mãi. Lúc bấy giờ ở ngoài thành Xá Vệ xa xôi trong tinh xá Kỳ Viên, đức Phật biết Bộ Tri Ca đã tỉnh ngộ và hối cải, cơ duyên được hóa độ đã thành thục, Ngài bèn phóng một luồng ánh sáng từ bi chiếu đến thân Bộ Tri Ca, khiến ông lập tức cảm thấy mát mẻ, trong người dễ chịu.

Sau khi được nhìn thấy hình ảnh đức Phật trong ánh hào quang từ bi ấy, ông cũng cảm thấy tinh thần tỉnh táo hẳn. Ông biết rất rõ đây là ân huệ của đức Phật ban cho mình, mừng rỡ khôn cùng, vội phủ phục năm vóc[1] sát đất lễ bái đức Phật từ xa.

Đức Phật dùng thần thông hiện thân trước mặt Bộ Tri Ca. Ông này thấy đức Thế Tôn thân hành giáng lâm, vừa kinh sợ vừa vui mừng, chắp tay đảnh lễ. Đức Phật hỏi:

- Ông thấy cái khổ nào là khó chịu nhất?

---

[1] Năm vóc: chỉ đầu và tứ chi. Phủ phục năm vóc nghĩa là khi lạy xuống thì đầu và hai tay, hai gối chân đều mọp sát đất. Còn có cách lạy duỗi dài thân thể để cho tay chân và đầu đều chạm sát đất, nhằm tỏ lòng tôn kính, nhưng ở Việt Nam không phổ biến cách lễ lạy này.

- Bạch Thế Tôn! Cái khổ của thân bệnh rất là khó chịu, nhưng con thấy cái khổ của tâm bệnh càng khó chịu hơn. Nay cả thân lẫn tâm của con bị lâm trọng bệnh, thân và tâm của con đều khổ và đều khó chịu!

Bộ Tri Ca trả lời.

Với thần thông vô biên quảng đại, đức Phật chọn một phương thuốc thần diệu tên là Bạch Khổng đưa cho Bộ Tri Ca uống. Uống xong, bệnh khổ lập tức dứt trừ, thân tâm ông sảng khoái dị thường.

Bộ Tri Ca lành bệnh rồi trở nên vô cùng tin kính đức Phật, ông mở một cuộc trai tăng với các phẩm vật thượng diệu nhất dâng lên Như Lai và chư tăng, rồi còn dùng quần áo giá trị cả triệu lượng vàng để cúng dường nữa.

Bộ Tri Ca lại còn phát thệ nguyện rộng lớn, nguyện đời đời kiếp kiếp về sau sẽ phụng hành đại bi, cứu chữa thân bệnh và tâm bệnh cho chúng sinh, khiến chúng sinh được an lạc.

Đức Phật nghe Bộ Tri Ca thề nguyện như thế bèn mỉm cười. Tôn giả A Nan chấp tay thỉnh đức Phật cho biết nguyên nhân nụ cười này, đức Phật trả lời:

- Trưởng giả Bộ Tri Ca lành bệnh rồi là bèn lập đàn trai cúng dường, lại còn phát nguyện *Bồ-đề*, tương lai sẽ thành Phật, rộng độ chúng sinh không có hạn lượng, vì thế ta hoan hỉ mà cười.

Đức Phật không bao giờ bỏ rơi chúng sinh, cho dầu chúng sinh ấy là người như thế nào đi nữa. Chỉ cần người ấy tỉnh ngộ sám hối là có nhân duyên được hóa độ và được đức Phật cứu giúp.

14. Ba luồng ánh sáng trắng

Trong quá khứ có một người sống tại một vùng núi non hẻo lánh, nên từ nhỏ không hề được giáo dục, chưa từng nghe Phật pháp, chỉ biết cần kiệm làm bổn phận cho qua kiếp con người. Bởi vì phước báo quá ít ỏi nên cho đến già mà vẫn còn nghèo nàn cùng khổ.

Khi đã 60 tuổi, sau nửa năm bệnh hoạn, ông tiều tụy yếu ớt hẳn, biết sẽ không còn sống lâu trên đời nên gọi hai đứa con đến bên giường bệnh cho ông dặn dò lần cuối. Ông bảo đứa con trưởng rằng:

- Em con còn nhỏ lắm, con thì đã biết làm việc rồi, con phải cẩn thận chăm lo cho em, con phải giữ trách nhiệm của người anh cả.

Vài ngày sau, ông rời bỏ nhân thế khổ đau, khiến hai đứa con buồn khóc thảm thiết.

Ba năm sau, người anh cưới một thiếu nữ sống cùng thôn làm vợ. Cô này là người không có giáo dục, lại tâm địa độc ác không biết đến tình nghĩa huynh đệ. Thấy chồng hậu đãi em, cô không bằng lòng. Cô thường nói với chồng rằng:

- Hay là chúng ta cho nó một vài thứ trong nhà rồi bảo nó tự lập kế mưu sinh. Hiện giờ còn nhỏ nó sẽ không làm gì khác được chứ mai mốt nó lớn lên thì phiền lắm, anh muốn đuổi nó đi, chưa chắc nó đã chịu đi!

Nhưng người anh vẫn còn cái tình nghĩa chất phác của người miền núi, lại còn nhớ rõ lời di chúc của cha nên mỗi khi nghe vợ nói thì bịt tai lắc đầu quầy quậy.

Tục ngữ nói rất đúng, gần mực thì đen gần đèn thì sáng. Sống cả ngày gần một người vợ tâm địa xấu xa, cứ thừa mọi dịp nói đi nói lại mãi những lời độc ác, dần dà người anh bị huân tập, làm sao không biến thành ác độc? Lời nói giả dối mà cứ lặp đi lặp lại mãi cũng trở thành chân thật. Cuối cùng người anh cũng giống như vợ, bắt đầu ghét bỏ người em.

Một hôm, người anh nghe lời vợ, đem người em tới nghĩa địa rất xa thành phố. Đó là một nơi rất ghê rợn, vì theo tập tục Ấn Độ, người chết đi thì đem tử thi vứt vào đấy cho chim chóc thú vật tới mổ rỉa mà ăn.

Nghĩa địa rất u ám, xương trắng ngổn ngang, luôn luôn có tiếng chim kêu thê lương như tiếng quỷ khóc trong địa ngục. Vào bên trong thì cái khí âm u của nghĩa địa làm cho người ta lạnh run lên. Vào sâu bên trong nữa có một ngọn cây cao đến tận từng mây, cành lá chằng chịt che trùm cả khe núi. Người anh lấy một sợi dây thừng mang theo, trói thúc người em lại rồi treo lên một cành cây to, vừa trói vừa bảo em:

- Không phải anh tàn nhẫn, nhưng nói thật em làm cho anh phiền lo nhiều quá. Em hãy ở đây suy nghĩ cho kỹ anh nói có đúng không, vài bữa nữa anh tới đón em về.

Nói xong, người anh quay đầu chạy mau trở về nhà, không màng tới tiếng kêu van xin bi thảm của em. Thật ra người anh rất mâu thuẫn, lòng thương em rất mực đã bị bà vợ dùng giọng nói nét mặt nghiêm khắc đàn áp xuống. Anh ta rất đau khổ nhưng không đủ sức chống lại vợ.

“Thôi, để cho nó đánh cuộc với định mệnh xem sao! Nếu nó thoát được miệng hổ lang thì đó là nó có phúc báo, còn nếu không thì coi như là số của nó đã định như vậy. Ta đối với nó như thế đã là từ bi lắm rồi, thay vì nghe lời vợ cầm dao giết nó!” Trên đường về, người anh nghĩ như thế để tự trấn an mình.

Trời dần dần tối. Trong màn đêm đen kịt, tiếng chim kêu thảm khốc càng ngày càng to. Rồi lại có thêm những âm thanh kỳ quái hỗn tạp cũng vọng lại, như báo hiệu yêu quỷ sắp hiện hình. Đêm sâu dần, hổ, báo, sư tử, chó sói cũng lục tục kéo đến, rống lên từng hồi như muốn hớp hết hồn phách của người ta. Những tia mắt xanh lè, tham lam hung ác đổ dồn về phía gốc cây cổ thụ. Trên cây, người em cố hết sức giãy giụa khóc la:

- Cứu tôi với! Trời ơi! Thần thánh ơi! Cứu tôi với! Cứu tôi với!...

Nó la hét như một người điên cho đến nỗi máu tươi từ trong miệng trào ra.

Ngay lúc ấy, tại thành Vương Xá xa xôi, đức Phật *Thích-ca Mâu-ni* đang trụ trong Kim Cương Tam Muội. Ngài nghe tiếng kêu cầu của đứa trẻ đáng thương, và nhìn thấy rõ tình cảnh nguy ngập mà nó đang lâm phải, nên Ngài dùng thần lực phóng ra một luồng ánh sáng từ giữa hai lông mày.

Trong nghĩa địa, bỗng nhiên có một luồng ánh sáng trắng kỳ dị chiếu tới khiến khe núi u ám rợn người ấy chợt rực sáng lên. Những con dã thú hung hăng bị luồng ánh sáng trắng chiếu tới, lùi dần từng bước, từng bước, có con quay mình chạy chí tử.

Lại có một luồng ánh sáng màu trắng khác mạnh mẽ hơn chiếu thẳng tới sợi dây thừng trên người đứa em. Như thể bị chạm phải một ngọn lửa mạnh hay một lưỡi dao bén, sợi dây kêu lên răng rắc và đứt đoạn từng khúc một.

Tiếp theo lại có một luồng ánh sáng trắng thứ ba, dịu dàng chiếu lên thân đứa em. Nó như bị tê liệt rơi xuống đất, đau đớn nhức nhối ngất lịm đi. Bỗng nó cảm thấy như có người đang nhẹ nhàng vỗ về khiến cho nó cảm thấy thư thái lạ kỳ.

- Con thật là đáng thương!

Một giọng nói dịu dàng từ ái vang lên bên tai. Nó tỉnh lại và có một cảm giác lạ lùng khiến bao nhiêu đau đớn trong người tan biến hết. Ngẩng đầu lên nhìn, nó thấy một người cao lớn trang nghiêm đang đứng trước mặt nó, người ấy lại hiền từ nhìn nó mỉm cười. Kinh ngạc quá độ, nó ấp úng không biết phải nói gì:

- Ngài là... ngài là...

- Ta là Phật!

- A! Ngài là Phật tổ đó sao! Con thấy Ngài thật rất uy nghi khả kính. Con nguyện sau này sẽ làm Phật giống như Ngài để cứu mình và cứu người!

Đứa bé liền phủ phục năm vóc xuống đất lễ lạy. Đức Phật cho nó quy y và đưa nó về thành Vương Xá.

Từ đó, người em sống trong tăng đoàn, cùng chúng đệ tử của đức Phật tu hành, nghe kinh thính Pháp, không lâu sau thì chứng được Vô Sinh Pháp Nhẫn.

Người em chứng đạo rồi nhớ đến anh mình, liền đến trước đức Phật bạch rằng:

- Bạch Thế Tôn! Anh con tuy đã có lòng ám hại con, nhưng nhờ thế mà con được gặp Phật và được Phật cứu độ. Như vậy, thành tựu hôm nay của con là nhờ anh con mà có. Nay con muốn về hóa độ anh ấy, nên con xin phép Thế Tôn cho con vắng mặt một thời gian.

- Rất tốt! Ta rất ngợi khen suy nghĩ đó của con.

Người em bèn dùng thần thông bay về nhà của anh. Bà chị dâu thấy được, vội vàng chạy vào nhà trốn. Bà tưởng rằng người em bị hại nhưng không chết nên nay trở về báo thù. Nhưng người em đã gọi lớn:

- Anh chị ơi, anh chị không cần chạy trốn. Em không oán hận anh chị chút nào mà còn muốn tạ ơn anh chị nữa. Nhờ anh chị mà em gặp được ân sư là đức Phật, chứng được quả vị, thoát khỏi sinh tử. Em đặc biệt trở về đây để cám ơn anh chị.

Em cũng hy vọng anh chị có thể tu học Phật pháp để sớm thoát khổ. Tài sản, của cải cho đến tính mệnh của chúng ta trên thế giới này đều là vô thường, nếu làm đủ cách để truy cầu chúng thì dẫu có được đi nữa, cũng có ngày chúng sẽ bỏ chúng ta mà đi. Anh chị nghĩ kỹ xem, có gì thật sự thuộc về chúng ta đâu? Hãy bỏ chúng đi, lấy cái tâm tưởng và tinh lực để truy cầu chúng dành cho việc truy cầu Phật pháp, vì đó mới là kho tàng chân chính. Kho tàng này mới thật sự vĩnh cửu không bao giờ mất, đem lại cho chúng ta gia tài bảo vật và cả niềm an vui nữa.

Những lời nói ấy làm cho vợ chồng người anh như bừng tỉnh mộng, nhất là lòng khoan dung độ lượng của người em, đã không oán trách lỗi lầm xưa mà còn lo nghĩ tới niềm phúc lạc của họ nữa. Đó chính là sức mạnh đã giúp họ có can đảm sám hối tội đã làm.

Chỉnh đốn việc gia đình nhà cửa xong xuôi, cả ba cùng sánh vai nhau tiến về hướng tinh xá Trúc Lâm. Và từ đó họ trở thành những đệ tử tinh chuyên nhất của Phật-đà.

15. Nói lời ác phải chịu quả báo

Lúc đức Phật thuyết pháp ở thành Tỳ Gia Lê, có một người tên là Ca La Việt, được nhìn thấy tôn nhan của Thế Tôn, sinh lòng hân hoan vô hạn, bèn thỉnh đức Phật đến nhà để có dịp thành tâm cúng dường.

Khi đức Phật đến và từ bi chú nguyện cho ông, Ca La Việt trân trọng đứng lên cung thỉnh Thế Tôn thuyết giảng ý nghĩa chân thật của Phật pháp. Đức Phật mỉm cười, từ miệng Ngài phóng ra một luồng ánh sáng năm màu rực rỡ, luồng ánh sáng này lập tức nhiễu quanh Ngài ba vòng rồi mới ẩn vào đỉnh đầu của Ngài mà biến mất.

Ngài A Nan thấy thế, vội sửa y phục đến trước đức Phật mà bạch rằng:

- Bạch Thế Tôn! Phật không khi nào cười mà không có nguyên do. Hôm nay Thế Tôn cười, chắc là có điều gì muốn khai thị cho chúng con. Chúng con vô cùng ngưỡng mong được nghe Thế Tôn từ bi thuyết pháp.

Đức Phật lại cười đáp:

- Được rồi, A Nan! Ta biết ông lúc nào cũng vì chúng sinh mà mong muốn vạch ra một con đường đưa đến giải thoát, cho nên bây giờ ta sẽ vì ông mà thuyết giảng.

Cách đây rất lâu, tại một vương quốc nọ, có 500 người lái buôn chuyên đi đào quật các mỏ vàng ngọc châu báu. Có một hôm, họ vào biển sâu tìm kho tàng. Tìm được kho tàng rồi, trên đường về, họ sợ gặp sóng dữ nguy hiểm nên mới bỏ thuyền mà đi trên đất liền. Ngày hôm ấy họ băng qua một ngọn núi cao, khi mặt trời đã ngả về tây, mọi người nằm ngay xuống đất mà ngủ, hẹn nhau rằng hôm sau khi trời vừa hừng sáng thì phải lập tức lên đường.

Quả nhiên, sáng sớm ngày hôm sau, 499 người thức dậy đúng giờ chuẩn bị hành trang xong xuôi là khởi hành ngay, chỉ có một người không ai nhìn thấy mà đánh thức nên vẫn còn nằm ngủ say ở đó.

Khi người này mở mắt tỉnh giấc thì đã lạc mất đồng bạn, cuống cuồng chạy ra đường núi những tưởng bắt kịp đoàn người kia, nhưng đã muộn mất rồi! Người này chạy tới chạy lui, nhưng chạy đường nào đi nữa cũng không ra khỏi được những hẻm núi quanh co hiểm trở.

Đúng lúc ấy, gió bấc bỗng nổi dậy rít lên giận dữ, trong chớp nhoáng một trận cuồng phong thổi tới làm cho cát đá bay loạn xạ, từng tảng băng tuyết ào ạt rơi xuống, con đường núi trước mặt phút chốc đã bị băng tuyết phủ kín, không trông thấy đâu nữa.

Con đường về nay đã không còn, người lái buôn này tuyệt vọng ôm mặt khóc ròng, nước mắt lả chả.

Trong những hẻm núi quanh co đó có một cây gỗ thơm Chiên Đàn, hấp thụ tinh hoa của trời đất từ lâu đời nên có được tánh linh và biến thành một vị thần cây. Thần cây biết được nỗi thống khổ của người lái buôn lạc đường nên phát tâm cứu giúp, đến trước người này mà nói rằng:

- Ông có thể tạm thời đến chỗ của ta mà ở, chuyện ăn uống, quần áo đã có ta lo liệu, chờ tới mùa xuân năm sau, băng tuyết tan rồi sẽ tìm ra đường về.

Người lái buôn đã đến bước đường cùng, nghe thế mừng rỡ vô cùng, từ đó bèn trú ngụ dưới gốc cây Chiên Đàn này.

Thời gian qua như tên bay, chẳng mấy chốc mùa xuân đã đến, băng tuyết đã tan, đường về đã hiện ra trước mắt, người lái buôn lạc đường mới nói với thần cây:

- Khi tôi cùng đường mạt lộ, hân hạnh được ngài cứu vớt mới sống sót được tới ngày hôm nay, chỉ hận là trong người không có vật gì để báo đáp ơn ngài. Bây giờ tôi còn chút cha già phải về phụng dưỡng, xin ngài vui lòng đưa đường chỉ lối cho tôi về.

- Được -thần cây cười nói và đưa cho người này một cái bánh bằng vàng -, ông cứ đi thẳng trước mặt thì sẽ đến một ngôi thành nhỏ, cứ ven theo ngôi thành ấy thì sẽ tìm được đường về nhà.

Nghe xong, người lái buôn lạc đường mới cáo biệt thần cây:

- Gốc cây này mùi hương ngào ngạt thanh khiết không gì sánh bằng, trên thế gian chắc chắn không có một gốc cây thứ hai như thế. Hôm nay tôi từ biệt ngài mà về chốn xa xôi, có lẽ suốt đời tôi sẽ không được gặp lại ngài nữa, chỉ ao ước ngài vui lòng cho tôi biết tên.

Thần cây trả lời:

- Ông hãy đi về đi, tìm biết tên ta mà làm gì.

Người lái buôn nói:

- Tôi rất xấu hổ, lúc cùng đường gặp ngài nên được sống sót, tính lại hơn một trăm ngày đã trôi qua mà chưa báo đáp được mảy may nào công ơn to lớn của ngài, thật ra tôi không làm gì khác được là xin được biết quý danh để khi về tới nhà, tôi có thể kể cho người nhà biết đến công đức của ngài.

Thần cây thấy người lái buôn có vẻ thành thật, không nỡ từ chối hảo ý của người này nên thẳng thắn nói tên mình là Chiên Đàn, nhưng dặn đi dặn lại mấy lượt:

- Rễ nhánh của ta có thể trị được tất cả các loại bệnh của thế gian, mùi hương của ta bay ngát bốn phương trời, ở xa cũng có thể ngửi thấy, có thể nói là trên đời có một không hai. Nhưng nếu mọi người biết được sự hiện diện của ta, lòng tham không đáy của họ sẽ khiến họ đến đốn ngã ta mất. Vì thế, ta hy vọng ông sẽ không nói với ai chỗ ta ở.

Người lái buôn cám ơn thần cây rồi, đi theo lộ trình thần cây chỉ dẫn, quả nhiên về được tới nhà của mình. Sau đó ông sống những chuỗi ngày an vui hạnh phúc bên cạnh cha mẹ và vô số bạn bè thân thích.

Sau đó không lâu, nhà vua bỗng mắc bệnh đau đầu, thuốc thang mọi thứ đều vô hiệu, sau gặp một vị thầy thuốc danh tiếng nói cho biết rằng chỉ có một phương thuốc chữa được bệnh của vua, đó là làm sao tìm cho ra một cây Chiên Đàn, lấy lá rán lên làm thuốc mà uống.

Nhà vua nghe thế, lập tức xuống chiếu nói rằng, hễ ai tìm được cây gỗ thơm Chiên Đàn thì sẽ được phong thưởng hậu hĩ, chưa kể còn được vua gả công chúa cho nữa.

Lệnh vua truyền xuống chẳng mấy chốc đã tới tai người lái buôn ngày nào đi lạc đường. Người này tuy mặt người nhưng lòng thú, tâm tham quyến rũ không sao cưỡng được, nên quên mất ơn cứu mạng và những lời căn dặn năm lần bảy lượt của thần cây, lén lút chạy đi nói với nhà vua là mình biết chỗ có cây Chiên Đàn.

Nhà vua liền phái một đoàn dũng sĩ đi theo gã lái buôn để đốn cây Chiên Đàn mang về.

Thế là một đoàn người rầm rộ, ngày đi đêm nghỉ không một ngày nào ngừng, quả nhiên đến được chỗ có cây chiên đàn. Mọi người ngước lên chỉ thấy cành lá sum sê, thân cây sừng sững chót vót. Bọn vệ sĩ thấy cây như thế, không ai nỡ ra tay đốn. Nhưng nếu về tay không thì tội khi quân, cưỡng lệnh vua làm sao trốn thoát? Đang phân vân lưỡng lự thì bỗng có tiếng nói vang rền từ trên không vọng xuống:

- Ta là thần của gốc cây này, quý vị nếu muốn đốn cây thì cứ việc ra tay. Chỉ xin quý vị cố gắng giữ gìn rễ cây để cây đừng chết hẳn. Đốn cây xong, xin quý vị kiếm xác của một người mới chết, lấy máu người này bôi lên rễ cây, rồi lấy ruột gan đắp lên trên, cây sẽ có thể sống lại như cũ.

Nghe đến đây, ai nấy mỗi người một tay đưa búa lên chém, thân cây ngã xuống đánh ầm một tiếng. Đúng lúc đó, người lái buôn đứng bên cạnh đang mải mê ngước đầu lên nhìn bỗng rú lên rồi ngã xuống đất. Mọi người hớt hải chạy đến thì thấy trên thân của người này máu chảy dầm dề. Thì ra người này không hiểu sao bỗng vấp phải một cái rễ cây mà ngã xuống, bị trúng ngay chỗ hiểm. Thật đáng thương, tiền lãnh thưởng thì chưa thấy đồng nào mà tính mệnh thì than ôi đã đi đời!

Lúc mọi người còn đang bàn tán sôi nổi bên cạnh thi thể của người lái buôn xấu số, thì có một người lên tiếng:

- Lúc nãy tôi nghe có tiếng người nói từ trên không vọng xuống, bảo kiếm xác người mới chết lấy máu mà bôi lên, rồi lấy ruột gan mà đắp lên rễ cây. Lúc đó tôi hoang mang tự hỏi, ở một nơi hoang vắng như thế này thì lấy đâu ra xác người? Nào ngờ người lái buôn này lại chết bất đắc kỳ tử, hay có thể ông ta vừa tới số cũng không chừng, thôi thì chúng ta hãy tạm lấy máu và ruột gan ông ta đắp lên rễ cây vậy.

Mọi người ai nấy đều đồng lòng hưởng ứng, khi họ hoàn tất việc này, trong nháy mắt rễ cây bỗng đâm ra tua tủa và cành lá vươn lên rậm rạp, gốc cây sum sê tươi tốt như thể chưa từng bị đốn xuống bao giờ.

Nhà vua nhờ uống thuốc chế từ cây Chiên Đàn nên bệnh đau đầu phút chốc đã lành, bèn truyền lệnh cho tất cả thần dân, ai có bệnh thì hãy đến lấy thuốc Chiên Đàn còn lại đem về uống, chẳng bao lâu, bệnh tật nào cũng chữa lành hết. Từ đó đất nước thanh bình, quốc thái dân an, hưởng hạnh phúc lâu dài.

Ngài A Nan nghe đức Phật kể đến đây, bèn rời chỗ ngồi, tiến lên lễ Phật bạch rằng:

- Người lái buôn lạc đường sao lại vong ơn bội nghĩa, quên lời dặn dò của thần cây? Tại sao vì muốn lãnh thưởng mà lại làm chuyện trái với lẽ phải như thế kia?

Đức Phật là một vị đại giác, Ngài biết một cách rõ ràng mọi dây mơ rễ má của từng quan hệ nhân quả một, nên trả lời ngài A Nan:

- Ngày xưa khi Phật Duy Vệ còn tại thế, có ba cha con nhà nọ. Người cha chăm chỉ thực hành *ngũ giới, thập thiện*, nghiêm trì *bát quan trai giới*, tinh tiến, không giải đãi. Người con trưởng cũng hay ở giữa sân hướng lên không trung mà đốt hương lễ bái, cúng dường chư Phật trong mười phương. Còn người con út lại ngu si không biết tôn kính Tam Bảo, thường lấy áo quần không thanh khiết mà đậy lên những nén hương này. Người con trưởng nói:

- Hành động mày làm rất tội lỗi, làm sao mày có thể ngang ngược làm chuyện xúc phạm như thế được!

Người con út không những không hối lỗi mà còn dùng lời thô ác mắng lại anh:

- Hứ! Sao anh dám xía vô chuyện của tôi? Tôi thề chặt đứt chân anh mới hả lòng!

Người con trưởng không nén được cơn giận mới trả lời:

- Đồ mất dạy, tao giết mày chết bây giờ!

Người cha đứng bên cạnh cũng nổi cáu lên mà ôm đầu than:

- Chúng bây hai đứa cãi nhau ồn ào quá, làm tao bực bội nhức cả cái đầu đây này!

Người con trưởng nói:

- Con sẵn sàng mổ thân con ra làm thuốc chữa cho cha lành bệnh.

Đức Phật nói đến đây, ngừng lại một lúc rồi nói tiếp:

- Ai cũng thế, không nên thốt lời vọng ngữ! Kiếp này tạo khẩu nghiệp, về sau thế nào cũng bị báo ứng. Như đứa con út vừa nói ban nãy, vì niệm ác khởi lên muốn chặt đứt chân anh, quả nhiên về sau đem người đến đốn cây, tức là người anh đầu thai lên làm thần cây. Người con trưởng đòi giết em, quả nhiên sau đó thực hiện lời nói của mình. Còn ông vua bị bệnh đau đầu chính là cha của anh em nhà ấy, nhờ phụng trì trai giới một cách tinh tấn nên sinh ra được mọi người tôn quý, nhưng chỉ vì khi hai đứa con của ông cãi nhau, ông đã từng nói "làm cho tao nhức đầu quá" nên về sau quả nhiên bị bệnh đau đầu.

Những người này, người nào cũng đã từng thốt lời vọng ngữ bừa bãi, nên mỗi người đều chịu quả báo lời nói của mình.

Cho nên nói rằng, nhân quả báo ứng như bóng theo hình, không mảy may sai chạy là như vậy.

Đức Phật thuyết về vấn đề giữ giới thân khẩu ý xong, ông Ca La Việt đứng bên cạnh Ngài lập tức chứng quả Tu Đà Hoàn. Trong nhà ông có bao nhiêu tài sản, ông đem lên cúng dường hết để dùng vào việc truyền bá rộng rãi Chánh pháp. Xong, ông còn đưa vợ con đi quy y Phật, để họ được bước trên con đường chính giác.

16. Hối lỗi sinh cõi trời

Cách đây hơn hai ngàn năm trăm năm về trước, ở Ấn Độ, đâu đâu cũng có thể nghe được tiếng thuyết pháp của đức Phật. Để pháp âm vi diệu được lưu truyền mãi mãi, cứu vớt chúng sinh đang trầm luân trong biển khổ, Ngài không ngại gian nan, không phút nào nghỉ ngơi, kim thân Ngài vì thế đã đi qua hết mọi hang cùng ngõ hẻm của nước Ấn Độ.

Có một lần, đức Phật dừng chân ở núi Linh Thứu nước Ma Kiệt Đà, thuyết pháp giảng kinh cho rất nhiều đệ tử. Lúc đó, vua nước Ma Kiệt Đà là Tần Bà Sa La, dẫn đầu một đoàn đại thần rất đông lên núi Linh Thứu, chắp tay cung kính lễ dưới chân Phật rồi bạch rằng:

- Bạch Thế Tôn, Ngài là đấng đại từ bi, là đức Phật cao cả, con nay xin thỉnh cầu, nguyện Thế Tôn dùng ánh sáng từ bi chiếu rọi vào rừng trúc, dùng đại uy lực vô úy của Phật mà hàng phục con rắn độc ở trong đó, để nó đừng hại người ta nữa.

Số là cách Vương Xá Thành không xa, trong khu rừng trúc có một con rắn độc ghê rợn ẩn náu. Giả như có người đi ngang khu rừng đó, thì lửa giận của nó phừng lên, nó bèn nhìn người ấy một cách độc ác. Nếu như người đó đến gần nó hơn một chút thì nó liền dùng khí độc làm hại, hoặc dùng răng độc cắn người ấy. Vết thương dầu nặng dầu nhẹ, cuối cùng người ấy cũng sẽ táng thân mất mạng.

Vì vậy có người mới đem chuyện này tâu lên quốc vương, thỉnh cầu vua tìm cách giải quyết. Nhà vua nghĩ tới nghĩ lui tìm đủ mọi biện pháp, lại vì đã có rất nhiều người muốn trừ khử con rắn độc này mà đều bị nó giết chết, nên vua chỉ còn một cách là cầu cứu đức Phật.

Đức Phật bằng lòng giúp nhà vua, nên một hôm, Ngài một mình một thân đi bộ thẳng vào khu rừng trúc, nơi con rắn độc đang ẩn náu. Con rắn độc nhìn thấy đức Phật từ xa, tâm sân hận nổi lên, nó đăm đăm nhìn đức Phật rồi còn há miệng thật to, thè cái lưỡi đỏ ra tính vồ tới làm hại Ngài. Đức Phật vận dụng lực từ bi, từ mỗi đầu ngón tay của Ngài phát ra năm tia sáng năm màu. Những tia sáng năm màu rực rỡ này chiếu lên thân rắn khiến nó lập tức trở nên hiền lành, độc khí tiêu tan, tâm hoan hỉ phát sinh. Nó ngóc đầu lên chiêm ngưỡng đức Phật và suy nghĩ trong đầu rằng:

- Người này từ đâu tới, tại sao lại có thể phát ra ánh sáng kỳ diệu chiếu lên thân ta, khiến cho thân tâm ta cảm thấy mát mẻ sảng khoái như thế này?

Đức Phật biết là con rắn độc đã được điều phục rồi, nên nói với nó rằng:

- Trưởng giả Hiền Diện, trong những kiếp trước ngươi là người keo kiệt tham lam, ngươi có biết tội của mình đã làm không? Trong thời quá khứ, tuy rất giàu sang phú quý nhưng tâm keo kiệt và đố kỵ rất mạnh, ngươi chuyên làm việc dối trá gạt người, không có việc ác nào mà ngươi không làm, chưa từng một lần bố thí vật gì cho ai. Cái người hành khất đáng thương kia đến xin, ngươi đã không cho hạt gạo nào thì chớ, còn nổi giận nhìn người ta một cách dữ dằn, dùng lời độc ác mắng người ta. Vì thế, kiếp này ngươi mới phải chịu quả báo mang lấy hình thù xấu xí, tại sao ngươi vẫn chưa chịu phản tỉnh mà sám hối? Tại sao lại còn sinh tâm ác độc mà nhiễu hại những người đi ngang qua đây? Tội nghiệp của ngươi đã nặng lắm rồi, bây giờ còn tiếp tục tạo nữa, ngươi muốn chịu khổ cho tới chừng nào mới ngưng? Nếu ngươi cứ theo đà này thì quả báo khổ đau về sau sẽ vô cùng vô tận, cả ngàn vạn kiếp cũng không thoát ra được.

Âm thanh từ bi của giọng nói đức Phật đã đánh vào tận tâm can con rắn một cách mạnh mẽ. Nó nghe pháp âm rồi, liền thấy rõ ràng điều sai quấy mình đã làm, sinh tâm tàm quý và sám hối tội lỗi trước mặt đức Phật.

Đức Phật thấy nó đã rõ ràng tự biết tội mình và thật lòng muốn cầu giải thoát, nên nói với nó:

- Kiếp trước ngươi không biết làm việc thiện nên mới chịu mang thân rắn này, ngày nay ngươi biết tỉnh ngộ để lãnh hội sự giáo hóa của Phật thì ngươi có thể thoát ra khỏi biển khổ được.

Rắn độc nghe thế, tự nhiên biết mở miệng nói:

- Bạch Thế Tôn, con không dám làm trái lời giáo huấn từ bi của Ngài, từ nay về sau con xin nguyện kính cẩn làm theo.

- Thế thì ngươi hãy chui vào bát của ta.

Đức Phật vừa dứt lời, con rắn đã tuân lệnh bò ngay vào bình bát của Ngài. Đức Phật bèn ôm bát ra khỏi rừng trúc. Nhà vua cùng rất nhiều người nghe tin ấy, vội vàng vào rừng xem câu chuyện diễn tiến ra sao. Khi con rắn nhìn thấy người ta, lòng cảm thấy hổ thẹn và chán ghét thân hình rắn độc của mình, liền chết ngay tại chỗ. Mạng sống vừa dứt, nhờ nó đã chân thành sám hối với tâm muốn phục thiện nên được sinh lên cung trời Đao Lợi, hưởng phúc cõi trời.

Một hôm, tại tinh xá Trúc Lâm, trong không trung bỗng có người ngâm kệ tán thán đức Phật rằng:

Đại Thánh tôn cao cả,
Phúc huệ đều đầy đủ.
Ngày xưa con ngu si,
Được Phật khai sáng mắt.
Ơn như mặt trời huệ,
Diệt sạch cấu phiền não,
Vượt qua biển sinh tử.
Sức Phật không nghĩ bàn,
Nhờ Ngài nên thân rắn,
Nay được sinh cõi trời.

Trưởng giả Hiền Diện nhờ lòng hối lỗi nên đã được sinh về cõi trời. Vì thế, hỡi những người giàu có, xin đừng keo kiệt giữ rịt lấy tiền của không chịu bố thí, để khỏi bị quả báo về sau sinh làm rắn độc!

17. Đừng lãng phí

Lúc đức Phật còn tại thế, có một vị đệ tử được người ta cúng dường quần áo, mặc chỉ hai ba hôm là đã dơ bẩn, rách rưới; lúc ăn cơm, bát cơm chưa vét hết đã đứng dậy mà đi, không hề biết giữ gìn tiếc rẻ vật dụng.

Có một hôm, đức Phật bảo người này hãy cởi bỏ áo cà-sa, mặc đồ như người thế tục mà vào thành khất thực. Khi ông vào thành, những người lúc trước vẫn thường cúng dường ông thì hôm nay thấy ông, ai cũng nhất định không chịu cúng dường. Vừa thấy ông trở về, đức Phật hỏi:

- Hôm nay ông được cúng dường những gì?

- Bạch Thế Tôn, hôm nay con không nhận được gì hết. Thỉnh Thế Tôn cho con mặc áo cà sa trở lại.

- Ta cũng định trả lại cho ông tấm áo cà sa mà ông gởi

cho ta giữ, nhưng lại quên mất để nó ở chỗ nào. Thôi thì ở đây có mớ bông gòn, ông có thể lấy mà tự may áo cà sa mặc cũng được.

Đức Phật giao cho vị đệ tử này một bó bông gòn. Ông cầm lấy tự nghĩ, làm sao mà may áo với những thứ này? Ông hỏi với một giọng châm biếm:

- Bạch Thế Tôn, con không phải là nhà ảo thuật, làm sao có thể may áo cà sa với mớ bông gòn này?

Phật dạy:

- Áo cà sa là do bông gòn làm thành, không cần phải là nhà ảo thuật mới có thể làm được; có một vài công việc cố định phải làm, và ai cũng có thể làm. Nhưng để biến bông gòn thành vải phải mất rất nhiều công lao gian khổ, phải hái bông gòn, kéo thành sợi, dệt thành vải, sau đó cắt may mới thành được một tấm cà sa. Áo cà sa mà ông đang cần đó, phải làm như thế mới có được.

Người này kinh ngạc hỏi:

- Trời ơi, phiền phức đến thế sao?

- Phải rồi, muốn làm thành một tấm cà sa phải trải qua bấy nhiêu đó gian khổ. Vì thế ông phải biết gìn giữ đồ vật, và không phải chỉ có quần áo mà thôi đâu. Ta thấy ông ăn cơm cũng phí phạm như thế. Ông phải biết, một hạt thóc là do người nông phu phải cực nhọc làm lụng mà có. Muốn có hạt thóc ấy để nấu thành cơm, thì phải gieo mạ, nhặt cỏ, bỏ phân, tưới tẩm v.v... Chúng ta được sống qua ngày một cách an ổn như thế này là do sự giúp đỡ của rất nhiều người. Chúng ta không nên quên lãng ân huệ ấy, mà phải dùng cái tâm tri ân để giữ gìn đồ đạc mà họ cúng dường cho chúng ta, và lấy sự tu hành chuyên cần để báo đáp ơn thí chủ.

Thật ra mọi thứ tài sản châu báu, của cải nơi thế gian đối với Đức Phật đều không có ý nghĩa gì; nhưng dầu là một cọng cỏ, một nhánh cây trên thế gian này, không có vật gì là Ngài không cẩn thận gìn giữ. Đó là vì Ngài luôn hiểu và trân trọng công sức cũng như tấm lòng của những người đã làm ra những tài vật ấy. Vì thế, phàm là đệ tử Phật thì không thể không ghi nhớ những lời dạy sâu sắc của Ngài.

18. A-la-hán ăn mày

Giáo pháp của đức Phật vô cùng bình đẳng, không có sự chênh lệch giai cấp, không có sự phân biệt giàu nghèo.

Lúc đức Phật thuyết pháp tại tinh xá Kỳ Viên, đến bữa ăn là phải ôm bát ra ngoài hành hóa. Lúc Ngài khất thực, không phân biệt giàu nghèo, sang hèn, khôn dại, đẹp xấu, Ngài xem tất cả đều bình đẳng, khiến cho nhà nào cũng có được cơ hội gieo trồng hạt giống phúc đức.

Mỗi khi đức Phật dẫn đầu đoàn đệ tử đến thành Xá Vệ khất thực, thì sau lưng Ngài có rất nhiều người hành khất đi theo. Nhờ uy đức của đức Phật, họ cũng được mọi người phát tâm từ bi bố thí.

Thời gian chầm chậm trôi qua, những người hành khất trong thành Xá Vệ nhờ thế mà kéo dài được mạng sống hạ tiện của họ. Có một hôm, người cầm đầu trong đám ăn mày ấy nói với đồng bạn rằng:

- Chúng ta thuộc về hạng chúng sinh bị tội khổ, tuy nương dựa vào ánh sáng từ bi của đức Phật để được mọi người bố thí mà kéo dài mạng sống, nhưng cứ tiếp tục như thế này mãi cũng chẳng bao giờ đi tới đâu. Tôi thiết nghĩ rằng, hay là tất cả mọi người trong bọn chúng ta kéo nhau đến chỗ của đức Phật xin xuất gia, y Pháp mà tu hành, tương lai không phải là được giải thoát cả hay sao? Các bạn nghĩ như thế nào?

Tất cả mọi người trong đám ăn mày đều tán thành ý kiến này, thế là họ kéo nhau đến tinh xá Kỳ Viên cầu xin đức Phật cho họ xuất gia để tiêu trừ tội khổ.

Đức Phật nói:

- Pháp của ta bình đẳng, bất kể kẻ trí hay người ngu, người sang hay kẻ hèn, ai cũng có thể được truyền trao giáo pháp, được ánh sáng pháp chiếu soi. Pháp của ta là pháp thanh tịnh, người tốt hay xấu ai cũng có thể bỏ sự ô uế để được trong sạch, hồi phục lại chân tính căn bản. Hôm nay các ông xin xuất gia, đó là do thiện duyên của các ông, các ông chỉ cần tuân theo giáo pháp của ta thì ta cho phép các ông gia nhập tăng đoàn, thành những vị *tỳ-kheo*.

Những người hành khất nghe đức Phật nói xong hết sức vui mừng, cạo hết râu tóc và khoác pháp y vào. Từ đó họ nỗ lực ra công, diệt trừ tham sân si trong tâm, hiểu rõ căn nguyên của sinh tử, nên có nhiều vị đã chứng được quả *A-la-hán*.

Lúc đức Phật cho phép đoàn người hành khất xuất gia, trong dân chúng có rất nhiều người nghi ngờ, vẫn còn ôm giữ định kiến không tốt về họ nên dùng lời oán than phản đối, cho rằng tăng đoàn vốn tôn quý thanh tịnh, không nên để cho bọn ăn mày ấy được phép gia nhập. Quan niệm giai cấp trong đầu những người này hãy còn rất nặng nề.

Có một hôm, thái tử *Kỳ-đà* làm một cỗ chay cúng dường đức Phật và chư tăng, nhưng ông dặn rõ ràng rằng:

- Bạch Thế Tôn! Con rất hoan hỉ mà cung thỉnh đức Phật và chư tăng ngày mai đến nhà con thọ cúng, nhưng không có chỗ cho mấy ông *tỳ-kheo* hành khất nọ, xin Thế Tôn đừng mang họ theo.

Ngày hôm sau, lúc lên đường đến nhà thái tử *Kỳ-đà* thọ cúng, đức Phật nói với các vị *tỳ-kheo* đã có thời làm hành khất nọ:

- Hôm nay ta nhận lời thỉnh của thái tử *Kỳ-đà* đến nhà ông ấy dùng cơm. Các ông hãy đi về phía bắc, đến nước Uất Đan Việt, hái thức ăn như lúa canh v.v... tới nhà thái tử *Kỳ-đà* rồi tùy ý tìm chỗ mà ngồi ăn.

Các vị *tỳ-kheo* hành khất hiểu ý của đức Phật, tuân lệnh lên đường. Họ dùng thần thông nên đến nước Uất ĐanViệt trong nháy mắt, hái đầy bình bát lúa canh đã chín mang về. Về tới chỗ, họ họp thành một nhóm 500 người, xếp hàng thành chữ "nhất", từ không trung bay xuống, uy nghi, chỉnh tề, trang nghiêm, khiến ai nhìn thấy cũng phải tỏ lòng tôn kính tán thán. Khi họ đến cung điện của thái tử *Kỳ-đà*, 500 người theo thứ tự an nhiên ngồi xuống, mỗi người mở bát lấy lúa canh mang theo mà dùng.

Thái tử *Kỳ-đà* nhìn thấy các vị *tỳ-kheo* này rất lấy làm lạ, bèn hỏi đức Phật:

- Bạch Thế Tôn, các vị đại *A-la-hán* mới từ không trung bay xuống, phong thái uy nghi lẫm lẫm khiến ai nhìn thấy cũng phải tôn kính ấy, chẳng hay từ đâu mà đến? Thỉnh Phật từ bi nói nhân duyên của họ cho con được biết.

Đức Phật nhìn đại chúng, nhìn sang thái tử *Kỳ-đà* rồi sau đó mới nói một cách ôn hòa:

- Thái tử *Kỳ-đà*! Ông hãy nghe ta nói: các vị *tỳ-kheo* ấy chính là những vị *tỳ-kheo* hành khất mà hôm qua ông nhất định không muốn cúng dường. Vì ông không mời họ nên hôm nay họ phải đến nước Uất ĐanViệt hái lúa canh đã chín mang về đây dùng.

Thái tử *Kỳ-đà* nghe thế lấy làm vô cùng xấu hổ, biết mình đã có lỗi khinh mạn và tà kiến, buồn rầu hối hận mà tự trách rằng:

- Con thật là ngu si, không biết đâu là thánh đâu là phàm, có mắt đứng trước núi Thái Sơn mà không thấy, thật là đáng tội!

Nói xong vội vàng bày bàn cỗ thức ăn, thỉnh 500 vị La Hán vào bàn rồi hỏi đức Phật rằng:

- Bạch Thế Tôn, 500 vị *A-la-hán* này được Phật giáo hóa không lâu đã chứng đắc quả vị, lìa khổ được vui. Đã được một phúc báo to lớn như thế, thì tại sao lúc ra đời lại sinh ra trong nhà hạ tiện? Thỉnh Thế Tôn từ bi khai thị cho con!

Đức Phật liền nhân đó giảng giải cho đại chúng nghe:

- Xưa thật là xưa, có một thế giới to lớn gấp bội lần thế giới hiện tại của chúng ta. Trong thế giới ấy có một quả núi cao, trên ấy có nhiều vị tu hành và tiên nhân tu đạo cư ngụ. Vì thế người ta bèn đặt tên cho quả núi ấy là Tiên Sơn.

Trong núi, lúc ấy có hơn 2.000 vị tu đạo sinh sống, vị nào cũng đã chứng quả thánh.

Có một năm, trời không mưa trong một thời gian rất lâu nên nạn hạn hán hoành hành, không có cách nào canh nông trồng trọt trên núi, vì thế đời sống trở nên vô cùng khó khăn. Vừa may có một nhà buôn cự phú tên là Tán Đàn Ninh, làm cỗ cúng dường hơn 2.000 vị thánh nói trên.

Vị trưởng giả rất thành tâm, không hề có ý niệm lẫn tiếc nào, còn bảo mấy trăm gia nhân trong nhà phải mỗi ngày phục dịch hầu hạ các vị thánh nhân ấy. Ban đầu thì những gia nhân này làm việc hăng hái chăm chỉ, nhưng về sau họ đâm ra nhàm chán, thốt những lời trách oán, thái độ càng ngày càng lơ là, lười biếng. Nhưng trưởng giả Tán Đàn Ninh không hề hay biết gì về sự việc này.

Một hôm trời đổ mưa, nhà nông vui mừng như bắt được vàng. Hai ngàn vị thánh nhân lên núi trở lại lo việc làm ruộng, trưởng giả cũng bảo gia nhân bắt đầu gieo hạt. Mọi người lấy nông cụ ra, từ sáng đến tối ngoài đồng làm việc, lúa mạch, lúa mì, đậu, ngũ cốc v.v... không đâu là không có. Những gì họ khổ công gieo trồng mọc lên rất nhanh, chín vàng nặng trĩu. Trưởng giả rất vui mừng, bảo họ phải cố gắng thêm, tưới tẩm thêm, bón phân thêm, đến lúc gặt hái thì thu hoạch càng thêm phong phú, kho vựa đầy ăm ắp. Chỗ còn dư thì đem chia cho mọi người và bố thí cho dân chúng trong nước.

Lúc ấy, những người đã phục dịch thánh chúng lúc trước cảm thấy ân hận, xấu hổ, biết lỗi của mình nên từ đó phát nguyện rằng: "Mấy trăm người chúng ta đây, lúc trước đã tạo khẩu nghiệp, bây giờ phải biết sám hối sửa lỗi, từ bây giờ trở đi nguyện làm nhiều việc thiện, phụng sự người khác, cầu mong kiếp tới gặp được thánh hiền, tu hành giải thoát."

- Thái tử *Kỳ-đà*! Mấy trăm người làm công ấy, vì đã tạo khẩu nghiệp nên kiếp này phải chịu cái khổ sinh ra làm ăn mày. Nhưng nhờ biết hối lỗi, nên nửa quãng đời còn lại họ đã được gặp Phật. Trưởng giả Tán Đàn Ninh chính là ta trong kiếp trước. Nhờ những nhân duyên như thế nên kiếp này họ mới được ta hóa độ.

Đức Phật nói xong, thái tử *Kỳ-đà* và những người cùng nghe đều hoan hỉ khôn kể xiết, tất cả đều phát tâm chuyên cần tu hành, sám hối tội lỗi, cầu được vô thượng *Bồ-đề*.

19. Vua Lưu Ly

Sinh ra thân phận tỳ nữ, một bước lên ngôi hoàng hậu, thật là một điều không phải dễ. Thế mà điều ấy đã thật sự xảy ra cho phu nhân Mạt Lợi. Bà sinh ra làm tỳ nữ, sau được làm vợ vua Ba Tư Nặc và trở thành hoàng hậu của nước Kiều Tát Di La. Chuyện gì đã xảy ra khiến cho cuộc đời bà có sự thay đổi to lớn ấy? Đó là do nhân duyên sau đây:

Thời ấy nước Ấn Độ cũng giống như dưới thời Chiến Quốc ở Trung Hoa, phân thành rất nhiều nước nhỏ, mà giàu mạnh nhất phải nói là nước Kiều Tát Di La.

Có một hôm, vua của nước Kiều Tát Di La là Ba Tư Nặc xin cầu thân với nước lân bang là Ca Tỳ La Vệ, vì ở Ấn Độ lúc ấy, Ca Tỳ La Vệ nổi tiếng là nước có nhiều mỹ nhân. Nước Ca Tỳ La Vệ tuy nhỏ bé nhưng không muốn đưa nàng công chúa xinh đẹp tuyệt vời của họ về làm vương phi nước Kiều Tát Di La, vì thế trưởng giả Ma Ha Nam trong thành mới nghĩ ra một kế, đó là đưa cô tỳ nữ Mạt Lợi trong nhà cải trang làm công chúa, gả về làm hoàng hậu của vua Ba Tư Nặc.

Cả nước Kiều Tát Di La đã bị mắc lừa, và đây cũng là nguyên nhân đưa nước Ca Tỳ La Vệ đến chỗ diệt vong sau này.

Phu nhân Mạt Lợi tiến cung rồi, được tất cả mọi người tán thán nhan sắc kiều diễm cùng đức tính phúc hậu hiền lành, nên không một ai nghi ngờ hay đặt câu hỏi về thân thế của bà.

Được làm hoàng hậu, mặc thì chỉ mặc lụa là gấm vóc, ăn thì chỉ ăn sơn hào hải vị, lại được quốc vương sủng ái, cuộc sống của phu nhân Mạt Lợi thật là sung sướng.

Chẳng bao lâu sau, bà sinh hạ cho vua Ba Tư Nặc một vị thái tử. Vị thái tử này không ai xa lạ, chính là người sở hữu khu vườn xinh đẹp nhất được ông trưởng giả Cấp Cô Độc mua bằng vàng để dâng cúng cho đức Phật, tức là thái tử *Kỳ-đà*. Nhưng về sau thái tử không được lên làm vua vì bị người em là thái tử Lưu Ly giết chết.

Lưu Ly là hoàng tử thứ hai của phu nhân Mạt Lợi, không những giết anh mà còn giết luôn vua cha, đồng thời cũng đã tiêu diệt cả nước Ca Tỳ La Vệ, quê hương của mẫu hậu. Tại sao thái tử Lưu Ly tạo ra tội ác tày trời này? Đó cũng là do nhân duyên sau đây:

Lúc thái tử Lưu Ly còn bé đã cùng công tử Khổ Mẫu, con

của một vị đại thần, sang nước Ca Tỳ La Vệ học bắn cung. Kỹ thuật bắn cung của dân nước Ca Tỳ La Vệ rất điêu luyện nên có rất nhiều vương tôn công tử từ các nước khác đến xin theo học.

Một hôm trong nước Ca Tỳ La Vệ, trên đường đi đến trường, thái tử Lưu Ly cùng công tử Khổ Mẫu đi ngang một ngôi nhà nguy nga tráng lệ, trong đó có một tòa giảng đường rất trang nghiêm. Thái tử Lưu Ly bèn trèo lên bảo tòa sư tử ngồi chơi. Lúc ấy có một đoàn người bước vào, thấy thái tử Lưu Ly trên tòa báu, nổi giận mắng rằng:

- Mi là con của một đứa nữ tỳ hạ tiện, làm sao cả gan bước vào tòa giảng đường linh thiêng của ta và làm ô uế bảo toà sư tử này? Mi có biết là bọn ta xây ngôi giảng đường này để tiếp rước bậc đại thánh là đức Phật *Thích-ca* về quê không? Làm sao một đứa ti tiện như mi lại có thể đặt chân đến một chỗ thanh tịnh như thế này, có mau mau cút đi cho ta không?

Tuy thái tử Lưu Ly còn rất trẻ nhưng tự ái đã bị tổn thương trước những lời sỉ nhục như thế, khuôn mặt đỏ bừng xấu hổ. Chàng lặng lẽ rời ngôi giảng đường đi thẳng một mạch về nước Kiều Tát Di La, cắn răng nghiến lợi nói với Khổ Mẫu rằng:

- Khổ Mẫu! Chuyện ngày hôm nay huynh hãy nhớ giùm tôi! Ngày nào tôi lên ngôi vua, thì việc thứ nhất là báo thù rửa cái nhục hôm nay!

Khổ Mẫu bản tính vốn hiếu chiến, nên nghe thái tử nói thế, khen ngợi rằng:

- Thái tử thật là dũng cảm! Tôi quyết sẽ giúp thái tử báo cừu, chỉ cần thái tử giữ vững chí khí ngày hôm nay!

Từ ngày hôm đó trở đi, thái tử ghi khắc trong lòng chuyện mình đã bị nhục mạ, lúc nào câu chuyện ấy cũng như đang diễn ra trước mắt, cho đến trong giấc ngủ, trong giấc mơ cũng không quên được. Vì thế mà chàng canh cánh lo nghĩ đến chuyện lên ngôi kế vị. Chàng thường thất vọng trước sức khoẻ tráng kiện của vua cha, và còn phiền não hơn nữa là sau vua cha còn có người anh là thái tử *Kỳ-đà*.

Ý muốn sớm rửa hận đã che mờ lương tâm lý trí của thái tử Lưu Ly, chàng hãm hại anh rồi giết chết vua cha, lập tức lên ngôi và phong Khổ Mẫu làm đại thần. Khổ Mẫu vô cùng kiêu ngạo, tâu rằng:

- Đại vương! Ngài có nhớ đã bị giòng họ *Thích-ca* sỉ nhục không? Chúng ta phải báo thù!

Vua Lưu Ly ngày đêm nhớ nghĩ chuyện cũ trong đầu, làm sao mà quên cho được. Ông nói một cách sôi nổi:

- Từ ngày hôm ấy trở đi, mối thù này đã khắc ghi sâu đậm trong lòng ta, vĩnh viễn không thể nào quên, chỉ hận là không được lên ngôi sớm! Khổ Mẫu, bây giờ đã đến thời rửa hận, ta không thể nhẫn nại được nữa. Khanh hãy mau triệu tập ba quân, chuẩn bị mọi sự!

Lệnh vua đưa ra ai dám không tuân, Khổ Mẫu bèn chọn lựa một cách nghiêm khắc những vị tướng sĩ tinh nhuệ nhất, và vua Lưu Ly thân hành kiểm duyệt. Xong đâu đó, họ kéo quân đến nước Ca Tỳ La Vệ.

Nước Ca Tỳ La Vệ giáp giới với nước Kiều Tát Di La, từ xưa đến nay hai nước vốn giữ tình lân bang tốt đẹp, quen sống hoà bình, dân chúng hai bên thường qua lại buôn bán với nhau, nên ngày vua Lưu Ly bất thần khởi binh vấn tội, khi quân lính giữ thành biết là tình thế không ổn thì đã quá trễ, đoàn quân của vua Lưu Ly đã rầm rộ tiến vào thành như nước triều dâng, bao vây cung điện của vua như một vòng vây sắt.

Chỉ trong vòng nửa ngày, trọn thành Ca Tỳ La Vệ bị họ tàn sát, và bất cứ người nào của dòng họ *Thích-ca*, dầu nam hay nữ cũng bị giết sạch. Tử thi ngổn ngang đầy đường, thật là một cảnh thảm thương không thể chịu thấu. Hôm ấy, dòng họ *Thích-ca* đã bị vua Lưu Ly diệt tận.

Lúc ấy, đức Phật đang thuyết pháp ở tinh xá Kỳ Viên trong thành Xá Vệ. Ngài biết chuyện, chỉ thở dài mà nói:

- Kẻ tội nhân vô đạo đại nghịch ấy chỉ trong bảy ngày là sẽ bị chết cháy trong lửa dữ, và chết rồi sẽ đọa xuống địa ngục Vô gián chịu khổ!

Đức Phật là bậc đại thánh, nói ra lời nào đều là lời chân thật, không thể không tin. Vì thế, khi các vị đại thần đương triều đem tin này trình lên vua Lưu Ly, thì ông vua này mặt xanh mày xám, tóc tai dựng đứng! Làm tội ác tày trời thì làm, nhưng làm người trên thế gian, ai là người không sợ chết, ai là người muốn chịu khổ? Đằng này đã chết mà còn phải chịu khổ, sức người nào kham nổi! Do đó vua Lưu Ly rất phiền não và sợ hãi. Khổ Mẫu đứng bên cạnh thấy thế tâu rằng:

- Đại vương! Xin ngài đừng sợ, đó chỉ là những lời dối trá bịp bợm. Đại vương thử suy nghĩ cũng biết, khi một người *Bà-la-môn* tới đây cầu xin chuyện gì mà không được, họ bèn nguyền rủa ngài, cầu cho ngài gặp đủ chuyện xui xẻo. Hôm nay ngài đã giết sạch dòng họ *Thích-ca* của Phật, thì làm sao ông ấy không thốt lời oán than? Phật và *Bà-la-môn* có điểm khác nhau là ông Phật hiện đang buồn rầu. Kệ, cho ông ấy cứ việc nguyền rủa. Đại vương, xin ngài hãy an tâm.

Tuy Khổ Mẫu nói những lời bùi tai như thế nhưng vua Lưu Ly không thể nào an tâm nổi, Khổ Mẫu bèn nghĩ ra một giải pháp:

- Đại vương, nếu thật sự ngài không an tâm được, thì thần có một giải pháp này bảo đảm chắc chắn thoát nạn. Chúng ta có thể lên một con tàu bơi ra ngoài khơi, chờ bảy ngày sau tai nạn qua rồi thì lại bơi về. Đó không phải là một giải pháp hoàn hảo hay sao?

Vua Lưu Ly quá phiền não nên đâm ra mê muội, chỉ còn biết nghe theo lời bày vẽ của Khổ Mẫu và ra lệnh chuẩn bị tàu bè. Ngay chiều ngày hôm ấy, vua Lưu Ly, Khổ Mẫu và một đoàn rất nhiều cung nữ mang theo những thứ cần dùng lên tàu, vội vàng nhổ neo ra khơi.

Những người này bình thường có bao giờ đi biển, nên đời sống trên biển đối với họ rất khổ sở. Tuy được bao nhiêu mỹ nữ bao quanh, được ăn những món ăn tuyệt diệu, nhưng vua Lưu Ly tâm vẫn bất an và sống thì không thoải mái, cảm thấy khó chịu vô cùng, một ngày dài dằng dặc tưởng bằng ba năm! Nhưng cứ qua đi một đêm là Khổ Mẫu lại lớn tiếng cổ võ:

- Qua được mấy ngày rồi, chỉ còn mấy ngày nữa thôi là chúng ta có thể trở về thành!

Tuy Khổ Mẫu hô hào như thế nhưng tai nạn vẫn không thể tránh khỏi.

Buổi sáng sớm ngày thứ bảy, Khổ Mẫu oang oang nói:

- Chỉ một đêm nữa thôi, ngày mai chúng ta sẽ về thành!

Đoàn cung nữ chịu hết nổi đời sống tù túng vô nghĩa trên tàu, cô nào cũng phiền trách Khổ Mẫu, nhưng nghe nói ngày mai sẽ về thành, ai nấy đều vui mừng tột độ.

Đêm về khuya, đèn đuốc trên tàu được đốt sáng choang huy hoàng, mọi người ca xang múa hát vô cùng huyên náo, họ trầm mình trong cuộc vui, quên hẳn mình đang ở trên biển để lánh nạn.

Có lẽ phúc báo của vua Lưu Ly đã đến thời kiệt tận, hay trời không dung dưỡng tội ác của ông nữa, nên đương lúc mọi người đang ăn chơi thích thú thì mặt trăng đang chiếu sáng trên không trung bỗng bị mây đen giăng phủ che kín và một trận cuồng phong nổi dậy.

Con tàu của vua Lưu Ly to lớn như thế mà cũng theo sóng biển lắc lư dao động không ngừng. Những tấm phướn, tấm màn treo trên cao bị gió thổi bay phần phật, chạm phải các ngọn đèn, lập tức bén lửa. Ngọn lửa bắt qua các tấm vách bằng gỗ và trong khoảnh khắc, giống như những con rắn lửa bay lượn khắp nơi.

Mọi người kinh hoàng, tuy trước mặt không có đường thoát nhưng ai nấy cũng luống cuống chạy loạn xạ. Cuối cùng vua Lưu Ly, Khổ Mẫu và đoàn cung nữ không một người nào trốn thoát, tất cả đều cùng con tàu to lớn chịu chung một số phận, là bị chết cháy ngay trên mặt biển, để rồi tất cả đều chìm xuống dưới đáy biển sâu.

Quả báo nhãn tiền mà vua Lưu Ly phải chịu là một tấm gương cho dân chúng Ấn Độ đương thời, đồng thời cũng cho chúng ta thấy rõ ràng rằng nhân quả báo ứng không sai một đường tơ kẽ tóc.

20. Quỷ mẹ

Lúc đức Phật thuyết pháp ở nước Đại Đâu thì ở trong nước ấy có một người đàn bà sinh được rất nhiều con, và rất thương yêu con của mình nhưng lại thích bắt cóc con người khác về ăn thịt.

Những người làm cha mẹ ở nước Đại Đâu rất lo sợ, sợ con mình bị bắt cóc mất.

Các vị *tỳ-kheo* đi từ ngoài đường về đem chuyện này kể cho đức Phật nghe, Ngài biết ngay đây không phải là một người đàn bà bình thường. Ngài biết trong nước này có một con quỷ rất thích bắt cóc con người ta ăn thịt, và không thể dùng một vài câu nói mà cảm hóa nó được.

Đức Phật liền sai một vị *tỳ-kheo*, thừa lúc quỷ mẹ vắng nhà, bắt đứa con út mà nó thương yêu nhất, tên là Tần Già La đưa về tinh xá.

Vì thế, khi quỷ mẹ về tới nhà không thấy đứa con út bé bỏng của mình, đau khổ bỏ ăn bỏ uống khóc lóc không ngừng, chỉ trong mấy ngày thôi mà tưởng chừng như muốn hóa điên lên được.

Một hôm, đức Phật cố ý tìm cơ hội đến gặp nó, hỏi rằng:

- Ngươi có việc gì mà khóc lóc thảm thương như thế?

Quỷ mẹ nhìn thấy đức Phật, tạm ngừng khóc một lúc, lau nước mắt mà trả lời:

- Tại vì lúc con đi vắng nhà, không biết ai lẻn vào bắc cóc mất đứa con dễ thương nhất của con đi rồi!

- Ngươi không ở nhà giữ con, để cho người khác lẻn vào bắc cóc mất, vậy lúc đó ngươi đi đâu? Ngươi đi ra ngoài để làm gì?

Khi đức Phật đặt câu hỏi như thế, quỷ mẹ giật mình, vì lúc con của nó bị người ta bắt mất cũng chính là lúc nó lẻn vào nhà người khác bắt cóc con người ta, đó là một quả báo đương nhiên phải xảy ra vậy.

Quỷ mẹ nói điều ấy cho đức Phật nghe xong, lúc đó nó mới thấy mình tàn nhẫn và sai lầm, trong tâm sinh khởi một niệm hối hận, tức khắc nó liền gieo cả năm vóc xuống đất đảnh lễ đức Phật. Đức Phật lại hỏi:

- Ngươi có thương con của ngươi không?

- Tần Già La là đứa nhỏ mà con thương yêu nhất, một khắc cũng không rời nó ra. Con không thể nào sống mà không có nó. Không có nó, con chỉ có nước chết mất mà thôi!

Đức Phật bèn nhân cơ hội đó để khai thị cho nó:

- Ngươi thương con của mình ra sao, thì người khác cũng thương con của họ như vậy. Ngươi đau khổ vì mất con, mà lại đi bắt cóc con người ta để ăn thịt, thì người ta cũng đau khổ không khác gì ngươi. Bây giờ ngươi có muốn tìm thấy con của ngươi không?

- Nếu có ai tìm được Tần Già La về cho con, thì bảo con làm gì con cũng làm cả!

Đức Phật biết là quỷ mẹ đã chuyển tâm hối hận rồi mới nói:

- Ta có thể giúp ngươi tìm ra con của ngươi, nhưng ngươi có thật sự ăn năn tội ác của ngươi lúc trước, tức là tội đi bắt cóc con của người khác về ăn thịt không?

- Con rất ăn năn! Thế Tôn, xin Ngài từ bi chỉ giáo cho con, Ngài dạy con làm chi con sẽ làm y như vậy!

Đức Phật nói:

- Từ nay trở đi, thứ nhất ngươi không được sát sinh, thứ hai không được trộm cắp, thứ ba không được tà dâm, thứ tư không được vọng ngữ, thứ năm không được ăn uống loạn xạ, mà còn phải lấy tình thương của một người mẹ hiền mà lo lắng cho con của người khác.

Quỷ mẹ hỏi:

- Không cho con ăn thịt trẻ con thì từ giờ về sau con ăn cái gì được?

- Ta sẽ bảo đệ tử của ta, mỗi lần được người ta cúng dường thì sẽ trích ra một phần thức ăn bố thí cho ngươi dùng trước.

Quỷ mẹ vô cùng vui mừng, nhận lãnh lời giáo huấn của đức Phật một cách thành khẩn.

Đức Phật đem đứa con Tần Già La trả lại cho nó, nó mừng

đến mức không có ngôn ngữ chữ nghĩa nào có thể diễn tả nổi, bèn phát nguyện là từ đây trở đi, sẽ hộ trì cho tất cả các đứa trẻ con của người khác.

Thời nay, khi ăn cơm, người xuất gia hay trích ra trước một phần thức ăn để làm phép thí thực, bố thí cho quỷ mẹ, chính là do sự tích này vậy.

21. Đói và no

Một hôm, đức Phật dẫn 500 vị *tỳ-kheo* trên đường từ nước Tu Lại Bà đi về thôn Tỳ Lan Nhã, tìm chỗ trú ngụ trong một khu rừng ở ven đường.

Thôn trưởng của thôn Tỳ Lan Nhã ngày xưa vẫn tin tưởng phụng thờ đạo *Bà-la-môn*, về sau nghe và biết được đức Phật có đủ 32 tướng tốt và 80 vẻ đẹp, thân phóng hào quang và diễn thuyết diệu pháp về vũ trụ nhân sinh, mới chuyển qua tin tưởng Phật giáo.

Hôm ấy, nghe đức Phật sắp đến thôn của mình, ông bèn nắm lấy cơ hội ngàn năm khó gặp này, đến khu rừng nơi đức Phật đang an trụ, đảnh lễ mà thưa rằng:

- Bạch Thế Tôn, con là thôn trưởng của thôn Tỳ Lan Nhã ở cách đây không xa, nghe đức Phật giáng lâm con vô cùng vinh hạnh. Vì thế con vội vàng đích thân đến đây cung thỉnh Thế Tôn và chư *tỳ-kheo* đến thôn của con cư trú trong ba tháng an cư mùa mưa. Con nguyện đảm trách tất cả mọi sự cúng dường, xin đức Phật từ bi nhận lời!

Đức Phật dạy:

- Ta biết ông có lòng thành, nhưng đệ tử của ta quá đông, ta không muốn làm gánh nặng cho ông, nên ta nghĩ tốt nhất là thôi vậy, không phiền đến ông.

- Thưa không đâu, bạch Thế Tôn! Tuy làng con rất nhỏ, nhưng con tin rằng cũng đủ sức để cúng dường Thế Tôn và chư *tỳ-kheo*, xin Thế Tôn đừng bận tâm, dầu sao đi nữa cũng xin cho con được phép cúng dường.

Thôn trưởng một mực nài nỉ van xin, đức Phật chỉ còn cách gật đầu ưng thuận. Thôn trưởng vui mừng cưỡi ngựa về làng lo chuẩn bị mọi thứ.

Ngoại đạo biết được chuyện này, vừa sợ hãi vừa oán giận, bèn dùng nữ sắc đưa vào nhà của thôn trưởng, bày hoa thơm cỏ lạ, hương thơm ngào ngạt, rồi lại bày cỗ bàn rượu thịt ê hề, thắp đèn ánh sáng mờ ảo, người đẹp như mây trời khiến một khi thôn trưởng bước chân vào nhà là tâm trí hoàn toàn ám độn. Trải qua một đêm, sáng hôm sau thôn trưởng căn dặn người nhà rằng:

- Đương lúc thiên hạ thái bình, từ hôm nay cho tới hết ba tháng mùa mưa ta sẽ ở trên lầu cao này nghỉ ngơi, bất cứ chuyện gì, dầu vui hay buồn ta cũng đều không muốn nghe đến.

Thôn trưởng bị lọt vào bẫy của ngoại đạo nên hoàn toàn quên bẵng chuyện phải tiếp đãi đức Phật.

Nhân duyên của làng này đối với đức Phật hãy còn cạn cợt, lại trúng nhằm một năm mà côn trùng làm hại mùa màng, cả làng bị sa vào cảnh thiếu thốn nên không một người nào chịu bố thí cho đức Phật hay chư *tỳ-kheo* một chút gạo hay một chút nước. Đức Phật và chư *tỳ-kheo* chỉ còn biết nhẫn nhục chịu đựng ở phía bên ngoài thôn Tỳ Lan Nhã.

Lúc ấy, có một người buôn ngựa dẫn theo 500 con ngựa từ nước Ba Lợi đi ngang qua chỗ ấy, thấy vậy bèn thưa với các vị *tỳ-kheo* rằng:

- Con không có bao nhiêu lương thực để cúng dường quý thầy, chỉ có xác lúa mạch cho ngựa ăn, quý thầy có dùng được không?

- Chúng tôi rất cảm tạ thịnh tình của ông, nhưng chưa được đức Phật hứa khả thì chúng tôi không dám nhận thức ăn của ngựa. Xin đợi chúng tôi vào thỉnh ý đức Phật rồi mới dám quyết định.

Đức Phật tán thán rằng:

- Đã lâm vào cảnh đói khát như thế này mà các ông còn ít mong cầu và biết đủ, không dám làm ngược lại lời giáo huấn của ta, ta rất an lòng. Các ông có thể thọ nhận thức ăn của ngựa mà ông lái buôn cúng dường.

Lúc ấy các vị *tỳ-kheo* mới thuận tiếp nhận thức ăn của ngựa. A Nan cũng được một phần, bèn đem lúa mạch ra nghiền thành bột hòa với nước nấu thành cháo đem lên cúng dường đức Phật. Các vị *tỳ-kheo* cũng xay xác lúa mạch ra rồi nấu lên mà ăn.

Mục-kiền-liên thấy tình trạng đáng thương ấy bèn thưa với đức Phật rằng:

- Bạch Thế Tôn! Con suy nghĩ thật kỹ rồi, ở chỗ này không thể có thức ăn được, con muốn dùng thần thông đi chỗ khác mang ít lúa gạo về!

Phật dạy:

- *Mục-kiền-liên*! Không nên làm như thế. Tuy ông có thể dùng thần lực mang thức ăn về, nhưng nhân duyên túc nghiệp không thể trừ diệt được. Chỉ có nhẫn nhục là điều quan trọng nhất.

Mục-kiền-liên vâng lời dạy của đức Phật, cúi đầu lui đi.

Ba tháng nhẫn nhục chịu đựng cực khổ đã trôi qua, đức Phật và chư *tỳ-kheo* đói khát nên tiều tụy thấy rõ, nhưng dẫu bị đói khát bức bách đến đâu đi nữa, lòng tin của các vị ấy vẫn không hề bị lay chuyển mảy may nào. Chư tăng đoàn kết, hòa hợp biết bao!

Qua hôm sau, đức Phật bảo A Nan:

- A Nan! Hãy cùng ta đi gặp thôn trưởng thôn Tỳ Lan Nhã xem sao!

- Thưa vâng, bạch Thế Tôn!

Thôn trưởng thôn Tỳ Lan Nhã đang chìm đắm trong hoan lạc ngũ dục, vừa vặn đứng trên lầu cao nhìn xuống, thấy vẻ tiều tụy của đức Phật và A Nan trên đường đi tới. Thoạt đầu ông hoang mang như thể không hiểu tại sao, rồi trong chớp mắt, ông thấy đầu óc choáng váng, mặt mày xây xẩm. Chờ tỉnh táo lại, ông chạy như bay đến trước mặt đức Phật, khóc lóc thảm thiết:

- Thế Tôn! Thật là đáng sợ! Con bị quỷ vương mê hoặc nên mới dám dối trá lừa gạt thánh nhân. Con đã gieo trồng vô lượng vô biên hạt giống ác quả! Xin Thế Tôn từ bi lân mẫn con, con không hề muốn điều ấy xảy ra, xin cho con sám hối!

Đức Phật trầm tĩnh đáp rằng:

- Đúng vậy! Ông đã trồng hạt giống tội ác, thỉnh đại chúng mà không cúng dường, không phải là ngu si lắm sao? Nhưng ta đã thấy ông phát tâm lúc ban đầu ra sao rồi, nên nếu ông chân thành sám hối thì chỉ có sự sám hối ấy là đáng kể mà thôi.

- Nay con đứng trước đức Phật tối tôn mà sám hối, xin Thế Tôn quán sát tâm con. Từ hôm nay trở đi xin cho con được cúng dường trong vòng một tháng, cho con được lấy công chuộc tội.

- Thôn trưởng, ba tháng vừa qua ta an cư ở phía ngoài thôn này không hề dời chỗ. Bây giờ mùa mưa đã qua rồi, có rất nhiều chúng sinh đang chờ mong ta cứu độ. Ngay hiện giờ ta đã nghe họ kêu gào tên ta, nên ta phải rời khỏi nơi này lập tức.

- Xin Thế Tôn niệm tình con!

Vừa nói, thôn trưởng vừa hướng cặp mắt van nài nhìn sang A Nan đang đứng gần bên đức Phật, nói tiếp:

- Tôn giả A Nan! Xin ngài vào nói hộ con một tiếng! Ít nhất cho con được cúng dường ngày mai, làm một bữa cơm đạm bạc để tiễn biệt, và cho con cơ hội sám hối với chư *tỳ-kheo*!

Đôi mắt từ bi của đức Phật phóng ra một tia sáng thương xót, Ngài chấp thuận lời cầu xin cuối cùng của thôn trưởng thôn Tỳ Lan Nhã.

Suốt ngày và suốt cả đêm hôm ấy, thôn trưởng thôn Tỳ Lan Nhã đã chuẩn bị một bữa cơm tiễn biệt rất thịnh soạn, rồi hôm sau dùng tâm tri ân và tâm cung kính đi thỉnh mời đức Phật và chư *tỳ-kheo* vào thôn. Cơm nước xong, thôn trưởng đem bốn tấm y bằng vải rất đẹp, cùng một đôi dép cỏ cúng dường lên đức Phật, và 2 tấm y vải cùng một đôi dép cỏ cúng dường mỗi vị *tỳ-kheo*.

Thôn trưởng và tất cả mọi người trong thôn đưa tiễn đức Phật và chư *tỳ-kheo*, tay vẫy mà nước mắt ràn rụa, tự than rằng thiện căn của mình quá mỏng manh nên không cúng dường được đức Phật cho tử tế đàng hoàng.

Khi đức Phật muốn ra đi thì không có thế lực, không có lời nói nào có thể ngăn trở được Ngài. Cũng như khi đức Phật không muốn đi, thì dù bất cứ sự khốn khó bức hại nào đi nữa, Ngài cũng có thể nhẫn nhục chịu đựng được.

22. Tự cứu lấy mình

Thiện La Ni Tân nghe nói đức Phật đang thuyết pháp tại Tinh xá Kỳ Viên. Ngày hôm ấy, ông thành tâm cung kính một mình đến vườn Kỳ Viên mong được đức Phật khai thị. Nhưng ông không vào thẳng trong tinh xá trang nghiêm hùng vĩ mà chỉ đứng lảng vảng ngoài rừng cây do dự, từ xa nhìn vào toà Kỳ Viên tĩnh lặng u mỹ, trong lòng vô cùng hâm mộ.

Lâu lâu ông ngóng về phía tinh xá, lẩm bẩm tự bảo:

- Thế nào đức Phật cũng sẽ bước ra!

Từ hơn mười năm qua ông cứ mãi tìm cách thoát khỏi sự đau khổ của đời người nhưng không sao tìm ra được giải pháp, và bị kẹt vào một sự mâu thuẫn khiến cho ông cứ khổ sở không một phút giây nào yên tịnh.

Trong quá khứ, hễ có chuyện gì không vui là ông chạy đi xem bói, cầu thần linh, nhưng sau bao nhiêu năm, những vị thần linh mà ông vẫn cung phụng đó, không vị nào thỏa mãn được điều ông mong cầu. Dần dần ông sinh tâm hoài nghi: "Thần linh liệu có giải trừ được sự đau khổ của kiếp người, và có đem lại được hạnh phúc cho nhân thế hay không?"

Thế là ông rơi vào hố sâu của sự mâu thuẫn, không thể nào thoát ra được. Vì thế ông sinh đủ thứ bệnh, tinh thần thì đa sầu đa cảm, thân thể thì héo úa, bất an.

Trong lúc ông đang chìm đắm trong những suy tư ấy thì từ bên ngoài có một vị *tỳ-kheo* trở về tinh xá. Thiện La Ni Tân thấy vị *tỳ-kheo* trang nghiêm, thái độ uy nghi trầm tĩnh, không cầm lòng được bèn bước đến trước vị ấy cung kính hỏi:

- Ngài có phải là một đạo sư *Bà-la-môn* không?

- Không, tôi là một *tỳ-kheo*, đệ tử của đức Phật.

Thiện La Ni Tân giương to cặp mắt kinh ngạc, *tỳ-kheo* là gì? Đệ tử của đức Phật có nghĩa là sao? Ông chưa từng nghe qua những điều ấy, và mập mờ phỏng đoán rằng:

- Ngài là một vị thánh đang tìm cầu chân lý của nhân sinh chăng?

- Không những tôi đang tìm cầu chân lý của nhân sinh, mà còn là một người xuất gia đang tìm cầu giải thoát sự đau khổ của chính cuộc đời này nữa!

- Vậy thì ngài có thể nói cho tôi biết làm cách nào để giải thoát sự đau khổ của đời người?

- Hãy dựa vào sự cố gắng của chính mình!

Vị *tỳ-kheo* trả lời một cách giản dị nhưng rất khẳng định.

Như sấm sét bùng nổ giữa bầu trời quang đãng, Thiện La Ni Tân vừa nghe được tiếng chuông chân lý, đánh đổ quan niệm của ông vẫn cho rằng tất cả con người chỉ có thể nương vào sức cứu độ của thần linh mới thoát được mọi khổ đau mà thôi. Ông bàng hoàng khâm phục hỏi tiếp:

- Dùng sức của chính mình để tự giải trừ khổ đau, phải chăng đó là kiến giải thù thắng mà ngài tự mình đặc biệt khám phá ra?

- Không! Đó là lời thầy tôi dạy, tôi chỉ nhắc lại lời của thầy tôi cho ông nghe, riêng phần tôi thì không có kiến giải thù thắng đặc biệt nào của riêng mình.

- Thầy của ngài! Thầy của ngài là ai?

- Thầy tôi là bậc đã hoàn toàn giác ngộ chân lý của nhân sinh và vũ trụ, thầy tôi chính là đức Phật!

- A! Tôi nghe nói có một vị gọi là Phật, hôm nay tôi đến đây cũng chính là để tìm gặp vị ấy.

Thiện La Ni Tân nói như chợt nhớ ra tại sao mình đang có mặt ở chỗ này.

- Thế à, thế thì ông đã gặp đức Phật chưa?

- Chưa, tôi chưa gặp Ngài. Tuy nhiên tôi thường nghe người ta tán tụng rằng đức Phật có phẩm cách cao quý và tinh thần cứu thế cao cả, nên tôi ngưỡng mộ Ngài đã từ lâu.

- Ông tới đây là vì muốn bái kiến đức Phật phải không?

- Đúng vậy. Tôi muốn bái kiến đức Phật, nhưng tôi là một người quá đỗi tầm thường, liệu đức Phật có bằng lòng cho tôi gặp mặt hay không?

- Xin ông đừng do dự nữa, trong tâm từ bi quảng đại của đức Phật không có sự phân biệt sang hèn. Ngài thường hộ niệm tất cả chúng sinh một cách bình đẳng cho nên dĩ nhiên sẽ vui lòng cho ông gặp.

Thiện La Ni Tân nghe thế bèn đi theo sau vị *tỳ-kheo* ấy tiến vào bên trong tinh xá để bái kiến đức Phật. Lúc ấy đức Phật đang trụ trong thiền định, Ngài mở mắt dùng từ nhãn nhìn Thiện La Ni Tân mà nói:

- Thiện La Ni Tân! Ông đến thật đúng lúc. Ông có vấn đề chi cứ việc hỏi ta!

Thiện La Ni Tân không ngờ đức Phật lại ưu ái mình như vậy, ông vội gieo cả năm vóc xuống đất đảnh lễ và nhìn lên khuôn mặt trang nghiêm từ ái của đức Phật, nói:

- Bạch Thế Tôn! Thân con nay đã hư hoại hết rồi! Cũng vì cái thân gầy mòn suy nhược và bệnh hoạn này mà con kinh nghiệm được cái khổ nạn của sinh lão bệnh tử, và biết rõ rằng thân thể là căn nguyên của mọi sự đau khổ. Vì lý do đó mà con đã tin tưởng những gì *Bà-la-môn* ngoại đạo nói, và cầu xin sự gia bị của thần linh. Nhưng nghèo vẫn hoàn nghèo và bệnh vẫn hoàn bệnh, nên dần dần con bắt đầu nghi ngờ thần linh. Thế Tôn! Trong tâm con hiện nay đầy dẫy những mâu thuẫn, nên con xin thỉnh ý Ngài. Con nên hay không nên đặt hết niềm tin vào thần linh?

Đức Phật yên lặng nghe Thiện La Ni Tân nói hết rồi mới đưa tay chỉ một ngôi làng cách khu Kỳ Viên không xa lắm, nhẹ nhàng hỏi:

- Thiện La Ni Tân! Ông hãy nhìn những người nông phu trong ngôi làng kia! Giả sử vào mùa xuân, khi vạn vật đang sinh trưởng, họ không lo khổ công cày ruộng gieo giống mà ngày ngày chỉ ngồi trước mặt thần linh cầu nguyện để có một mùa gặt phong phú vào mùa thu, thì ông nghĩ sao? Nếu tự họ không cày bừa gieo hạt, thần linh có sẽ làm cho họ được mùa hay không?

- Thưa không, bạch Thế Tôn! Nếu không cày bừa gieo giống thì có cầu nguyện mấy đi nữa, đứng trước một bãi đất hoang cũng không thu hoạch được gì cả.

- Thiện La Ni Tân, ông trả lời rất đúng. Thì cũng thế thôi, có nhiều người không làm việc theo chính nghiệp, không chịu vận động, thân thể ngày càng suy yếu, gia cảnh ngày càng nghèo khó, giống như một thửa ruộng không được cày bừa ngày càng hoang phế, chắc chắn không phải nhờ cầu thần linh mà thân thể khoẻ mạnh, gia cảnh khá giả, và đến mùa thu thì lại được một mùa gặt phong phú đâu!

Thiện La Ni Tân im lặng gật đầu, ông cảm thấy lòng mình từ từ trở nên thư thái, nhẹ nhàng. Đức Phật hỏi tiếp :

- Thiện La Ni Tân! Nếu có một người nông phu, đang lúc mùa xuân vạn vật xinh tươi, khổ công cày bừa gieo hạt, nhưng lại không cầu xin ân huệ gì của thần linh, thì ông nghĩ xem, có phải do vì người ấy không cầu xin thần linh mà không gặt hái được gì trong ruộng của mình không?

- Thưa không, bạch Thế Tôn! Chỉ cần cày bừa gieo hạt trong ruộng thì tuy không cầu xin thần linh, đến mùa thu vẫn được mùa như thường!

- Thiện La Ni Tân! Thì cũng y như thế, nếu trong đời sống hằng ngày của chúng ta, chúng ta chịu cần kiệm, chịu vận động, thì tự nhiên thân thể sẽ khoẻ mạnh, gia đình sẽ giàu có, y hệt như việc gieo hạt trong ruộng đất kia vậy.

Cho nên *Bà-la-môn* ngoại đạo cầu thần linh không phải là một biện pháp để giải thoát sự đau khổ của đời người, chỉ có từ trong sự hoạt động bình thường của thân tâm mà tinh tiến làm việc thiện, ngưng bặt mọi chuyện ác, khiến thân tâm thanh tịnh, chúng ta mới giải thoát được sự đau khổ và bước vào đất thánh tịnh lạc được!

Thiện La Ni Tân nghe diệu pháp của đức Phật như được uống thuốc thánh để trị bệnh, căn bệnh mâu thuẫn trong tâm ông được chữa lành trong khoảnh khắc. Ông cảm thấy chưa bao giờ hoan hỉ như thế. Ông chí thành đảnh lễ đức Phật để cảm tạ, và từ đó nguyện quy y Tam bảo, nỗ lực hành trì theo lời đức Phật dạy!

23. Tô Ti

Lúc đức Phật ở nước Ba La Nại thuộc Ấn Độ, có một vị tỳ-kheo bị chứng bệnh lạ, đau bụng nằm lăn lộn trên giường mà rên rỉ, đã uống bao nhiêu loại thuốc men rồi mà vẫn không thuyên giảm, ngày lại càng đau đớn hơn. Có một vị ưu-bà-di[1] tên là Tô Ti đến thăm, ở bên giường bệnh ân cần hỏi:

- Thưa thầy đau ở chỗ nào, đã uống thuốc chưa?

- Đau bụng, uống thuốc rồi.

- Thầy có muốn điều chi không?

- Chẳng muốn gì hết, chỉ muốn ăn thịt.[2]

[1] Ưu-bà-di: nữ đệ tử tại gia của Phật, thường gọi là cư sĩ nữ.

[2] Trong thời gian đức Phật vừa lập giáo ban đầu, do những điều kiện xã hội thời đó, Ngài chưa cấm hẳn việc ăn thịt trong chúng tỳ-kheo.

- Để con về bảo người nhà mang thịt đến cho thầy dùng.

Nói xong Tô Ti lập tức trở về nhà sai gia nhân ra chợ mua thịt, nhưng vì sát sinh là một điều quốc cấm ở nước Ba La Nại, nên gia nhân đi khắp cả phố chợ cũng không kiếm ra một miếng thịt, đành tiu nghỉu trở về tay không.

Tô Ti ngồi trong nhà suy nghĩ, nhớ lại lời hứa của mình với vị *tỳ-kheo* bị bệnh, bà không muốn thất hứa mà còn nghĩ rằng nếu vị *tỳ-kheo* kia mà không có thịt ăn thì có thể chết mất không chừng! Một vị *tỳ-kheo* trẻ tuổi như thế mà chết yểu, há không đáng tiếc lắm sao?

Nghĩ đến đây, bà bèn lấy dao thật bén, cắn răng chịu đau cắt một miếng thịt đùi của mình, đưa tỳ nữ nấu nướng cẩn thận rồi mới đem đến cho vị *tỳ-kheo* bị bệnh dùng. Lạ thay, vị *tỳ-kheo* ăn miếng thịt đùi của Tô Ti xong thì bệnh từ từ thuyên giảm.

Nhưng vết thương của Tô Ti thì càng lúc càng đau nhức kịch liệt, bà chỉ còn có thể nằm trên giường mà rên xiết, không thể nào cử động được.

Khi chồng bà về đến nhà, nghe tin Tô Ti bị bệnh thình lình, vừa nghi ngờ vừa lo sợ, vội vàng chạy vào phòng vợ để hỏi nguyên do. Tô Ti không dám giấu giếm, đem sự thật nói hết cho chồng nghe. Người chồng nghe xong, vừa vui vừa kính nể mà nói:

- Tô Ti! Ta vô cùng cảm phục lòng tôn kính *sa-môn* của phu nhân. Do phu nhân có lòng tin vững chắc nên mới có được nhiều nghị lực như thế. Dám bố thí thịt đùi của chính bản thân mình là một chuyện khó nhẫn mà phu nhân nhẫn được, sức mạnh đó không phải do từ lòng tin kiên cố của phu nhân mà ra sao? Ta tin chắc rằng bệnh của vị *tỳ-kheo* kia nay đã lành nhờ công đức phát tâm của phu nhân.

Khuôn mặt của người chồng trầm ngâm trong giây lát, ông nói tiếp:

- Nhưng vết thương của phu nhân lại đau đớn như thế, điều này thật là không ổn.

Tô Ti yếu ớt trả lời:

- Vâng, vết thương của thiếp càng lúc càng đau đớn, sợ rằng sẽ nguy tới tính mệnh, nhưng thiếp đã không màng tới chuyện sinh tử. Đời người căn bản là vô thường, có sinh tất nhiên phải có tử, không ai có thể trốn thoát được cái chết. Tuy nhiên thiếp hy vọng trước khi nhắm mắt có dịp chiêm ngưỡng thánh nhan của đức Phật, đem thức ăn quý giá nhất cúng dường Ngài, nhờ công đức này kiếp sau thiếp sẽ sinh được về chỗ tốt đẹp.

Người chồng nghe xong nguyện ước của vợ liền sẵn sàng chấp thuận, một mặt chuẩn bị cúng dường, một mặt sai người đi cung thỉnh đức Phật đến nhà mình thọ cúng. Đức Phật hoan hỉ nhận lời.

Ngày hôm sau đức Phật và chư *tỳ-kheo* đắp y, ôm bình bát đến nhà Tô Ti thọ cúng. Sau khi gia chủ dâng trà nước, đức Phật hỏi:

- Sao ta không thấy bà Tô Ti ra đây?

- Bà ấy đang nằm trên giường bệnh, không ngồi dậy ra bái kiến Thế Tôn được, xin Thế Tôn từ bi xá tội.

Đức Phật trang nghiêm trầm tĩnh nói:

- Nhưng ta rất muốn gặp bà ấy.

- Vâng, thế thì để con đi gọi.

Người chồng tuy biết vợ mình không còn đủ sức để ngồi dậy được, nhưng nhìn vẻ uy nghi từ mẫn của đức Phật, bất giác ông ngoan ngỗn vâng lời, quay lưng chạy vào phòng Tô Ti hổn hển nói:

- Thế Tôn muốn gặp mặt phu nhân.

- A! Thế Tôn gọi tôi ra à?

Tô Ti nói xong, bỗng có một sức mạnh thần kỳ làm cho bà bỗng nhiên ngồi bật dậy, sự đau đớn trong người bỗng tan biến trong khoảnh khắc, vết thương tuy chưa lành nhưng bà đi đứng lại như thường, hai vợ chồng đều hết sức kinh ngạc.

Tô Ti đến trước mặt Phật đảnh lễ, đức Phật nhìn Tô Ti một cách từ bi và dạy rằng:

- Tô Ti! Bà muốn thực hiện cái đức tính tốt đẹp của giới không vọng ngữ nên mới bố thí thịt đùi của mình, nhưng bà phát tâm một cách đơn giản quá, làm như thế là không đúng! Phàm việc bố thí, học đạo hay tu hành đều không được tự làm khổ, không được tự làm đau, không được làm khổ não người khác. Có thế mới là làm theo chính đạo, mới thành tựu được.

Giáo huấn giản dị của đức Phật đi thẳng vào tâm bà, khiến Tô Ti giác ngộ được rằng việc tu hành, việc làm công đức đều phải nương theo đạo lý của Phật pháp mà làm, và không thể so sánh quả báo to lớn của việc thiện làm theo pháp Phật với việc thiện làm theo pháp thế gian.

Đức Phật trở về, tập họp đại chúng tăng đoàn và hỏi vị *tỳ-kheo* có bệnh:

- Bà Tô Ti có đem thịt đến cho ông không?

- Thưa có.

- Ông có ăn miếng thịt ấy không?

- Thưa đã ăn rồi.

Trước vẻ tôn nghiêm của đức Phật, vị *tỳ-kheo* nọ không dám nói dối.

- Khi ăn thấy vị của nó như thế nào?

- Thưa rất ngon! Từ bé đến giờ con chưa bao giờ ăn một miếng thịt tươi ngon như thế!

Vị *tỳ-kheo* này hoàn toàn không biết xuất xứ của miếng

thịt nên trả lời một cách chân thành vô tư, không chút tàm quý. Đức Phật nghiêm nghị nói:

- Thật là ngu si, ông đã ăn thịt người rồi đó!

Như sấm sét nổ ngang trời, vị *tỳ-kheo* không thốt được lời nào, ân hận mãi không thôi.

Từ đó về sau, đức Phật liền chế định việc người xuất gia hoàn toàn không được ăn thịt.

Ăn thịt là làm đứt đoạn mất giống đại bi, chúng sinh nào cũng có tính Phật, người chân chính tu công đức vạn hạnh làm sao có thể nỡ lòng ăn thịt chúng sinh?

24. Kho tàng là rắn độc

Có một hôm, tôn giả A Nan đi cùng với đức Phật ra ngoài thành hành hóa. Đến một chỗ nọ, đức Phật thình lình ngừng bước, quay đầu lại hỏi tôn giả A Nan:

- A Nan! Ngay nơi đây có rất nhiều, rất nhiều rắn độc đang ẩn núp trong lòng đất, ông có thấy không?

Tôn giả A Nan đã chứng được thiên nhãn thông nên nhìn thấy rất rõ ràng, ngài trả lời:

- Thưa vâng, bạch Thế Tôn! Đệ tử đã nhìn thấy.

Nói xong, hai người khoan thai tiếp tục bước đi.

Khi đức Phật và A Nan đi ngang qua chỗ ấy thì có một người làm công cũng vừa đến sau lưng hai người. Người này nghe lời đối thoại giữa đức Phật và A Nan bèn lấy làm lạ, tự nghĩ:

- Không lẽ mắt của hai vị *sa-môn* này lợi hại đến thế sao, đến nỗi nhìn thấy tất cả những gì được chôn giấu dưới mặt đất? Để ta đào đất lên xem thử dưới ấy có nhiều rắn độc như họ nói không. Nếu thật sự có rắn độc cũng chẳng hề gì, dù sao đi nữa chúng cũng không hại ta nổi.

Nghĩ thế xong, ông bèn đi lấy cuốc tới đào đất chỗ ấy. Khi ông đào xuống được khoảng 3 thước, bỗng nhiên nhìn thấy từ phía dưới có ánh sáng chói lọi chiếu lên. Thì ra chôn giấu dưới lòng đất không phải rắn độc mà là rất nhiều vàng bạc châu báu!

Người làm công này mừng quá, nói không ra lời, nghĩ rằng:

- Đây là vận may của ta, ta nên đem hết về nhà.

Rồi ông ta vội vàng lén lút mang hết kho tàng về nhà mình. Từ một người làm công nghèo rách mồng tơi, chỉ một bước ông đã biến thành một tay triệu phú.

Tuy ông có rất nhiều tiền, sống một cuộc sống hết sức sung sướng thoải mái, nhưng ông có một người hàng xóm ở sát bên tường rất ganh ghét ông. Ngay từ trước hai bên đã không ưa nhau, nay người hàng xóm thấy ông này bỗng nhiên trở nên giàu có nên trong lòng lúc nào cũng ngờ vực và ganh tị, bèn tìm cách điều tra xem tiền của ấy từ đâu ra.

Không lâu sau, nghe được một đứa bé kể lại rằng tiền của này do ông nọ đào được kho tàng mà có, thế là người hàng xóm vội đi báo cáo cho nhà vua biết.

Theo luật pháp đương thời của nước ấy, bất kỳ ai đào được kho tàng cũng đều phải trình tâu lên triều đình, và kho tàng ấy phải được sung vào ngân khố của quốc gia. Thế nhưng người làm công nói trên lại không tuân hành luật pháp, nên khi việc này đến tai nhà vua, nhà vua nổi trận lôi đình ra lệnh bắt ngay người ấy về tra tấn hạch hỏi, bắt phải khai chỗ đã đào được kho tàng, nghĩ rằng biết đâu chỗ ấy còn sót lại bảo vật nào chăng?

Sự thật thì kho tàng đã được đào sạch cả rồi, nhưng nhà

vua không chịu tin, vẫn cho tra khảo đánh đập người làm công nọ cho bầm thịt nát xương, rồi còn cho mật thám vào ngục tối ở chung với ông, dò xét xem ông có giấu giếm điều chi không. Ông đem hết sự thật ra kể cho mật thám nghe, nhưng trước khi nói, ông thành kính chắp tay ngước nhìn lên trời, sa nước mắt mà rằng:

- Lời của đức Phật quả thật là không bao giờ sai quấy. Lúc Ngài đi ngang chỗ chôn kho tàng, Ngài đã nói với tôn giả A Nan rằng đất này độc hiểm nên có rất nhiều rắn độc ẩn núp ở phía dưới. Tôi ngu si nên nghe thế muốn biết thực hư ra sao, bèn đem cuốc đến đào đất lên. Đào ra mới thấy ở phía dưới toàn là châu báu, tôi mừng khôn kể xiết, mới bí mật đem kho tàng về nhà. Lúc ấy tôi cho rằng đó là vận may của tôi, còn đức Phật và A Nan mới là kẻ ngu si nên không biết làm giàu.

Nào có ngờ đâu vì việc này mà chiêu cảm đại họa, chỉ hận là lúc ấy tôi không tin lời đức Phật, bây giờ mới biết rằng vàng bạc châu báu không khác gì rắn độc, nên mới đưa tôi đến cái tai vạ bị tra tấn đến tan xương nát thịt ngày hôm nay!

Mật thám đem câu chuyện lên trình tâu nhà vua, nhà vua nghe xong, biết người làm công đã tin lời đức Phật rồi và đã phát nguyện hối cải, nên mới thả cho ông ra khỏi ngục mà nói:

- Thế Tôn đại từ bi mới gọi kho tàng là ổ rắn độc để khuyên người khác tránh xa. Người ta không tin lời đức Phật nên nổi lòng tham và tạo tội. Nếu nghe nhớ lời Phật dạy thì có tai nạn nào còn lụy đến thân nữa?

Nói xong, nhà vua cho phép người làm công trở về nhà.

25. Hoàng phi Nguyệt Minh

Vua nước Bàn Đề ở Ấn Độ tên là Ưu Đạt. Vào thời đức Như Lai Ca Diếp, ông đã từng xuất gia, tu học chính pháp, và đến thời đức *Thích-ca Mâu-ni* thì nhờ phước báo đã gieo trồng từ kiếp trước nên được sinh ra làm vua.

Đệ nhất hoàng phi của vua Ưu Đạt là phu nhân Nguyệt Minh, bà vừa có tài vừa hiền đức nên rất được vua thương yêu trìu mến.

Có một hôm, hoàng phi Nguyệt Minh thấy vua dường như có tâm sự gì, bà thắc mắc hỏi:

- Đại Vương, không hiểu tại sao đại vương lại có vẻ ưu tư?

- Ta nghe một vị thánh đã chứng quả nói với ta rằng thọ mệnh của nàng đã sắp mãn. Ta nghĩ đến nỗi khổ của sự biệt ly sinh tử nên mới để lộ ra nét ưu tư.

Do hoàng phi Nguyệt Minh sắp lìa dương thế nên tướng suy đã hiển lộ ra, vua Ưu Đạt biết được nên cứ thật tình mà nói.

Hoàng phi Nguyệt Minh nghe nói thế, không có vẻ sợ hãi một chút nào, trả lời nhà vua một cách khoan thai:

- Xin đại vương đừng vì thế mà đau khổ, đức Phật đã từng nói rằng "ở trên cao thì có lúc rơi xuống thấp, có tồn tại thì phải có lúc tiêu diệt, có hợp thì có tan, có sinh phải có tử". Đó là những đạo lý nhất định mà không một người nào có thể thoát được. Nếu đại vương nghĩ đến chín năm tình nghĩa vợ chồng của đôi ta, thì xin đại vương cho phép thiếp xuất gia tu hành.

- Nàng đi tu, nếu không thành đạo thì thế nào cũng sinh lên cõi trời, nếu có sinh lên cõi trời, ta xin nàng trở về đây gặp ta, nếu nàng làm được như thế thì ta bằng lòng để cho nàng xuất gia.

Vua hãy còn thương yêu hoàng phi Nguyệt Minh nên mới đặt điều kiện như thế, và hoàng phi thì vì muốn đạt tới mục đích của mình là xuất gia tu hành, nên vui lòng chấp thuận.

Hoàng phi Nguyệt Minh xuất gia rồi, nhưng sự thật thì vẫn còn sống trong thâm cung. Bởi vì bà là một vị hoàng phi nên thường thường có rất nhiều cung nữ đến hỏi han thăm viếng, hoàng phi bị quấy nhiễu không ngừng nên tâm không được an tĩnh mà lo việc đạo, vì thế bà quyết tâm rời bỏ hoàng cung đi chỗ khác ẩn tu.

Sau sáu tháng tu hành tinh tấn kham khổ, hoàng phi Nguyệt Minh chứng được quả thánh A Na Hàm. Ngay chính lúc ấy sắc thân vô thường của bà bị hoại diệt, nhưng huệ mệnh của bà thì lại sinh lên cõi trời thuộc Sắc giới.

Khi hoàng phi Nguyệt Minh sinh lên cõi trời thuộc Sắc giới rồi, bà nhớ đến lời hẹn ước với vua Ưu Đạt ngày trước nên định trở lại gặp vua. Nhưng một vị hoàng phi chết đi thì có rất nhiều bà hoàng phi khác được tuyển vào cung, do đó vua Ưu Đạt lúc ấy đã chìm đắm trong ngũ dục, thật khó mà hóa độ được.

Vì thế bà nghĩ ra một cách: trong đêm sâu yên tịnh, bà hóa ra thân Dạ Xoa Vương dễ sợ đến nỗi ai nhìn thấy cũng kinh hãi, tay cầm một con dao dài 5 xích (khoảng 1,6 mét), đứng ngay trước giường rồng trong phòng ngủ của vua Ưu Đạt.

Khi vua trở mình thức giấc, mở mắt ra nhìn thấy một quỷ sứ cao to đứng ngay trước mặt thì thất kinh hồn vía. Dạ Xoa Vương mở miệng nói rằng:

- Ngay bây giờ, cho dù ông có thiên binh vạn mã đi nữa cũng chẳng tự bảo vệ được, bởi vì tính mệnh của ông đang nằm trong tay ta. Bây giờ cái chết đang ngay trước mắt, ông tính làm gì đây?

Vua Ưu Đạt sợ hãi trả lời:

- Tôi chưa từng làm điều gì xấu xa, tôi chỉ biết hướng theo con đường tốt, con đường lương thiện mà đi. Tôi muốn tu trì cho tới khi thân tâm tôi được thanh tịnh vô nhiễm, và hy vọng sinh về cõi thiện lành.

- Tu cho tâm thanh tịnh, đó là một điều có thể nương tựa được. Chúng ta rất tán thưởng những người như thế.

Khuôn mặt của Dạ Xoa vương giả ban đầu thì dữ dằn, nhưng sau khi nghe vua Ưu Đạt nói xong thì bỗng trở nên hiền từ. Vua thấy thế, sinh nghi mà hỏi rằng:

- Nhưng ngài là ai? Tại sao lại làm cho tôi sợ hãi như thế?

- Thú thật với đại vương, thiếp chính là hoàng phi của ngài, là phu nhân Nguyệt Minh. Từ khi rời bỏ đại vương mà đi, thiếp tu hành rất siêng năng, chết rồi sinh lên cõi trời thuộc Sắc giới, vì đã có lời hẹn với đại vương nên hôm nay mới đặc biệt đến đây thực hiện điều giao ước.

Bấy giờ vua Ưu Đạt không còn sợ hãi kinh hoàng nữa, nhưng không tin được hoàng phi của mình đã biến thành ma quỷ, ông muốn hoàng phi Nguyệt Minh phải hiện nguyên hình thì ông mới chịu tin. Dạ Xoa Vương rùng mình một cái, biến trở lại thành y hệt bà hoàng phi ngày trước. Vua Ưu Đạt thấy đúng là người hoàng phi mà mình hằng yêu mến, dục vọng nổi lên, muốn chạy tới ôm lấy bà, nhưng phu nhân Nguyệt Minh nhẹ nhàng phi thân bay lên hư không, thuyết cho vua Ưu Đạt nghe chân lý của khổ, không, vô thường, và còn khuyên vua nên xuất gia tu hành.

Vua Ưu Đạt vâng lời chỉ dạy của hoàng phi Nguyệt Minh, đem ngôi vua nhường lại cho thái tử rồi xin làm đệ tử của tôn giả Ca Chiên Diên mà xuất gia.

Vua Ưu Đạt vốn dĩ là người cao quý nhất của cả một nước, nay xuống tóc xuất gia, thật là một điều không phải dễ. Giống như hoàng phi Nguyệt Minh, lúc mới xuất gia ông cũng thường bị các vị quan thần đến quấy nhiễu, vì thế ông lẳng lặng bỏ lên núi sâu.

Vua Ưu Đạt muốn cầu Phật pháp nên đi tới ngoại ô của thành Vương Xá, nghe lúc ấy đức Phật đang giảng kinh ở núi Linh Thứu, ông bèn lên núi nghe đức Phật thuyết pháp, chẳng mấy chốc chứng đắc được quả *A-la-hán*.

Cho nên, kẻ mê đắm trong ái dục cũng chưa phải là tuyệt vọng, chỉ cần sớm biết quay đầu cải hối là được!

26. Hào quang đức Phật

Ở thành Xá Vệ có một vị trưởng lão tên là Tài Đức. Ông có một đứa con trai, mới lên năm tuổi đã thường được ông dạy cho niệm câu "Nam Mô Phật". Đứa bé rất khôn ngoan nên học xong là biết niệm "Nam Mô Phật" ngay, do đó được cha rất mực cưng chìu.

Có một con quỷ chúa ở ngoài đồng hoang, bị đói khát bức bách, thình lình đến nhà của trưởng giả, thấy một đứa bé bèn bắt cóc bỏ chạy, đem về chỗ đồng hoang của mình tính xé xác ra ăn thịt ngay, nhưng đứa bé niệm lên câu "Nam Mô Phật", nên quỷ vương đột nhiên bị tê liệt, không cách nào chạm tới đứa bé được. Nhưng từ cặp mắt hung ác sáng như điện của quỷ vương bốc lên lửa dữ, đứa bé sợ quá, miệng niệm "Nam Mô Phật" không ngừng.

Cứ như thế trong một thời gian dài, quỷ vương không cách nào ăn thịt thằng bé như ý mình muốn, nên càng lúc càng nóng nảy và giận dữ.

Đức Phật với thiên nhĩ thông, từ xa nghe tiếng đứa bé niệm danh hiệu của Ngài cầu cứu, bèn lập tức dùng thần thông đến chỗ đồng hoang, phóng ánh sáng hào quang màu trắng để bảo vệ đứa bé. Quỷ vương thấy đức Phật quang lâm nhưng không hề cảm thấy sợ hãi. Hào quang màu trắng của đức Phật càng làm tăng thêm ngọn lửa sân khuể trong lòng hắn, khiến hắn nổi xung thiên lồng lộn lên, nhấc một tảng đá lớn toan ném tới đức Phật.

Nhưng đức Phật đã nhập Hỏa Quang Tam muội, dùng lửa đốt sạch cánh đồng hoang, ngọn lửa mãnh liệt ngùn ngụt cháy chiếu thấu suốt cả quả đất, và trong ánh sáng ấy lại có hóa hiện vô số ức hóa Phật. Thế mà quỷ vương ác độc và khó độ vẫn không hề tàm quý, vẫn không chịu hàng phục.

Lúc ấy, có một vị thần Kim Cang thấy tình trạng như thế, vô cùng tức giận, một tay cầm chày kim cương, một tay múa một cây kiếm bén thật lớn, hướng tới quỷ vương phác cử chỉ chém xuống đầu hắn. Quỷ vương sợ quá, ôm lấy đứa bé, quỳ mọp xuống trước mặt đức Phật mà nói:

- Thế Tôn! Xin Ngài từ bi cứu mạng con với!

Đức Phật như người cha lành, dầu gặp người ác hơn thế nữa nhưng nếu đã biết chân thành sám hối, Ngài cũng sẵn sàng tha thứ. Thần Kim Cang bèn ra lệnh cho quỷ vương:

- Ngươi còn chờ gì mà chưa quy y Phật, Pháp, Tăng? Nếu chưa quy hàng, ta sẽ đập ngươi tan nát như bụi, hiểu chưa?

Quỷ Vương sợ sệt chắp tay thưa với đức Phật:

- Thế Tôn! Từ trước đến giờ con ăn thịt uống máu người, bây giờ Ngài dạy con từ nay về sau không được giết người nữa thì con lấy gì mà ăn đây?

- Quỷ vương, đừng lo chuyện ấy. Nếu ngươi giữ được giới không giết hại thì ta sẽ dặn đệ tử của ta bố thí thức ăn cho ngươi từ giờ cho đến lúc pháp của ta diệt tận. Dựa vào sức Phật, ngươi sẽ được no đủ.

Quỷ vương nghe thế rất vui mừng, lập tức thọ nhận Tam quy, Ngũ giới, rồi hướng về thần Kim Cang nói một cách biết ơn:

- Nhờ Đại Đức chỉ giáo cho con nên con mới được uống nước cam lồ, được Pháp vị vô thượng, bỏ đường mê lầm mà quay về nẻo chính.

Đứa bé được cứu thoát, trưởng giả Tài Đức mừng rỡ ôm con đến xin xuất gia theo Phật. Từ đó ông tu hành rất tinh tiến, tín tâm kiên cố thêm.

Từ trước đến nay, tốt hơn hết là tự mình phát tâm tin tưởng tu hành. Nhưng chúng sinh ngu si, đôi khi cần phải có áp lực từ bên ngoài mới chịu hối lỗi mà tín tu, đó gọi là "*nghịch tăng thượng duyên*".

27. Bào thai chắp tay

Có một lần, lúc đức Phật đang tuyên thuyết pháp Đại thừa tại thành Vương Xá, trong đạo tràng của Ngài có một người đàn bà hiền đức tài giỏi tên là Tỳ Lâu.

Bà Tỳ Lâu không những là một người vợ đảm đang, một người mẹ hiền trong gia đình, mà ngoài xã hội cũng được tiếng là một người đàn bà gương mẫu. Vì thế, một khi bà lên tiếng kêu gọi ai làm chuyện gì, thì lời kêu gọi của bà có hiệu lực rất lớn.

Trong pháp hội ngày hôm ấy, bà đã tập họp được hàng trăm, hàng ngàn người đàn bà khác đến nghe pháp.

Tuy họ toàn là những người sơ phát tâm, nhưng ai cũng bắt chước Tỳ Lâu chắp tay chăm chú nghe thuyết pháp.

Đức Phật đang giảng kinh bỗng ngừng lại, hướng về tôn giả A Na Luật đang ngồi giữa đại chúng mà hỏi:

- A Na Luật! Ông đã thấy được chuyện gì? Có thấy điều chi đặc biệt và lạ lùng không?

Ngài A Na Luật được đức Phật hỏi đến như thế, liền đứng dậy cung kính trả lời:

- Bạch Thế Tôn, mọi người yên tịnh lắng nghe pháp âm của Phật thì đương nhiên tự động chắp tay kính cẩn lắng nghe. Con nay lại thấy thai nhi mà tín nữ Tỳ Lâu đang mang trong lòng mà cũng chắp tay nghe pháp, con rất lấy làm lạ!

Lúc ấy, quả thật Tỳ Lâu đang mang thai, và đứa bé gái trong bào thai hấp thụ tính hiền hòa của mẹ, cộng với thiện duyên của chính mình nên tuy hãy còn ở trong bụng mẹ mà cũng biết chắp tay nghe kinh.

Tôn giả A Na Luật là một vị *A-la-hán* đã chứng đắc được thiên nhãn thông, nên bất cứ vật gì dầu trong dầu ngoài, ngài cũng đều có thể thấy hết.

Đức Phật lại nói:

- Lành thay! Lành thay! Trong số đông những vị *A-la-hán* ở đây, A Na Luật, ông là người có thiên nhãn thông, có thể thấy được những việc hiếm có mà người khác chưa từng thấy. Đó là điều khiến ông hơn tất cả mọi người.

A Na Luật, ông thấy không, trong mười phương thế giới, chim bay thú chạy, ngay cả trong loài côn trùng, chưa hề có một đứa bé còn trong bụng mẹ mà đã biết chắp tay nghe kinh như mẹ. Đó chính là vì âm thanh viên mãn của Phật có năng lực thấu suốt qua tất cả mọi cảnh giới, khiến cho chúng sinh nào nghe được cũng đều phải chắp tay cung kính.

Đức Phật nói xong, muốn cho mọi người hiểu biết một chút về những sự kiện hy hữu trên thế giới, nên từ thân Ngài phóng ánh sáng làm cho bốn phương tám hướng, từ trên xuống dưới, tất cả được chiếu sáng không có gì trở ngại. Trong ánh từ quang sáng chói của Phật, không còn sự phân biệt giữa trong và ngoài, đâu đâu cũng y như nhau. Như thể được chiếu rọi bởi một tấm kính lớn đằng trước, không có vật gì có thể che giấu được.

Lúc ấy, những người trong pháp hội nghe kinh, nương nhờ pháp lực của đức Phật có thể thấy được những gì mà từ trước đến nay họ chưa hề được thấy nên ai nấy đều vui mừng vô kể.

Lúc ấy bà Tỳ Lâu cũng biết rằng đứa con mình đang mang trong bụng sắp sửa ra đời, vì thế bà bèn đứng dậy, đảnh lễ đức Phật rồi lui xuống phía dưới, và chính lúc đó bà hạ sinh một đứa bé gái.

Khi đứa bé chào đời, trong không trung vang lên thiên nhạc tuyệt vời và những đóa hoa ngũ sắc lả tả rơi xuống. Rất nhiều người đàn bà vội vàng đem đến một bộ quần áo mới phủ lên thân thể hài nhi, tránh cho đứa bé bị lõa thể khi đối diện với đại chúng.

Vị đệ tử thượng thủ của đức Phật là Tôn giả *Xá-lợi-phất* thấy mọi chuyện xảy ra như thế, bèn đứng dậy hỏi rằng:

- Bạch Thế Tôn! Nữ hài nhi này từ quốc độ nào đến? Kiếp trước đã tạo phước báo nào mà được chào đời giữa pháp hội cao quý này?

Đức Phật từ mẫn giảng cho *Xá-lợi-phất* và đại chúng biết về lai lịch của đứa bé:

- Đứa bé sơ sinh này đến từ một nơi cách đây rất xa ở phía đông nam, nước ấy tên là Diêm Phù Đàn. Rất nhiều kiếp về trước, cô luôn luôn cúng dường Phật và trai tăng, và còn phát nguyện tương lai sẽ sinh ra đời nơi pháp hội của Phật đang thuyết pháp, vì thế nên kiếp này cô được như nguyện và chào đời tại nơi đây.

Pháp âm của Phật cùng tất cả những điềm lành lúc đứa bé sinh ra đời làm cho thính chúng ngày hôm đó vô cùng hoan hỉ, họ phát nguyện đời đời kiếp kiếp quy y thánh pháp, cứu độ chúng sinh.

28. Người xấu xí được độ

Tại Thành *Xá-vệ* có người con của ông trưởng giả nọ, sinh ra hình thù cực kỳ xấu xí: miệng thì rộng toang hoác, mũi thì lõm trũng xuống, mắt thì bên to bên nhỏ, người thì thấp, toàn thân thì đen như mực, giọng nói thì thô lỗ như tiếng heo kêu, càng lớn càng giống như quỷ, bị đặt tên là Xú nhân (người xấu xí).

Xú nhân bị cha mẹ ghét bỏ, và cuối cùng bị đuổi ra khỏi nhà.

Ban đầu Xú nhân đi ăn mày kiếm sống, nhưng khi người ta thấy hình dáng như quỷ của ông thì sợ hãi chạy trốn, không ai dám đến gần bố thí cho thức ăn. Vì thế, bất đắc dĩ ông phải chui núp trong núi sâu rừng rậm, hái trái rừng, uống nước suối để sống qua ngày.

Thật đáng thương cho Xú nhân, sống trong rừng sâu núi thẳm lẽ ra có thể được an ổn, nhưng ngay cả thú vật trên trời hay dưới đất thấy ông xấu xí quá cũng đâm ra sợ hãi mà tránh xa. Ông như một người rừng man dã, chỉ còn sống một cuộc sống tối tăm không chút ánh sáng.

Đức Phật với đầy đủ thiên nhãn thông, biết được tình cảnh ấy, bèn đưa chư *tỳ-kheo* vào tận trong rừng núi, chuẩn bị độ hóa Xú nhân. Nhưng khi ông thấy đức Phật giáng lâm thì vội vàng chạy trốn thật xa. Đức Phật bèn dùng thần thông làm cho ông không thể chạy nên ông không trốn đi đâu được, đứng sửng sốt giữa rừng cây, không hiểu chuyện gì đã xảy ra cho mình.

Lúc ấy, các vị *tỳ-kheo* đều ngồi kết già thiền định dưới các gốc cây, gió thổi vi vu, lá nhẹ rơi lác đác xung quanh các ngài, thật là một quang cảnh thoát tục.

Đức Phật lập tức hóa thân thành một người xấu xí, thân thể dơ bẩn, người không ra người quỷ không ra quỷ, xấu xí không thua gì Xú nhân, tay cầm bình bát đựng đầy thức ăn, từ từ hướng về phía ông. Đang bối rối, bỗng thấy một người xấu xí lại gần, ban đầu Xú nhân rất kinh ngạc nhưng sau đó trong lòng hoan hỉ, bất giác thốt lên:

- Người này mới đúng là bạn ta!

Nói xong, ông tiến lại gần người xấu xí kia mà nói:

- Chúng ta cả hai đều xấu xí khó coi, đều cô đơn như nhau, chi bằng kết làm bạn tốt với nhau, bạn có đồng ý không?

- Đồng ý, nhưng bạn và tôi phải hợp tác và coi nhau như anh em. Trước hết, tôi xin tặng bạn thức ăn trong bình bát này.

Xú nhân tìm được tri kỷ thì mừng rỡ vô hạn, không chút khách khí, cùng chia thức ăn trong bình bát với người bạn mới.

Dùng cơm vừa xong, hóa nhân của đức Phật bỗng biến thành một người đoan chính tuấn tú, khiến Xú nhân ngạc nhiên hỏi rằng:

- Bạn làm sao mà đột nhiên trở thành trang nghiêm đoan chính như thế?

Hóa nhân từ tốn đáp rằng:

- Điều đó chả có gì lạ lùng cả, khi tôi ăn các thức ăn ban nãy, tôi đã dùng tâm thiện lành, cung kính mà quán nhìn các vị *tỳ-kheo* đang ngồi thiền kia. Nhờ phúc báo của tâm cung kính ấy mà tôi trở nên đoan chính.

- Đó chính là phương pháp hay sao? Làm người xấu xí khổ quá, tôi khao khát được trở nên đoan chính như bạn.

- Thì bạn cứ làm thử như tôi xem!

Như bắt được hạnh phúc vi diệu, Xú nhân liền phát khởi tâm sám hối và tâm hoan hỉ, không chút nghi ngờ, dùng mắt thiện lành mà quán nhìn các vị *tỳ-kheo* đang tọa thiền dưới các gốc cây.

Đức Phật bèn hồi phục lại nguyên hình với 32 tướng tốt và 80 vẻ đẹp, ánh sáng của Ngài chiếu rọi khắp mọi nơi như trăm ngàn ánh mặt trời, khiến Xú nhân tự động quỳ xuống đảnh lễ bái lạy trước mặt Ngài mà thưa rằng:

- Có lẽ trong quá khứ con đã hủy báng cười chê các bậc *tỳ-kheo* tu hành nên mới gặt hái quả báo xấu xí ngày hôm nay. Con muốn xuất gia học đạo để sám hối lỗi lầm trước.

- Tốt lắm! Đức Phật hoan hỉ nói. Ta chấp thuận cho ông trở thành *tỳ-kheo*, làm đệ tử của ta.

Đức Phật nói xong, râu tóc của Xú nhân tự nhiên rụng hết, áo pháp tự nhiên khoác lên người, hiện thân *tỳ-kheo*, và còn được đức Phật thuyết pháp thích hợp cho nghe. Ông tu hành tinh tấn, chẳng bao lâu đắc quả thánh *A-la-hán*, không còn bị phiền não bởi hình thù xấu xí nữa.

29. Vua A Xà Thế sám hối

Sau khi giết cha là vua Tần Bà Sa La rồi, một hôm A Xà Thế nằm mộng thấy cha về mỉm cười mà nói với ông rằng:

- A Xà Thế! Ta là cha của con. Tuy con đã giết ta, nhưng ta không oán hận con. Là đệ tử của đức Phật nên ta nguyện dùng đức từ bi của Phật mà tha thứ cho con. Dầu sao con cũng đã là con của ta, nên ta chúc con một điều, chúc con sớm tỉnh ngộ sám hối mà bước đi trên con đường ánh sáng.

A Xà Thế rất buồn, nghĩ đến lòng thương của cha, nghĩ đến việc mình đã giết cha một cách vô lý, ông cảm thấy vô cùng ân hận việc đã làm.

Có một hôm, vua A Xà Thế cùng mẹ là phu nhân Vi Đề Hi ngồi cùng bàn ăn cơm. Không thấy con trai của mình là Ưu Đà Gia vào bàn ăn, ông hỏi người thị tùng:

- Ưu Đà Gia đâu, mau tìm nó về đây cùng ăn cơm...

Người hầu cận đáp:

- Ưu Đà Gia đang nghịch với chó.

Khi người hầu cận gọi Ưu Đà Gia về, chú còn ôm một con chó nhỏ trong tay. A Xà Thế hỏi con rằng:

- Tại sao con không ăn cơm?

Ưu Đà Gia nũng nịu trả lời:

- Không cho con ở chung với chó thì con không ăn cơm đâu!

A Xà Thế đành phải chìu ý con và tất cả cùng ăn cơm chung bàn với chó. Sau một lúc, vua A Xà Thế nói với Vi Đề Hi phu nhân rằng:

- Vì thương con mà vua phải ăn cơm chung với chó, thật là khó coi!

Quốc thái phu nhân Vi Đề Hi trả lời:

- Ăn cơm chung với chó thì có chi là đặc biệt! Thiếu chi người ăn thịt chó nữa kìa! Hiện nay vua thương con, chịu ngồi ăn chung với chó mà vua đã chua chát. Sự thật tiên vương ngày trước đối với vua còn làm nhiều chuyện khó làm hơn nữa, nhưng vua không biết đó thôi.

Lúc vua còn rất nhỏ, trên ngón tay có mọc nhọt, đau đớn vô cùng, làm cho vua đêm ngày không ngủ được. Tiên vương ôm vua đặt lên đầu gối, dùng miệng ngậm nhọt độc trên ngón tay cho vua bớt đau. Có khi, khí ấm trong miệng làm cho nhọt bể ra và chảy mủ, tiên vương sợ giấc ngủ của vua bị kinh động nên không dám nhả ra, phải nuốt cả chỗ máu mủ ấy. Tiên vương thương vua như vậy đó, vì thương con nên đã làm những điều mà người khác không làm được!

Vua A Xà Thế nghe phu nhân Vi Đề Hi kể, yên lặng đặt chén cơm xuống, đứng dậy bước qua phòng bên cạnh. Từ đó trở đi, ông không còn cảm thấy làm vua là vinh quang và sung sướng nữa, trong tim ông dường như có một tảng đá thật lớn đang đè nặng.

Nghiệp báo của vua A Xà Thế hiện tiền khiến cho khắp thân ông bị nổi đầy mụn nhọt, trong tâm lại không lúc nào là không bị hối hận giày vò. Ông bèn nói với quần thần rằng:

- Bây giờ cả thân lẫn tâm của ta bị lâm bệnh nặng, nhất định là do cái tội giết hại cha mà ra, ai có thể chữa lành cho ta?

Giữa các đại thần có nhóm đệ tử lục sư ngoại đạo Nguyệt Xưng, muốn an ủi vua nên dùng đủ thứ tà giáo để chứng minh rằng vì nước mà giết cha thì không có tội, nhưng vua A Xà Thế nghe họ nói không hề yên tâm mà còn nặng thêm lòng hối hận.

Lúc ấy có một vị danh y tên là Kỳ Bà bước lên khám bệnh cho vua, hỏi rằng:

- Đại Vương, hiện giờ đại vương cảm thấy trong người như thế nào?

Vua A Xà Thế lắc đầu bảo rằng:

- Kỳ Bà! Bệnh của ta rất trầm trọng, không những thân ta mang bệnh mà bệnh khổ trong tâm cũng rất nặng. Ta nghĩ rằng ngay cả lương y, thuốc thần, chú thuật cũng đều không chữa lành cho ta được! Ngày đêm nằm trên giường ta ưu sầu khổ não, rên siết kêu la, không tài nào nhắm mắt. Kỳ Bà!

Tuy ông là bậc danh y trong thiên hạ, nhưng lần này ngay cả ông cũng sẽ phải bó tay thôi!

Kỳ Bà nói một cách trang trọng:

- Đại vương! Xin ngài đừng thất vọng bi thương như vậy. Hiện nay, trên thế giới này, ngoài đức Phật ra, thần nghĩ rằng đúng là không có một người thứ hai có thể cứu bệnh cho đại vương.

Khi Kỳ Bà thốt lên những lời ấy, các tùy tùng của vua A Xà Thế đều biến sắc, họ rất sợ Kỳ Bà đã chọc giận vua. Nhưng lần này vua A Xà Thế không hề nổi giận, chỉ yên lặng nhắm mắt. Kỳ Bà quan sát biết được tâm của vua rồi, bèn nói tiếp:

- Đại Vương, thần là một thầy thuốc, tuy có thể chữa bệnh của thân thể nhưng tuyệt nhiên không chữa trị được bệnh của tâm. Đức Phật là vị y sĩ vô thượng, chỉ cần đại vương bằng lòng đến bái kiến Ngài, chắc chắn Ngài sẽ đón tiếp đại vương. Đức Phật giống như biển cả mênh mông, có thể dung nạp tất cả mọi dòng sông. Bệnh khổ của đại vương do tâm mà sinh, cần phải trị dứt bệnh căn của tâm, sau đó mới trị được bệnh của thân.

Vua A Xà Thế gật đầu nói rằng:

- Phải rồi Kỳ Bà, ông nói rất đúng. Ta cũng rất muốn bái kiến đức Phật, song ta sợ Ngài sẽ không tiếp ta vì ta là người tội lỗi. Đó là chưa kể những gì ta đã làm với Đề Bà Đạt Đa... Ta rất có lỗi với đức Phật...

Kỳ Bà biết được tâm của vua A Xà Thế ngay trong giờ phút ấy nên tiến thêm một bước nữa, nói rằng:

- Đại vương, thần nghe nói rằng ngay trong giây phút lâm chung, tiên vương đã tha tội cho đại vương rồi. Tiên vương là đệ tử của đức Phật, đệ tử của Phật mà còn tha thứ cho đại vương, không lẽ một đấng đức độ viên mãn, tâm đại bi trùm khắp như đức Phật mà lại không biết tha thứ sao?

Thần nghe đức Phật thuyết giảng rằng, nếu có người tạo tội ác mà biết khởi tâm tàm quý, khẩn thiết chí thành sám hối trước Tam Bảo thì có thể tiêu trừ tội lỗi ấy và nghiệp chướng cũng nhẹ đi. Tuy có một thời đại vương không hiểu luật nhân quả mà tạo nghiệp ác, nhưng nếu nhìn theo pháp môn tàm quý và sám hối của đức Phật thì đại vương vẫn có thể được cứu. Thần thấy đại vương nay đã có tâm tàm quý và sám hối thì đại vương đã bắt đầu bước đi trên một con đường mới rồi đó!

Thần lại đã từng nghe đức Phật giảng rằng, người có trí huệ thì không dám tạo tội, nếu không cẩn thận mà tạo tội thì sau đó biết sám hối. Người ngu si là người tạo tội mà không hối cải, hay là tạo tội xong lại còn che giấu. Nếu đại vương đến được trước mặt đức Phật mà cáo bạch sám hối, nói rõ là sẽ không tái phạm nữa, thì ánh sáng từ bi của Ngài sẽ phù hộ che chở cho đại vương.

Đại vương, người trí không che giấu tội của mình. Đức Phật thường nói, làm người phải tin sâu nhân quả, tin chắc chắn rằng không ai thoát được nghiệp báo, dẫu chỉ trong đường tơ kẽ tóc.

Trên thế giới này chỉ có hạng nhất-xiển-đề là không thể cứu được, vì họ hoàn toàn không có niềm tin nơi Tam bảo, bác bỏ nhân quả. Đại vương không phải là nhất-xiển-đề thì chắc chắn sẽ được đức Phật cứu độ.

Lòng từ ái của đức Phật vô lượng vô biên, tất cả chúng sinh đều được Ngài thương xót đến. Đức Phật không phân biệt kẻ oán người thân, kẻ thương người ghét, người giàu kẻ nghèo, kẻ sang người hèn. Ngài cứu độ tất cả mọi người một cách bình đẳng. Đức Phật cho phép ông Bạt Đề tôn quý xuất gia, thì cũng cho phép ông Ưu Ba Ly hạ tiện xuất gia. Đức Phật tiếp nhận sự cúng dường của phú ông trưởng giả *Tu-*

đạt-đa, cũng không từ chối sự bố thí của kẻ bần cùng.

Đức Phật đã cảm hóa ngài Đại Ca Diếp vốn trốn tránh dục nhiễm gia nhập vào tăng đoàn, nhưng Ngài cũng đã dùng phương tiện khuyến hóa được một người đầy tham dục như Ngài Nan Đà và cho xuống tóc. Quỷ mẹ cùng Ương Quật Ma La, ai nghe tên cũng hãi hùng nhưng đức Phật đã tìm đến họ để độ hóa. Đối với ai đức Phật cũng xem như La Hầu La, đứa con duy nhất của mình, xin đại vương đừng nên nghi ngại gì cả.

Thật ra nói lên những lời này thần rất e ngại, nhưng thần không thể không nói. Bây giờ đức Phật đang đưa các vị đệ tử của Ngài đến vườn lê của hạ thần và sẽ thuyết pháp nơi đó, xin đại vương hãy mau đến tham bái Ngài, xóa tan màn mây đen tối trong tâm, để cho bầu trời được quang đãng xán lạn. Đây là một cơ hội ngàn vàng, thần khẩn khoản xin đại vương đừng bỏ lỡ!

Vua A Xà Thế nghe xong, trong mắt phát ra những tia hy vọng lẫn hối hận, ông đáp:

- Nghe khanh nói trẫm rất vui mừng, vậy khanh hãy về chọn ngày lành tháng tốt, trẫm nhất quyết đến tham bái đức Phật để van cầu sám hối.

Kỳ Bà lắc đầu không đồng ý:

- Đại vương, trong giáo pháp của đức Phật, không có những sự mê tín như ngày lành tháng tốt. Đức Phật thường dặn dò các vị đệ tử của Ngài rằng không nên bói toán, bốc quẻ xem việc lành dữ. Tu học chính pháp và hành động theo Chính pháp thì ngày nào cũng lành và tháng nào cũng tốt cả. Tốt nhất là đại vương nên khởi hành ngay!

Vua A Xà Thế rất vui lòng, cho chuẩn bị thật nhiều phẩm vật cúng dường, và đưa một đại đội tùy tùng rầm rộ hướng đến vườn lê của Kỳ Bà.

Nhưng trên đường đi, A Xà Thế bỗng cảm thấy lo sợ và bất an. Ông ra lệnh cho voi lớn và cả đoàn xe ngựa phải ngừng lại, nói với Kỳ Bà rằng:

- Kỳ Bà, ta nghĩ rằng đức Phật đã lìa mọi nhiễm ô, Ngài có nhân cách thanh tịnh như trăng tròn. Tăng đoàn của Ngài toàn là những vị thánh nhân đã đoạn diệt phiền não. Ta và Đề Bà Đạt Đa đã phản nghịch đức Phật, thì làm sao Ngài lại bằng lòng tiếp kiến một kẻ cực ác vô đạo như ta? Làm sao Ngài lại chịu đưa bàn tay cứu độ cho một kẻ tội lỗi như ta? Ta nghĩ hay là thôi vậy, chúng ta nên quay về!

Kỳ Bà nghiêm sắc mặt mà nói rằng:

- Tình thương của cha mẹ đối với con cái vốn bình đẳng, nhưng phần lớn cha mẹ thường đặc biệt lo lắng cho những đứa con có bệnh. Từ bi của đức Phật cũng bình đẳng đối với tất cả chúng sinh, nhưng đối với người có tội, Ngài đặc biệt quan tâm hơn. Đối với siển đề đức Phật còn thuyết chính pháp, đại vương không phải là nhất-xiển-đề thì có lý do gì mà đức Phật không từ bi cứu độ?

Vua A Xà Thế còn đang do dự, thì trong không trung bỗng nhiên có âm thanh vang lên:

- A Xà Thế, ta là Tần Bà Sa La, phụ vương của con. Con hãy tin tưởng nghe theo lời của danh y Kỳ Bà, mau đến chỗ đức Phật mà khẩn cầu sám hối. Ta cho con biết một điều là: đèn pháp sắp tắt, thuyền pháp sắp chìm, cây pháp sắp gãy, hoa pháp sắp tàn rồi. Mặt trời Phật huệ sắp lặn về tây, đức Phật sắp nhập *Niết-bàn*! Lúc ấy thì căn bệnh trầm trọng của con, ai sẽ cứu chữa? Tội nặng *ngũ nghịch*[1] mà con đã phạm khiến cho không bao lâu nữa con sẽ đọa địa ngục. Ta thương

---

[1] Ngũ nghịch: chỉ năm tội ác nặng nhất là: giết cha, giết mẹ, giết vị A-la-hán, phá sự hòa hợp của tăng chúng và làm thân Phật chảy máu (hoặc làm ô uế hình tượng chư Phật, Bồ Tát). Trong năm tội này thì A-xà-thế đã phạm đến 2 tội, vì phu nhân Vi-đề-hy cũng bị ông hại chết.

con nên mới khuyên con hãy mau đến chỗ đức Phật mà cầu cứu. Trừ đức Phật đại giác, đời đời kiếp kiếp sẽ không còn ai có thể cứu độ con!

A Xà Thế nghe được âm thanh từ ái của cha, đau khổ quá, ngã lăn xuống đất bất tỉnh. Khi tỉnh dậy thì danh y Kỳ Bà dẫn ông xuống xe đến chỗ đức Phật đang tĩnh tọa trong giảng đường.

Đức Phật ngồi ngay ngắn trên tòa sư tử, bốn bề có đệ tử vây quanh, ánh lửa sáng rực, hương khói cuồn cuộn tỏa lên, mọi người đang an tĩnh tọa thiền.

Vua A Xà Thế rửa chân bước vào giảng đường, khi Kỳ Bà đưa ông đến trước tòa của đức Phật, ông chấp hai tay trước ngực mà thưa rằng:

- Bạch Thế Tôn, thỉnh Ngài quán sát tâm con!

Đức Phật mở đôi mắt trong sáng ra, quay đầu lại từ mẫn đáp rằng:

- Đại vương! Ông tới đúng lúc. Ta đợi ông đã lâu.

A Xà Thế kinh ngạc trước sự ưu ái của đức Phật, vội vàng quỳ xuống, cúi đầu thật thấp nói một cách hổ thẹn:

- Thế Tôn từ bi! Con không xứng đáng, con là người cực ác vô đạo, nếu được Thế Tôn quát mắng con đã thấy vô cùng hạnh phúc, nay lại còn được Thế Tôn dùng lời từ ái như thế, con rất cảm kích!

Tâm đại bi của Thế Tôn không bỏ sót một chúng sinh nào, hôm nay con mới được thấy tận mắt. Thế Tôn là bậc cha lành của tất cả chúng sinh, con rất hối hận đã sát hại người cha vô tội. Bây giờ thân tâm con bất an, nguyện Thế Tôn từ bi cứu vớt!

Đức Phật nhẹ nhàng nói:

- Trên thế gian có hai loại người có thể có hạnh phúc chân chính: một là người tu thiện pháp không tạo tội, hai là người tạo tội mà biết thành tâm sám hối. Nay cơ duyên hối cải của đại vương đã thành thục. Trên đời này có ai là không phạm tội? Biết lỗi thì sửa đổi, đó là cách hành xử của người tốt. Pháp môn của ta quảng đại vô biên, đại vương cứ luôn luôn sám hối là được.

Đại vương, tội lỗi vốn không có bản thể, thực tánh vốn là không, là huyễn hóa, nếu tâm ý không còn vướng mắc thì tội lỗi cũng tự nó diệt mất. Hiểu rõ rằng tâm và tội bản thể đều là không, đều không có thật, thì đó là sám hối một cách chân chính.

Từ nay đại vương hãy lấy chính pháp trị dân, đừng làm điều phi pháp nữa. Nên lấy đức cải hóa dân, đừng nên bạo tàn. Nếu đại vương nhân từ thì danh thơm tiếng tốt sẽ lan truyền bốn phương, đại vương sẽ được chúng sinh tôn kính, không muốn phục tùng cũng không được. Chuyện quá khứ đã qua rồi, chẳng còn gì để bàn cãi đến nữa. Từ nay trở đi, việc quan trọng là làm sao sửa đổi. Đại vương mà làm việc thiện thì sẽ được an ổn, sung sướng. Tiến thêm một bước nữa thì hãy học pháp môn Tánh Không của Phật đạo, chứng quả Không để tự mình giải thoát và cứu độ muôn người.

A Xà Thế nghe đức Phật giáo huấn rồi, cảm thấy tràn đầy hy vọng và tin tưởng trong cuộc sống mới. Ông vô cùng hoan hỉ, tất cả mây đen mê vọng đã được quét sạch, quỳ trước bảo toà ông cảm động rơi nước mắt. “Lãng tử hồi đầu kim bất hoán” (kẻ chơi bời phóng túng mà biết quay về thì còn quý hơn vàng), cuối cùng A Xà Thế quy y với đức Phật và đã được cứu độ.[1]

[1] Câu chuyện này được kể chi tiết hơn trong kinh Đại Bát Niết-bàn, cùng với những lời dạy của Đức Phật đối với vua A-xà-thế và đại chúng trong dịp này. Quý vị có thể tìm đọc bản Việt dịch trọn bộ kinh này (gồm 7 tập) của Đoàn Trung Còn và Nguyễn Minh Tiến, NXB Tôn giáo.

30. Ác khẩu lưỡng thiệt

Ngày xưa có một ông trưởng giả rất giàu có, tiền muôn bạc triệu, tài sản dùng suốt đời không hết, lại có người vợ vừa xinh đẹp vừa hiền đức, nên đã hạnh phúc lại càng hạnh phúc hơn.

Nhưng niềm vui của ông ngắn ngủi, hạnh phúc thật vô thường, người ta chẳng thường nói "hoa không nở ba tháng, người không sướng ba năm" đó sao? Chẳng bao lâu sau, vị phú ông này từ từ rơi vào hố thẳm của khổ đau. Không ai còn thấy ông với vẻ mặt hân hoan của những ngày hạnh phúc xưa nữa. Tại sao vậy? Vì đứa con trai của ông mà ra cả.

Ông lập gia đình một thời gian lâu mới sinh được một đứa con trai, ngày đứa bé ra đời ông vui mừng khôn kể xiết. Nhưng bất hạnh thay, đứa con ông chỉ mới khóc oe oe chào đời đã vương bệnh nặng. Theo lời thầy thuốc chẩn bệnh thì đó là những mụn nhọt độc hại mọc trên da đứa bé khiến nó khóc cả ngày, thế nhưng danh y nào mời đến cũng đều lắc đầu chịu thua. Vì thế mà nét mặt ông càng ngày càng ủ dột buồn rầu.

Tội nghiệp đứa bé, rất nhiều thầy thuốc đã bó tay rồi, mà nó vẫn cứ đêm ngày khóc la vì đau đớn, cuộc sống thật là khổ sở.

Tiếng khóc gào rên rỉ của nó làm náo động tới bà con làng xóm, nên người ta đặt tên cho nó là thằng "Khóc Gào".

Ngày qua như nước trôi, cuốn đi những năm tháng thơ ấu của Khóc Gào, chẳng bao lâu cậu đã lớn khôn, nhưng bệnh tật trên người thì vẫn chẳng hề giảm bớt chút nào. Đêm ngày cậu vẫn phải chịu đựng đau đớn, ai nghe tiếng rên khóc cũng phải buồn cho cậu.

Gần nhà cậu có một ông hàng xóm già, nghe tiếng rên la đau đớn của Khóc Gào, trong lòng thấy bất nhẫn, bèn tìm đến nhà cậu thăm hỏi và nói với cậu rằng:

- Tôi nghe rất nhiều người về khen ngợi tán thán rằng tại Tinh xá Kỳ Viên có một vị Đại Y Vương, bệnh trên thân hoặc bệnh trong tâm của chúng ta Ngài đều có thể chữa trị được hết. Ngài có phương tiện thần thông nhiệm mầu, bệnh của cậu có trầm trọng đến đâu cũng sẽ tức khắc lành, cậu nên mau mau tìm đến Ngài cầu xin chữa bệnh.

Khóc Gào nghe người hàng xóm nói thế, vui mừng vô kể, vội mang tấm thân bệnh hoạn tìm đến Tinh xá Kỳ Viên xin được gặp đức Phật.

Khi Khóc Gào nhìn thấy 32 tướng tốt, 80 vẻ đẹp trên thân uy nghi sáng chói của Phật, cậu hân hoan tán thán ngay. Những đau đớn khổ não của cậu giảm thiểu đi rất nhiều, lập tức gieo cả năm vóc xuống đất lễ bái đức Phật.

Đức Phật từ bi chưa từng bỏ rơi bất cứ chúng sinh bệnh khổ nào, nên khi thấy Khóc Gào tới, Ngài rất hoan hỉ, bèn tuyên thuyết cho cậu những pháp môn thù thắng có năng lực diệt trừ tất cả mọi khổ não.

Khóc Gào nghe đức Phật thuyết pháp xong bèn sám hối tội lỗi. Lúc ấy nhọt độc đã hành hạ cậu trên mười năm qua lập tức tan biến, bệnh khổ của cậu hoàn toàn được tiêu trừ, nên tâm cậu sinh khởi niềm cung kính hoan hỉ chân thành, cậu bèn cầu xin đức Phật cho phép cậu được xuất gia làm *tỳ-kheo.* Cậu tu hành tinh tiến, chẳng bao lâu chứng đắc quả *A-la-hán.*

Các vị *tỳ-kheo* khác thấy tình cảnh của Khóc Gào như thế, thấy đó là điều rất hy hữu, bèn thỉnh Thế Tôn nói về nhân duyên khiến cho cậu phải chịu quả báo lúc trước. Đức Phật giảng cho các đệ tử nghe rằng:

- Vô lượng kiếp về trước, ở thành Ba La Nại có hai vị phú ông nọ. Bình thường hai người đã không ưa nhau và đố kỵ nhau, nên một trong hai người đem rất nhiều vàng bạc châu báu lên dâng tặng nhà vua. Khi nhà vua nhận những vật cống hiến của ông này rồi thì rất quý trọng ông. Vì thế khi ông này gièm siểm ông kia trước mặt nhà vua rằng "người ấy vô cùng hiểm ác, thường dùng mưu độc ám hại tôi, xin đại vương hãy nghiêm trị người ác để bảo vệ dân lành", thì nhà vua vốn đã nhận vật cống hiến nên không còn sáng suốt nhận định, nhất nhất tin lời ông này và ra lệnh bắt giam, không đếm xỉa tới những lời biện hộ của người kia, còn đem ra tra tấn tàn khốc.

Người này phải chịu tất cả những hình phạt đau đớn nhất, thương tích đầy thân như vẩy cá, phải nhờ gia đình xuất tiền chuộc tội mới được thả về nhà.

Về tới nhà ông suy nghĩ không ngừng, thấy rằng con người vì có thân cho nên mới có khổ, mới bị lắm tai nhiều họa, mình và người kia không hề có oán thù chi mà họ lại có thể hại mình đến mức thân tàn ma dại như thế này. Không lâu sau, ông bỏ gia đình vào núi tu hành và thành Bích Chi Phật.

Vị Bích Chi Phật phát tâm đại từ bi, sợ rằng người kia kiếp sau sẽ chịu quả báo đau khổ nên tới nhà người ấy thị hiện đủ loại thần thông, khiến người kia thấy những biến hóa bất khả tư nghì như thế, sinh tâm kính ngưỡng, lập tức thỉnh Bích Chi Phật lên tòa ngồi và chuẩn bị đủ loại thực phẩm đặc biệt để cúng dường và sám hối tội cũ của mình đối với Ngài.

Đức Phật nói đến đây, ngừng một lúc rồi nói tiếp:

- Các ông phải biết, người sàm tấu với vua chính là *tỳ-kheo* Khóc Gào đã chịu khổ trong kiếp này. Sau, nhờ ân huệ của Bích Chi Phật, sám hối tội lỗi cũ, và nhờ công đức thành kính quy y Tam Bảo nên ngày nay được Như Lai cứu độ, mau đắc quả thánh.

Đừng nghĩ rằng những lời sàm tấu nói ra mà không ai biết. Nghiệp tội không trốn được, dẫu trong đường tơ kẽ tóc. Nhưng đã phạm tội như thế rồi mà biết sám hối thì có thể được cứu độ.

31. Những cư sĩ đầu tiên

Có một buổi sáng kia, ánh sáng bình minh đầu tiên vừa mới trải dài trên mặt đất, đức Phật đã một mình đi tản bộ trên bờ sông. Bỗng nhiên từ xa, có một thanh niên chạy đến với dáng vẻ điên cuồng, miệng không ngớt la thất thanh:

- Khổ quá! Tôi khổ quá!

Người thanh niên chạy đến gần chỗ đức Phật đang đứng, đức Phật dùng ánh mắt từ bi nhìn anh ta, anh ta cũng ngỡ ngợ nhìn lại đức Phật. Tướng hảo trang nghiêm của đức Phật lập tức thâu nhiếp được tâm điên cuồng của anh ta, nên anh ta quỳ xuống trước mặt Ngài:

- Ngài có phải là vị mà người ta thường gọi là đức Phật đại từ đại bi không? Xin Ngài từ bi cứu con với! Con tên là Già Xá ở thành Ca Thi, con đang sống trong một tình trạng khổ sở và bất an. Hằng ngày, từ khi mặt trời vừa mới mọc con đã bị những chuyện thanh sắc tài lợi quấy nhiễu không ngừng. Hoàng hôn vừa phủ xuống và ánh đèn vừa thắp lên, thì các cô gái đẹp tập họp lại múa hát trong những buổi yến tiệc huy hoàng. Ban đầu con cũng đã từng một thời đắm say mê mẩn, nhưng ngày qua ngày, con thật tình không tìm được chút lạc thú nào trong đó nữa. Hôm qua khi tiệc vừa tan, con kéo lết cái thân mệt mỏi kiệt quệ này về nhà ngủ. Trong cơn hôn trầm mông lung ấy, con bị một cơn ác mộng khủng khiếp đánh thức và không ngủ lại được nữa. Con bèn ngồi dậy bước xuống giường và ra khỏi phòng ngủ, thì thấy cô đào hát tình nhân của con đang bỡn cợt với một anh kép hát. Lúc ấy con không dằn được, lửa giận hừng hực bừng cháy trong lồng ngực, thần kinh con đâm ra hỗn loạn, do đó con phát điên lên, nửa đêm bỏ nhà đi. Suốt quãng đường con như một người mù, chạy một cách điên cuồng, dường như có một sức mạnh nào đó thúc đẩy con. Trong ánh bình minh con chạy đến ven bờ sông Phược La Ca này và thấy hình như Ngài chính là người được xưng tán là bậc Đại Giác, là Phật. Xin Ngài cứu vớt con, tâm con đang hết sức phiền não.

Đức Phật từ bi đưa tay vỗ về Già Xá:

- Thiện nam tử! Ta chính là Phật mà ngươi nói đó. Ngươi không còn gì để phiền não bất an nữa, gặp ta rồi thì sẽ được an ổn tự tại. Bây giờ ngươi hãy tĩnh tâm lại suy nghĩ. Thế gian có buổi tiệc nào kéo dài mãi mà không tàn chăng? Người ta có thể nào thân mật ở chung với nhau hoài? Ngươi không nên buồn sầu, thế giới này căn bổn chỉ là hư ngụy. Trên thế giới này tất cả đều là vô thường, ngay thân thể của ta mà ta còn không thể nương tựa vào được, thì làm sao mà ta muốn có một người khác thuộc về ta? Cơ hội được độ của ngươi đã đến, ngươi nên xả bỏ hết mọi thứ đi!

Già Xá nghe được pháp âm của đức Phật, lửa oán giận trong lòng như được nước cam lồ tưới nhuần. Gã nhìn lên tướng hảo hiền từ của đức Phật, cảm động rơi nước mắt, vội quỳ xuống đất thống thiết cầu xin đức Phật cho phép mình xuất gia.

Đức Phật lại dùng ánh mắt từ bi lân mẫn chiếu tới Già Xá mà nói rằng:

- Già Xá, bây giờ ngươi nên lập tức trở về nhà, cha mẹ ngươi hiện đang sốt ruột lo lắng cho ngươi đó. Không phải cứ hễ bỏ gia đình thì gọi là xuất gia, vì tuy trên thân khoác áo xuất gia nhưng tâm vẫn nhiễm dục tình thế gian. Một người có thể ở trong chốn rừng sâu núi thẳm nhưng vẫn thường nhớ nghĩ đến những chuyện danh lợi, người ấy không thể gọi là xuất gia được. Còn một người khác thân đeo chuỗi ngọc quý đẹp, sống trong thế tục, nhưng tâm thì quang minh thanh tịnh, hàng phục được kẻ thù phiền não, đối với người khác không phân biệt kẻ oán người thân, và còn biết lấy chân lý mà giáo hóa họ thì đó gọi là người xuất gia chân chính. Vậy ngươi muốn làm hạng người xuất gia nào?

- Thế Tôn, Ngài khai thị ý nghĩa của việc xuất gia khiến con đã hiểu rõ ràng và có thể tiếp nhận được. Con thỉnh cầu Thế Tôn từ bi cho con xuất gia theo lối đoạn lìa phiền não, làm một kẻ đi gieo rắc chân lý, làm đệ tử của Ngài, của đức Phật cao cả.

Đức Phật bèn chấp thuận lời thỉnh cầu của Già Xá. Và từ đó chúng đệ tử của Phật ngày một thêm đông đảo.

Phụ thân của Già Xá là trưởng lão Câu Lê Ca, sáng sớm hôm sau thức dậy nghe gia nhân thưa lại nửa đêm Già Xá vô cớ bỏ nhà ra đi, không biết đâu mà tìm. Ông nghe xong kinh hoàng, lập tức ra lệnh cho gia nhân chia nhau đi bốn phương tám hướng mà tìm kiếm, chính ông cũng tự mình lên đường đi dò hỏi khắp nơi, nhờ thế mà ông lần mò ra tới bờ sông Phược La Ca. Trưởng lão Câu Lê Ca băng qua sông và đi đến chỗ đức Phật. Đức Phật bảo Già Xá lánh mặt, rồi tự thân ra tiếp trưởng lão Câu Lê Ca. Trưởng lão nói:

- Ông có phải là một vị sa-môn không? Tôi chưa từng thấy một vị sa-môn nào tướng hảo uy nghi như ông. Ông có thấy thằng con trai của tôi tên là Già Xá không?

- Xin mời ông ngồi xuống. Chắc chắn là chúng ta sẽ tìm ra được con trai của ông.

- Thật thế sao? Tôi thấy ông là một người cao quý, chắc chắn là không nói dối!

Trưởng lão Câu Lê Ca bèn ngồi xuống đối diện với đức Phật. Đức Phật bèn nói rõ cho ông nghe những chân lý như: con người cần những lợi lạc của công đức bố thí, trì giới như thế nào, rồi lại nói đến những phiền não đau khổ mà loài người thường phải chịu, và phú quý như bọt bèo trên mặt nước, không thể dựa nhờ được. Trưởng lão Câu Lê Ca nghe đức Phật khai thị như thế, vô cùng cảm động. Đến khi biết được Ngài chính là thái tử Tất Đạt Đa của nước Ca Tỳ La đã xuất gia thành đạo, vừa cảm kích vừa phấn chấn tinh thần, ông bất giác quỳ xuống trước đức Phật mà đảnh lễ. Lúc ấy đức Phật mới gọi Già Xá ra gặp mặt cha.

Thật ra trưởng lão vốn nghi rằng Già Xá đã tự sát rồi, nay thấy con mình vẫn còn sống mạnh khoẻ như thường lại còn quy y với đức Phật nữa, ông mừng rỡ không bút nào tả xiết, và rất tán thành việc Già Xá xuất gia. Chính ông cũng xin quy y, làm một vị đệ tử tại gia của Ngài. Đó là vị đệ tử *ưu-bà-tắc* đầu tiên của đức Phật.

Câu Lê Ca lại khẩn khoản xin cầu đức Phật đến nhà mình hôm sau để được cúng dường. Hôm sau, đức Phật đưa sáu người đệ tử đến thọ cúng xong, mẹ của Già Xá cũng xin quy y dưới tòa Như Lai, làm người tín nữ tại gia, sống một đời sống gia đình thấm nhuần Phật pháp. Đó là vị đệ tử *ưu-bà-di* thứ nhất của đức Phật.

32. Hy sinh cứu người

Đức Phật dạy rằng: Những hành vi như giết hại, trộm cắp, dâm dục, nói dối là bốn cái hố xoáy đen ngòm giữa biển, làm cho bạn phải trầm luân trong biển khổ; còn từ, bi, hỷ, xả giống như bốn bức thành thánh thiện, bên trong có rất nhiều bảo vật, bạn có thể lấy hoài không hết, dùng hoài cũng không hề suy giảm.

Có một hôm, đức Phật *Thích-ca Mâu-ni* đang giáo hóa chúng sinh ở tinh xá Trúc Lâm thành Xá Vệ, Tôn giả A Nan từ trong pháp hội đứng dậy chắp tay hỏi đức Phật:

- Bạch Thế Tôn, lúc ban đầu Phật tại vườn Lộc Uyển sơ chuyển pháp luân, thuyết diệu pháp Tứ Thánh Đế cho năm vị *tỳ-kheo* khiến họ đắc quả *A-la-hán*. Trong đời trước năm vị *tỳ-kheo* ấy đã có nhân duyên thù thắng nào với Phật mà được nghe Phật pháp lúc trống pháp mới được gióng lên lần đầu tiên, và đắc được pháp vị cam lồ? Cúi xin Thế Tôn rũ lòng lân mẫn giải thích cho chúng con được tường tận.

Đức Phật bảo A Nan và đại chúng rằng:

- Năm vị *tỳ-kheo* ấy đã từng ăn thịt của ta trong một kiếp trước để tự bảo vệ mạng sống của mình, do lẽ ấy nên kiếp này họ là những người đầu tiên thọ nhận pháp vị và được giải thoát.

Nghe những lời ấy ai cũng lấy làm kỳ lạ. Vì thế ngài A Nan lại đứng dậy hỏi rằng:

- Bạch Thế Tôn! Tại sao họ lại ăn thịt Phật trong một kiếp trước?

Lúc ấy bốn phía đều im phăng phắc, tuy có hơn cả vạn người ngồi trong giảng đường nhưng không có lấy một tiếng động, đến cả tiếng thở mạnh cũng không có, đại chúng yên tịnh chờ đợi đức Phật thuyết về nhân duyên của năm vị *tỳ-kheo.*

Trên bảo tòa, đức Phật bắt đầu thuyết:

- Trước kia có một thế giới, vua tên là Thí Đặc Cần, đức độ, tài giỏi, và từ bi cao cả, nhân dân vài trăm ngàn người sống một cuộc sống an lành thái bình dưới sự cai trị hiền từ và thương mến bảo bọc của ông.

Nhưng "hoa đẹp không nở hoài, cảnh đẹp không tồn tại mãi", đất nước an lạc và sung sướng ấy rồi cũng có lúc gặp khốn khó. Năm ấy không chỗ nào có mưa, nạn hạn hán bắt đầu hoành hành. Dân chúng khát nước đến khô cháy cả người, lúa mạ gì cũng chết cháy hết. Theo lời các nhà thiên văn dự đoán thì nạn hạn hán này có thể kéo dài tới 12 năm nữa.

Vua nghe thế vô cùng ưu sầu, thiên tai kéo dài 12 năm thì mạng sống con dân trong nước có cầm cự được không? Một nước không có dân thì làm sao thành lập? Vì thế ông bèn triệu tập các đại thần để cùng bàn luận tìm cách giải cứu. Cuối cùng họ lấy quyết định gom lại tất cả những tài vật mà nhân dân trong toàn quốc đã tích trữ được, nhập toàn bộ vào kho tàng của quốc gia và sau đó làm thống kê nhân khẩu, rồi mỗi ngày trích ra số lượng tối thiểu nhất đem ra phân phát cho mỗi người dân trong nước đủ cho họ sống qua ngày hôm đó.

Vua lại ra lệnh từ ngày hôm ấy trở đi quyết nghị kia sẽ được thi hành, vì thế nhân dân tuy sống trong cảnh khốn khổ nhưng chưa có ai phải chết đói.

Tháng này qua tháng khác, một năm rồi một năm nữa trôi qua, lương thực kiệt quệ dần, ruộng vườn khô cằn không trồng trọt được. Vua lại lo lắng buồn rầu, nặn óc suy nghĩ mãi, rồi quyết định hy sinh mạng sống của mình để giữ gìn mạng sống của tất cả những người khác. Ông bèn tuyên bố rằng:

- Ta muốn đi sang nước ngoài nghỉ ngơi và du lịch trong một thời gian không giới hạn. Ai muốn đi theo ta thì đi, còn ai muốn ở lại thì cứ ở.

Nghe vua sắp đi du lịch ở nước ngoài, khoảng 20 ngàn người cũng muốn đi theo. Ngày khởi hành họ đi đến một ngọn núi nhỏ, ai nấy đều mệt mỏi không đi tiếp được nữa. Vua Thí

Đặc Cần dẫn họ đến một khu rừng rậm rạp và ra hiệu cho mọi người tùy ý nghỉ ngơi. Quá mệt mỏi và thiếu thốn nên 20 ngàn người ấy chẳng mấy chốc đã chìm sâu trong giấc ngủ. Còn lại vua một mình ngồi tại một địa điểm rất cao nhìn xuống mọi người đang say ngủ, ông hướng về bốn phía lễ lạy xong âm thầm phát nguyện rằng:

- Hiện nay quốc dân đang gặp cảnh đói khổ, nếu tình trạng này kéo dài thì e họ sẽ chết hết. Vì muốn cứu mạng sống cho mọi người, tôi nguyện hy sinh chính mạng sống của tôi, nguyện kiếp sau sinh ra làm con cá lớn, lấy thịt trên thân tôi mà cứu tất cả mọi người khỏi cơn đói kém. Nguyện rằng họ có thể lấy thịt của tôi mà ăn, ăn mãi không bao giờ hết.

Cầu nguyện như thế xong, vua Thí Đặc Cần bèn trèo lên một ngọn cây rất cao gieo mình xuống, tắt thở chết ngay tại chỗ.

Vua chết rồi thì đúng theo lời nguyện của ông, liền hóa sinh thành một con cá trong biển lớn. Con cá này thân dài tới 500 do-tuần (mỗi do tuần là 40 dặm, 500 do-tuần tức là 20.000 dặm).

Lúc ấy trong thành có 5 người thợ gỗ và thợ đồ gốm, một hôm đến bờ biển làm việc. Con cá trong biển trông thấy, bèn dùng tiếng người mà nói:

- Nếu các ông có đói thì hãy cắt thịt tôi mà ăn cho đỡ đói, nhưng xin các ông ăn no rồi thì hãy cố hết sức cắt thêm thịt đem về thành mà phân phát cho người khác ăn. Hôm nay các ông là những người đầu tiên ăn thịt của tôi, tương lai tôi tu hành chứng quả rồi, chắc chắn sẽ độ cho các ông thoát khỏi đau khổ.

Con cá lớn nói tới đây, ngừng lại một chút rồi nói tiếp:

- Lúc các ông trở về, hãy nói với tất cả mọi người trong nước, bảo rằng ai cần đều có thể tới đây lấy thịt của tôi về ăn.

Năm người thợ nghe cá nói thế, vui mừng lấy dao bén cắt thịt trên thân cá mà ăn, ăn no rồi lại đem rất nhiều thịt về. Vào đến thành, gặp ai họ cũng kể lại chuyện trên khiến cho tin đồn kia truyền lan đi cả nước. Rất nhiều, rất nhiều người ra bờ biển lấy thịt cá về ăn, nhưng thật là bất khả tư nghì, số người ăn thịt cá tuy rất đông mà thịt trên thân cá cứ vĩnh viễn còn hoài, không làm sao cắt hết được.

12 năm đói kém trôi qua như thế, không có một người nào phải chết đói.

A Nan, ông đã hiểu vì sao ta nói câu chuyện kiếp trước này phải không? Vua Thí Đặc Cần lúc ấy chính là tiền kiếp của ta. Nhớ lại lúc ban đầu phát nguyện thành Phật, ta thường hy sinh thân mạng để làm lợi ích cho chúng sinh. Và 5 người thợ làm gỗ và đồ gốm kia chính là 5 vị *tỳ-kheo* trong kiếp này, hôm nay ngồi xung quanh ta có 8 vạn người, tất cả đều đã từng ăn thịt của ta.

Đức Phật nói đến đây, các vị đệ tử của Ngài ai cũng cảm động rơi nước mắt và đồng nguyện rằng sẽ luôn luôn tu học giáo pháp của Phật, nỗ lực tu hành để sớm chứng quả.

33. Hai vợ chồng phát tâm

Lúc đức Phật còn tại thế, chư tăng phải ôm bát đến nhà của tín chúng mà khất thực món ăn thức uống mỗi ngày, vì theo quy tắc của tăng đoàn Ấn Độ lúc bấy giờ, chư tăng không được nhóm lửa nấu ăn.

Có một hôm, đức Phật đưa chúng đệ tử ôm bát vào thành, đến trước cửa nhà vợ chồng người *Bà-la-môn* nọ, Ngài đứng yên bất động.

Đúng lúc ấy, trong nhà, người vợ đang nấu bếp, bỗng

nhiên thấy bốn phía ánh sáng rực ngời, mà ánh sáng này không giống với ánh sáng mặt trời hay mặt trăng, vì chiếu tới thân thì tự nhiên có cảm giác êm ả, khoẻ khoắn.

Người đàn bà quay đầu lại nhìn mới biết là đức Phật và chư đệ tử đang đứng trước cửa nhà mình. Bà thấy tướng hảo trang nghiêm của đức Phật cùng dáng điệu uy nghi của chư *tỳ-kheo*, tức thời sinh lòng hoan hỉ tôn kính, muốn đem nồi cơm mới nấu dâng lên các Ngài nhưng chợt nhớ lại người chồng ngu muội không tin Phật, nếu ông này thấy bà cúng dường Như Lai thì chắc chắn sẽ không vui.

Bà cảm thấy buồn rầu, ân hận nghiệp chướng mình đã tạo khiến kiếp này sinh làm thân đàn bà, lúc nào cũng bị người khác khống chế, sai khiến, không được tự do, không tự sinh sống được.

Khi buồn than như thế thì lòng tin và dũng khí của con người thường tăng trưởng lên. Vì thế lòng tin của người đàn bà *Bà-la-môn* nọ đối với đức Phật càng thêm kiên cố. Bà nghĩ ra một cách, bèn lấy chén đựng cơm ra chắt lấy nước, và đem một thìa nước chắt cơm ấy lên cúng dường Phật. Đức Phật hoan hỉ đón lấy và nói kệ rằng:

Đem trăm voi trắng
Đeo chuỗi anh lạc
Cùng ngọc châu sáng
Để mà bố thí
Công đức không bằng
Cúng dường Như Lai
Một thìa nước chắt.

Lúc ấy người chồng *Bà-la-môn* từ trong nhà bước ra, thấy nghe mọi sự, lấy làm quái lạ bèn hỏi đức Phật rằng:

- Một thìa nước cơm chắt ấy thì trị giá được bao nhiêu, có cái gì quý báu đâu? Ông nói như thế tức là khi dối người ta, làm sao bảo người ta tin ông được?

Đức Phật hòa nhã đáp:

- Ta từ lâu xa đến nay tu sáu pháp ba-la-mật chưa lúc nào ngừng, nên điều gì ta làm hay nói ra đều là chân thật, không hư dối. Ông nên tin vì ta là Phật, đã chứng thánh quả.

Đức Phật ngừng một lúc rồi nói tiếp:

- Tại đường La Duyệt trong thành Xá Vệ, ông đã từng thấy cây Ni Câu Đà cao hơn mười trượng chưa?

- Tôi biết, đó là một ngọn cây rất lớn, mùa hè là nơi duy nhất người ta có thể tới trốn nắng.

Đức Phật lại hỏi:

- Ông đã biết ngọn cây ấy lớn tới đâu, bây giờ ta hỏi ông, lúc ban đầu hạt mầm gieo xuống to cỡ chừng nào?

- To chừng bằng hạt cải thôi.

Người *Bà-la-môn* trả lời không cần suy nghĩ.

- Hạt mầm chỉ to chừng bằng hạt cải, mà có thể mọc thành một ngọn cây đa che nửa bầu trời, ông có thể nói đó là một điều kỳ dị hay không? Không có gì kỳ dị trong ấy cả, đó là định luật tự nhiên, là luật tuần hoàn nhân quả. Hôm nay, hai vợ chồng ông đem thìa nước chắt cơm ra bố thí thì kết quả thu hoạch được ở tương lai không phải là không tính lường được hay sao? Huống chi ta là ruộng phước lớn của công đức vô thượng, có đủ pháp bảo thù thắng. Các người cung kính cúng dường Phật, thì phước báu trong tương lai không có hạn lượng.

Đức Phật thuyết lời thành thật ấy khiến hai vợ chồng *Bà-la-môn* hết sức sùng kính khâm phục, từ đó hai người rất nhiệt thành trong việc thiết trai cúng dường. Khi chấm dứt mạng sống, họ được sinh lên cõi trời, hưởng phúc lạc lâu dài của cõi ấy.

Không nhất thiết phải giàu có mới bố thí được, vì trong

Phật giáo, không phải chỉ có đem tiền tài ra cho mới gọi là bố thí. Nếu bạn thấy một người thực hành bố thí mà trong tâm không sinh lòng ganh ghét, sân hận, trái lại sinh tâm tùy hỉ, ngợi khen, thì công đức của bạn cùng với công đức của người bố thí kia ngang nhau. Điều thiện ấy thật quá dễ làm, sao chúng ta lại không chịu làm?

Đức Phật nói với mọi người rằng:

- Hai vợ chồng *Bà-la-môn* bố thí một thìa nước cơm chắt ấy không những hiện tại sinh cõi trời hưởng phúc, mà vĩnh viễn sẽ không đọa ác đạo nữa. Rồi sau 30 kiếp, họ sẽ giáng sinh xuống nhân thế và sẽ thành Phật giữa loài người.

34. Thân là gốc khổ

Một hôm, tại chỗ đức Phật đang giáo hóa, có bốn vị *tỳ-kheo* sơ phát tâm mới xuất gia tu hành, nhân lúc nhàn hạ ngồi nói chuyện dưới một gốc cây lớn, cùng nhau bàn cãi nghiên cứu xem cái gì là đau khổ, hoạn nạn lớn nhất của con người.

Một trong bốn vị phát biểu ý kiến:

- Theo tôi, cái khổ to lớn nhất, ghê gớm nhất của con người không gì bằng sự đam mê sắc dục. Thí dụ nếu không đoạn trừ được tâm dâm dục thì không cách nào vào đạo!

Một người khác nói lên cảm tưởng của mình:

- Cái khổ lớn nhất là cái khổ thiếu ăn! Một khi gặp cơn đói khát, con người không làm được gì cả!

Lại có người nói:

- Theo tôi, lòng sân hận mới là cái hoạn nạn đáng sợ nhất của con người! “Nhất niệm sân tâm khởi, bát vạn chướng môn khai” (một niệm tâm sân nổi lên là tám vạn cánh cửa chướng ngại mở ra) kia mà! Sân hận cũng là nguyên nhân khiến người ta phải chịu vô lượng tội phạt!

Người cuối cùng nói:

- Theo tôi sợ hãi mới là cái khổ lớn nhất của con người! Sống trong sợ hãi giây phút nào là giây phút đó không có chút an ổn!

Bốn người hăng say bàn cãi, thì cũng vừa đúng lúc ấy đức Phật đi ngang. Vì họ chưa tìm ra một kết luận thỏa đáng nào cho cuộc thảo luận của họ, đức Phật mới hỏi họ đang thảo luận về vấn đề gì. Bốn người lần lượt trình bày ý kiến của mình xong, Ngài mới ôn tồn dạy rằng:

- Là người tu hành mà có thể cùng nhau tụ họp để kiểm thảo cái nhìn của mình đối với vấn đề tu học, thật là một điều rất đáng mừng. Nhưng nghe lý luận các ông vừa mới thứ tự trình bày đó, tuy ai nói cũng có lý nhưng cái lý ấy chưa được rốt ráo. Nay ta nói cho các ông nghe rằng, cái khổ não hoạn nạn lớn nhất của con người là có cái thân ngũ uẩn giả hợp này. Thân là căn bổn cho tất cả mọi ưu khổ tạo thành. Vì vậy chúng ta hay gọi thân là "*khổ khí*". Đói khát, lạnh nóng, phiền não, sợ hãi, những tai họa do sắc dục gây ra, tất cả là do thân thể cảm thọ. Lao tâm cực trí, lo sợ trăm mối, và chúng sinh tàn hại lẫn nhau, cho đến sự trầm luân trong sáu nẻo, không ngừng lăn lộn trong sinh tử, cũng đều do có thân mà ra cả. Muốn thoát ra khỏi cái khổ của thế gian này, thì phải tìm cầu sự tịch diệt tức là sự thoát khổ chân chính. Nhiếp phục được tâm tham dục, dập tắt được ngọn lửa sân hận, đối với ngoại cảnh hư huyễn thì dùng thái độ không mong cầu, thì cứ thế lần lần, cảnh tịch diệt sẽ tự nhiên hiện ra trước mắt.

Bốn vị *tỳ-kheo* nghe đức Phật khai thị dạy bảo xong, phát tâm tàm quý, tinh tiến dũng mãnh gia công tu hành, và chứng được thánh quả rất mau chóng.

35. Vua thánh tôi hiền

Cách thành Xá Vệ không xa có một khu vườn hoa, tên là vườn Kỳ thọ Cấp Cô Độc. Trong vườn cây cối sum sê, cỏ hoa ngào ngạt hương, có phòng ốc, giảng đường đồ sộ. Đây chính là đạo tràng mà trưởng giả Cấp Cô Độc đã hợp sức với thái tử *Kỳ-đà* dâng lên đức Phật, và Thế Tôn thường thuyết pháp tại nơi này.

Cũng tại nơi này, không biết bao nhiêu chúng sinh cõi trời, cõi người đã được cứu độ.

Có một hôm, một luồng ánh sáng cát tường huy hoàng bỗng chiếu thẳng tới thiên cung. Thái tử Bích La tại thiên cung biết ngay đây là điềm báo đức Phật sắp thuyết pháp nên không dám chần chờ, lập tức cưỡi luồng từ quang ấy và trong chớp mắt đã đến vườn Kỳ thọ Cấp Cô Độc, lễ bái đức Phật và yên lặng đứng sang một bên chờ đợi.

Pháp hội đã bắt đầu, thái tử Bích La đứng dậy, cung kính chắp tay thưa với đức Phật rằng:

- Thế Tôn! Từ quang bi nguyện của Như Lai đã làm lợi lạc cho chúng sinh cùng khắp, công đức vĩ đại ấy con tán thán không bao giờ cùng tận! Hôm nay con có một câu hỏi, thỉnh cầu Thế Tôn giải đáp cho con.

Đức Phật nói:

- Tốt lắm, ông có điều chi cứ hỏi, ta sẵn sàng trả lời cho ông.

Thái tử Bích La mừng rỡ bạch rằng:

- Bạch Thế Tôn! Làm người trong khắp cả thiên hạ, ai cũng ôm ấp đầy những mong muốn: muốn mình được khoẻ mạnh không ưu sầu, không bệnh hoạn, muốn con cháu đầy nhà, quyền cao chức trọng, lại muốn ăn ngon mặc đẹp... rồi ngồi đó mà chờ những thứ ấy rơi vào tay mình!

Kỳ thật, làm gì có chuyện không làm gì mà được tất cả? Một người không chịu làm việc, vĩnh viễn không thu hoạch được gì hết! Cái mà họ gặt hái được trái lại là khổ nhiều vui ít. Thế Tôn! Trong cõi thế giới tam thiên đại thiên rộng lớn vô biên này, có bao nhiêu người đạt được những vui thú hay sự bình an mà họ mong cầu? Phật là bậc Đại giác, thỉnh Ngài cho con biết tại sao cuộc đời lại như thế?

Đức Phật khen ngợi mà trả lời rằng:

- Điều ông muốn nói là muốn cầu phúc báo thì có phương pháp để được phúc báo, song nếu cầu không đúng cách thì dĩ nhiên không đạt được gì hết. Ông nên biết, bất kỳ ở cõi trời hay cõi con người, điều tốt hay xấu mà tự mình đã làm nên thì cũng sẽ do tự mình gánh vác lấy. Chờ khi nghiệp báo tới lúc trổ quả thì trốn không thoát mà ai thay thế cho cũng không được. Một người tạo nghiệp lành thì sẽ được phúc báo, còn giả như một người làm ác bằng đủ mọi cách, thì sẽ gặt hái toàn là tai họa. Đó là nhân quả, không có ai do may mắn mà được quả phúc, cũng không có ai gặp nguy nàn một cách vô cớ. Họa và phúc đều do nhân quả như cái bóng theo ta bén gót, như âm thanh vừa phát ra thì tai ta liền có phản ứng.

- Thưa vâng, Thế Tôn! Con nghĩ tới một câu chuyện xưa, cũng đúng như vậy, trong đời quá khứ, con nhớ lúc còn làm một vị vua trong loài người, vì rõ biết nhờ đã có thực hành bố thí nên mới được hưởng phước báo, quốc gia của con mới thịnh vượng, nhân dân mới an lạc như thế. Một hôm, con lại nghĩ, đời người vốn ngắn ngủi, nên lợi dụng lúc còn thì giờ mà thực hành bố thí và làm chút gì lợi ích cho chúng sinh, hầu gieo trồng hạt giống phúc đức cho tương lai của chính mình.

Vì thế nên vào buổi lâm triều sớm, khi quần thần đã tụ tập đầy đủ, con nói với họ rằng:

- Trẫm muốn bố thí sâu rộng trong quần chúng nên cần

có một cái trống lớn, mỗi khi gióng trống lên thì tiếng của nó phải vang xa tới một trăm dặm để cho người ở xa có thể nghe thấy mà mau đến nhận bố thí. Ai tạo cho trẫm được một cái trống như thế, trẫm sẽ trọng thưởng.

Quần thần ai nấy đều im lặng suy nghĩ, vì điều con đòi hỏi không giản dị chút nào. Thật lâu sau, bỗng nhiên có một vị quan đứng dậy tâu:

- Để đáp hồng ân của bệ hạ từ bi cứu tế muôn dân, thần xin nguyện cố gắng hết sức mình để đảm nhiệm việc này.

Đó là một vị đại thần tên là Khuông Thượng. Mọi người ai cũng kính phục lòng trung tín cũng như tài năng của ông, nên họ đồng thanh tiến cử ông lên cho con. Con cũng vui mừng tán thưởng:

- Thế thì hay quá!

Nhưng Khuông Thượng tiến lên tâu rằng:

- Tuy nhiên, có lẽ phải cần rất nhiều tiền mới làm nên chuyện.

Con ra lệnh cho mở ngân khố quốc gia, và nói:

- Điều đó không thành vấn đề, khanh cần bao nhiêu cứ tự tiện lấy mà chi dùng.

Khuông Thượng bèn lấy trong kho nào tài sản, lương thực, tất cả những gì cần thiết cho đời sống, rồi cho người lấy xe chở hết ra ngoài cung thành, chia ra từng món phẩm vật khác nhau, xong lại phái người đi khắp nơi truyền rao và dán cáo thị cho dân chúng biết: “Nhờ hồng ân của hoàng thượng, những ai nghèo khó, ăn không đủ no, mặc không đủ ấm, đều có thể đến đây nhận sự trợ giúp.”

Ngoài ra, ông phái sứ giả đức độ tài giỏi đem phẩm vật cần thiết hằng năm cho các vị *sa-môn* và *bà-la-môn*, tùy tháng, tùy chỗ, tùy thời mà phân phát.

Từ xa tới gần, một đồn mười, mười đồn trăm, dân chúng trong cả nước ai ai cũng nghe tin ấy, và ai ai cũng không quản lặn lội đường xa nhắm hướng kinh thành mà đi. Cho đến dân chúng trong những nước lân cận cũng nhập theo đoàn người đi nhận vật trợ tế. Những nước nhỏ nghèo đói thì cảm động trước sự từ bi đức độ của con, nên đua nhau đến xin quy phục.

Mỗi ngày, trước mặt cung thành, khung cảnh náo nhiệt như buổi họp chợ, trẻ già lớn bé dìu dập liên tục tới nhận lãnh của bố thí, tay ôm tay xách rất nhiều thứ, họ không ngừng hướng về vương cung lạy tạ, và cũng không ngừng tán thán sự nhân đức của nước con:

- Hỡi quốc vương nhân từ! Ngài thương yêu bảo bọc chúng thần như cha mẹ, chúng thần nguyện sẽ mãi mãi ủng hộ ngài, để mãi mãi được che chở dưới sự cai trị nhân đức của ngài.

Qua một năm, con gặp lại Khuông Thượng, hỏi xem ông ta làm cái trống tới đâu rồi, ông đáp:

- Tuân lệnh bệ hạ, thần đã làm xong từ lâu rồi!

Con sửng sốt hỏi lại:

- Thế sao ta không nghe tiếng trống bao giờ cả?

- Kính thỉnh bệ hạ lên xa giá ra ngoài thành khảo sát, chắc chắn ngài sẽ nghe trống pháp của Phật vang xa. Không phải chỉ một trăm dặm mà thôi, tới ngàn dặm cũng còn nghe được.

Khuông Thượng cúi đầu tâu lên.

Con bèn lên xa giá cùng thị vệ ra khỏi cung điện khảo sát. Thị trấn nào cũng sầm uất tấp nập, nhân dân sống trong sung túc, người nào cũng có vẻ rỡ ràng hạnh phúc, và ai ai cũng cảm tạ ân đức của con. Tự mắt mình chứng kiến điều đó làm cho con rất ngạc nhiên, hỏi Khuông Thượng rằng:

- Nước chúng ta đông dân đến thế ư? Mà tại sao họ lại vui mừng đón tiếp ta một cách nồng hậu như thế?

Khuông Thượng đáp:

- Năm ngoái thần tuân chỉ dụ của hoàng thượng đúc được cái trống to, với mục đích loan truyền rộng rãi trong quần chúng ý muốn từ bi hành đại bố thí của hoàng thượng. Nhưng thần tự nghĩ, làm sao một khúc gỗ khô cùng một tấm da thú có thể nói lên được đức độ của hoàng thượng? Hoàng thượng đã trao cho thần toàn quyền, thì thần tự làm theo ý mình, tức là đem của cải tài sản từ ngân khố quốc gia, tuyển người hiền đức tài năng đúng thời, đúng chỗ mà đem phân phát trong tăng đoàn, thay mặt hoàng thượng cúng dường chư tăng không hề gián đoạn để duy trì Chính pháp. Muốn cho quốc gia cường thịnh, nhân dân an lạc, thần nghĩ duy chỉ có một cách là làm cho Phật pháp vĩnh viễn lưu truyền trong nhân gian, lấy Phật pháp làm sáng đẹp nhân tâm thì thế gian tự nhiên biến thành tịnh độ. Một mặt lại đem tài vật ra bố thí cho người nghèo khó bần cùng trong nước, từ xa tới gần, cho đến cả những nước nhỏ lân cận nghe tin ấy cũng mau đến xin bố thí, họ cảm động trước nhân đức của hoàng thượng nên đồng đến xin quy phục. Có kẻ từ trăm dặm, từ ngàn dặm, mà cũng có kẻ đã từ vạn dặm đường xa mà đến. Nay hoàng thượng có thể tự chứng kiến sự mừng vui của dân chúng, đã tự tai nghe họ tán tụng ngài, đó là vì thần đã áp dụng nguyên tắc của "trống pháp" mà đúc trống cho hoàng thượng.

Đức Phật nghe thiên cung thái tử Bích La kể xong, hoan hỷ nói:

- Ông và ta giống nhau, lúc trước trên đường hành đạo, ta gặp ma nạn không ít mà gặp người hộ trì cũng nhiều. Ta có ân với người, người cũng có ân với ta, muốn được mọi sự như ý thì phải thi ân thật nhiều cho người khác!

Thái tử Bích La nghe thế cảm động khôn cùng, thì ra sinh nơi cõi trời rồi mà vẫn còn phải thực hành bố thí sâu rộng.

36. Hai đứa bé sinh đôi

Trong một ngôi làng ở ngoài thành Xá Vệ, có khoảng chừng sáu, bảy chục ngôi nhà tụ lại, trong số ấy có nhà một cặp vợ chồng rất nghèo khổ, người chồng phải đi làm thuê cho người khác kiếm ăn.

Sau đó người vợ sinh đôi, được hai đứa bé trai, tướng mạo đoan chính không ai bì kịp. Hai vợ chồng thương yêu hai đứa bé vô cùng, đặt tên cho một đứa là Song Đức, đứa kia là Song Phước.

Một hôm, người chồng đi chăn trâu chưa về còn người vợ thì lên núi nhặt củi khô, để hai đứa bé nằm trên giường. Hai đứa bé ở nhà một mình, cùng nhau than vắn thở dài, một đứa nói:

- Phải chi lúc đầu thời còn tu hành mình đừng phát những ý tưởng ngu si, mà cho rằng đời sống có thể kéo dài, thì có phải bây giờ khỏi bị đọa vào con đường sinh tử luân hồi không! Huynh coi, sinh trong cái gia đình nghèo hèn như thế này, ngủ thì ngủ trong rơm rạ, ăn thì ăn rau cải thô thiển, chỉ có thể miễn cưỡng giữ thân mạng, không biết sau này làm sao mà sống qua ngày đây?

Đứa kia nói:

- Hồi trước lầm lỡ có một chút, không chịu tinh tấn tu hành, hôm nay mới gặp khổ nạn, đó là tự mình bê trễ thì tự mình chịu lấy. Bây giờ chỉ còn biết ngậm bồ hòn làm ngọt, chứ còn gì để nói năng nữa?

Hai đứa bé đang cùng nhau tâm sự nói ra những phiền não trong lòng thì cha mẹ chúng về tới và nghe thấy hết. Hai đứa bé mới sinh chưa đầy tháng mà đã biết nói chuyện làm cho họ sửng sốt, nghi rằng đây là quỷ quái sinh vào nhà họ, nên bàn với nhau là nên đem hai đứa bé ấy giết đi. Người cha lập tức ra ngoài đi nhặt củi, người mẹ bèn hỏi:

- Ông tính làm gì vậy?"

Chồng bà trả lời:

- Tôi muốn đem chúng đi thiêu để dứt tuyệt hậu hoạn!

Người vợ nghe thế trong lòng sầu muộn, tìm đủ cách ngăn chặn chồng lại. Ngày hôm sau, hai vợ chồng cùng đi ra ngoài, Song Đức và Song Phước lại thở than vói nhau như hôm trước. Thấy thế hai vợ chồng bèn quyết tâm trừ khử chúng đi, nên cùng mang củi về nhà chất thành một đống, sửa soạn ném con vào lửa để không bị phiền não về sau.

Đức Phật có thiên nhãn nên biết được việc này, bèn hiện thân trong làng, hào quang chiếu cả ngàn dặm, núi, sông, cây, rừng, tất cả đều phủ lên ánh sáng hoàng kim.

Đức Phật đến trước nhà hai đứa bé sinh đôi. Hai đứa bé thấy hào quang của Ngài bèn quơ tay múa chân tỏ vẻ hết sức mừng rỡ.

Cha mẹ chúng thấy thế rất đỗi kinh ngạc, mỗi người ôm một đứa bé đến trước đức Phật thỉnh ý:

- Bạch Thế Tôn! Hai đứa bé này sinh ra chưa đầy tháng mà đã biết mở miệng nói chuyện, thật là không sao hiểu nổi! Thế Tôn! Chúng con phải làm sao với chúng nó đây? Xin Ngài từ bi chỉ dạy cho chúng con!

Đức Phật thấy hai đứa bé tỏ lộ sự hân hoan khôn cùng khi thấy được kim dung của Ngài thì mỉm cười, miệng phóng ra ánh sáng 5 màu mà nói:

- Hai đứa bé này không phải là yêu quái đầu thai, mà là hai đứa bé rất có phước đức.

Và đức Phật kể cho họ nghe nhân duyên quá khứ như sau:

- Lúc đức Phật Ca Diếp còn tại thế, thì hai đứa bé này đã là sa-môn. Hai đứa bé lúc nhỏ đã chơi thân với nhau, tâm đầu ý hợp nên cùng nhau xuất gia học đạo.

Hai người tu hành rất chuyên cần tinh tiến, thì ngay cái sát na sắp chứng đạo, đột nhiên tà kiến khởi dậy, vì thế mà bị đọa lạc không thể giải thoát được. Họ trầm luân trong bể khổ sanh tử thật lâu, đời nào kiếp nào cũng sinh ra làm anh em sinh đôi. Sinh ra lần này, do bởi đã từng cúng dường Như Lai và nghiệp tội cũng vừa hết, nên phải được độ hóa. Hôm nay ta đặc biệt đến đây để độ hai người này.

Hai vợ chồng nghe về lai lịch hai đứa bé xong, mừng rỡ vô hạn, tự nguyện sẽ hết lòng nuôi dạy chúng cho đến lớn khôn.

Đức Phật đến cứu hai đứa bé này là vì chúng đã từng có quan hệ phúc đức với Ngài.

Vì thế, dầu tu không chứng quả được trong một đời, nhưng phúc đức của người tu hành không hề mất, tai ương sẽ tự nhiên biến thành cát tường.

37. Hằng Già Đạt

Thuở xưa tại Trung Ấn Độ có một quốc gia tên là Ba La Nại, thừa tướng của nước này giàu có nhất thiên hạ, gia sản lên tới tiền muôn bạc triệu, nhưng hai vợ chồng đã lớn tuổi mà chưa có đứa con nào.

Tông đường không người nối dõi, tài sản kếch sù không ai thừa kế, hai vợ chồng rất lấy làm lo lắng, đi cầu tự khắp nơi.

Cuối cùng, trời không phụ lòng người, đến 50 tuổi thì họ sinh hạ được một đứa con trai bụ bẫm trắng trẻo, đặt tên là Hằng Già Đạt.

Đứa bé sinh ra mặt mũi thanh tú như một thiên thần, ai thấy cũng phải thương, lại là con muộn nên được cha mẹ cưng chìu hết mực, xem như hòn ngọc trong tay. Tuy Hằng Già Đạt có cuộc sống như một ông hoàng con, nhưng không hề vì thế mà trở nên hư hỏng, trái lại lúc nhỏ học giỏi và luôn luôn cầu tiến, hướng thượng.

Lớn lên, một hôm Hằng Già Đạt đột nhiên xin cha mẹ cho phép mình xuất gia, nhưng vì sự nối dõi tông đường, làm sao vợ chồng thừa tướng chấp thuận cho cậu quý tử làm một điều như thế?

Thấy cha mẹ không chấp thuận, Hằng Già Đạt rất buồn bã, chàng thấy không được xuất gia thì đời này thật không có ý nghĩa, vì thế chàng muốn xả bỏ mạng sống này, tái sinh sang một kiếp khác để có thể sống cuộc đời xuất gia.

Ban đầu chàng leo lên một đỉnh núi gieo mình xuống vực đá sâu kết liễu cuộc đời, nhưng quái lạ quá, khi chàng rơi xuống thì lại hoàn toàn bình an, không chút thương tích. Lần thứ hai, chàng lại đến bờ biển lớn nhảy xuống đáy, nhưng khi chàng rơi xuống nước rồi thì cũng thật lạ lùng, nước cuốn chàng đi và đẩy lên bờ. Lần thứ ba, chàng uống thật nhiều thuốc độc rồi nằm dài xuống thảm cỏ chờ chết, nhưng sau một đêm thức dậy chàng vẫn mạnh khoẻ như thường.

Cuối cùng, chàng nghĩ ra một giải pháp mới. Chàng thường nghe nói người nào phạm pháp thì sẽ bị chém đầu, nên chàng muốn kết liễu đời mình bằng cách đó.

Lúc ấy, hoàng hôn vừa buông xuống, vua A Xà Thế đưa rất nhiều cung nữ đến một khu vườn có một hồ nước để cùng nhau tắm. Trước khi xuống nước, các cô cởi bỏ y phục để trong một rừng cây. Vừa khéo Hằng Già Đạt cũng đi ngang qua đó, thấy rất nhiều xiêm y, biết là của các cô cung nữ, bèn cố ý lấy trộm và ôm chồng xiêm y ấy trong tay từ từ bước ra khỏi rừng. Dĩ nhiên chàng bị người canh vườn trông thấy, lập tức bắt giữ chàng lại và đưa ra cho vua xử tội. Vua A Xà Thế nghe chuyện nổi giận lôi đình, rút cung tên ra muốn bắn chết tội nhân, nhưng lạ lùng thay, tên vừa bắn ra thì quay đầu lại, vua bắn ba lần thì mũi tên cũng quay đầu lại ba lần. Vua thấy thế rất lấy làm kinh dị, bèn hỏi Hằng Già Đạt rằng:

- Ngươi từ đâu đến? Là người cõi trời hay là giống rồng?

- Tâu bệ hạ, thần không phải là người của thiên giới cũng không phải từ long cung đến. Thần là con trai của quan thừa tướng, muốn xin xuất gia nhưng cha mẹ không chấp thuận, nên thần đi khắp nơi tìm cái chết mà chưa được toại ý. Nay cúi xin bệ hạ bắn chết thần đi!

Vua nghe xong, bao nhiêu sân hận tiêu tán, còn hoan hỉ nói:

- Tốt lắm! Ngươi đã muốn xuất gia thì ta đưa ngươi đến diện kiến đức Phật. Đức Phật như người cha lành, thế nào cũng sẽ thu nhận cho ngươi xuất gia.

Thế là Hằng Già Đạt được xuất gia học đạo với đức Phật, vì do vua giới thiệu nên cha mẹ chàng không cản được nữa. Không lâu sau, dưới sự chỉ dạy của đức Phật, chàng đạt được quả *A-la-hán*.

Thấy Hằng Già Đạt đắc quả một cách nhanh chóng như thế, rất nhiều người lấy làm kỳ lạ. Đức Phật biết được những gì mọi người nghĩ nên một hôm, Ngài thuyết về nhân duyên kiếp trước của Hằng Già Đạt cho mọi người nghe:

- Rất lâu xa về trước, ở miền bắc Ấn Độ có một vị vua tên là Phạm Ma Đạt. Một hôm, vua đưa rất nhiều cung nữ ra vườn chơi đùa ca hát. Tiếng hát du dương của bọn cung nữ vang ra phía ngoài vườn, có một người nghe được thích quá bèn cao giọng hát theo. Tiếng hát đột ngột ấy vang đến tai vua, vua không bằng lòng ra lệnh bắt người ấy và đưa ra pháp trường xử trảm.

Đúng lúc ấy, có một vị đại thần cũng vừa đến nơi, nghe rõ nguyên nhân, biết rằng tội nhân vì không biết mà làm nên tội, thương tình người này ngu si nên tìm đến nhà vua cầu xin tha tội cho hắn.

Vị đại thần đã cứu mạng cho một người không quen không biết ấy, vì có chút lòng nhân từ nên sau khi xả mạng được sinh lên thiên giới, hưởng thụ tất cả những vui sướng của cõi trời xong lại sinh xuống làm người, có nhân duyên với Phật, được xuất gia với Phật và thành đạo rất mau chóng.

Hỡi chư vị đệ tử! Vị đại thần cứu người đó chính là Hằng Già Đạt hôm nay. Vì thế, cứu một mạng người thì đời đời kiếp kiếp sẽ được người cứu.

38. Ma Ha Lô đắc đạo

Tại nước Ma La ở Ấn Độ, cách đô thành chừng sáu, bảy trăm dặm, có một tòa tinh xá, bình thường có 500 vị *tỳ-kheo* đã thọ giới cụ túc sinh sống ở trong ấy. Ngoài số các vị *tỳ-kheo* ấy còn có một vị tương đối lớn tuổi, tên gọi là Ma Ha Lô. Ông sinh ra vốn ngu si đần độn, không ai có thể dạy cho ông học, cho đến một câu kệ ông cũng không nhớ nổi.

Vì thế 500 vị *tỳ-kheo* nọ đều xem thường ông, khinh thị ông, không ai muốn ở chung một chỗ với ông, nên trong cuộc sống hằng ngày ông luôn luôn cô độc một mình.

Có một hôm nhà vua sai sứ thần đến tinh xá thỉnh mời chư *tỳ-kheo* cho vua cúng dường. Ma Ha Lô hổ thẹn mình ngu đần, không dám tham gia pháp hội trai tăng của nhà vua, ông chờ tất cả mọi người rời thành và đến hoàng cung rồi, nghĩ mình ngu si đáng xấu hổ, bèn lẳng lặng đi lấy một sợi dây thừng, ra vườn hoa dưới một gốc cây lớn, định treo cổ tự sát.

Đúng lúc ấy đức Phật trang nghiêm tướng hảo đã hiện ra trước mặt Ma Ha Lô, nghiêm nghị quở trách rằng:

- Ma Ha Lô! Tại sao lại muốn làm chuyện xuẩn ngốc như thế, ông đã không gấp rút chăm chỉ tinh tiến, còn muốn làm một điều ngu si đến thế ư!

Đức Phật ngừng lại một lúc, rồi nói tiếp:

- Nguyên lai kiếp xa xưa, ông là một vị tu đạo học thức uyên bác, nhưng ông không bao giờ chịu bố thí sự hiểu biết của mình để giúp người khác học, lại sinh tâm ngã mạn, khinh thị tất cả mọi người, vì thế nên đời đời kiếp kiếp chịu quả báo ngu si ám độn. Chuyện này ông không trách được ai, mình làm chuyện sai quấy thì mình phải tự biết sám hối một cách thâm sâu, cái chết không kết thúc được nghiệp tội đâu!

Ma Ha Lô được đức Phật giảng cho nghe xong, trong lòng hổ thẹn muôn phần, bèn quỳ xuống trước mặt đức Phật xin Ngài cho phép ông được sám hối. Đức Phật từ bi, cho dù đã tạo tội gì, chỉ cần biết nhận lỗi và hối cải thì đều được Ngài thương xót hóa độ.

Đức Phật không quản công lao thuyết pháp khai thị cho Ma Ha Lô, có lẽ nhân duyên đã thành thục, nên khi đức Phật thuyết pháp xong, Ma Ha Lô bèn giác ngộ chứng quả, tâm trí ngu si ám độn kia trong khoảnh khắc trở nên sáng láng, ông có thể thông hiểu rõ ràng lời pháp vi diệu của đức Phật, có thể nhìn thấu tất cả mọi sự trên thế gian.

Lúc ấy đức Phật biết ông đã ngộ đạo, nên bảo ông hãy mau đi dự bữa cúng dường trai tăng của nhà vua, và sau đó thuyết pháp cho đại chúng nghe. Khi ông vừa tính quay đi thì đức Phật nói thêm:

- Ma Ha Lô, lúc ông là một vị trưởng lão trong quá khứ, ông đã thâu nhận 500 vị đệ tử, 500 người ấy chính là 500 vị *tỳ-kheo* đang thọ cúng dường của nhà vua trong hoàng cung. Bây giờ ông hãy mau đến đấy, họ đang chờ đợi ông giảng đạo cho họ!

Ma Ha Lô bái biệt đức Phật rồi, lên đường đến hoàng cung. Lúc ông đến, buổi lễ cúng dường sắp sửa bắt đầu. Không một chút khách khí, Ma Ha Lô bèn tiến đến chỗ của các vị thượng tọa mà ngồi. Trong khung cảnh trang nghiêm ấy, thái độ của Ma Ha Lô làm cho mọi người kinh dị, tưởng ông đang nổi cơn điên, nhưng trước mặt hoàng đế và đại thần nên không ai dám nói câu nào.

Khi buổi thọ trai bắt đầu, ai nấy cùng nhau ăn uống. Chờ mọi người ăn xong, Ma Ha Lô bèn đứng dậy hướng về phía mọi người mà thuyết giảng Phật Pháp vi diệu, thị hiện tướng Sư Tử hống.

Trước muôn cặp mắt đổ dồn về ông, Ma Ha Lô không tỏ vẻ gì là sợ hãi. Thính chúng, trong số ấy có vua quan đại thần, ai nấy đều vô cùng khâm phục. Nhất là các vị *tỳ-kheo* nọ, họ cảm thấy tàm quý, thật là núi Thái sơn trước mắt mà không nhìn thấy. Đây là một vị đã chứng đại quả *A-la-hán*, thế mà trong quá khứ đã bị mình khinh thị đến dường ấy! Ai nấy đều ân hận mãi không thôi!

39. Thần thông không chống được nghiệp lực

Trong số 16 vị đệ tử công hạnh siêu việt của đức Phật, *Xá-lợi-phất* và *Mục-kiền-liên* là hai nhân vật xuất sắc nổi bật nhất. Nói đến trí huệ của *Xá-lợi-phất* và thần thông của *Mục-kiền-liên*, thì ai ai cũng đều phải công nhận rằng không có vị đệ tử nào khác có thể so sánh được với hai ngài. Chính đức Phật cũng thường hay khen ngợi những thành tựu thù thắng ấy của hai ngài.

Hai ngài là bạn thân với nhau từ lâu, thường cùng nhau đi lại trong những cảnh giới cõi trời, cõi người và cả địa ngục hay súc sinh, vận dụng thần thông và trí huệ để giải cứu những người đang gặp khổ nạn và giáo hóa những chúng sinh ngu si.

Có một hôm, hai vị đi tới địa ngục Vô gián, nhiệt độ trong ngục rất cao, giống như một lò than hồng, ngọn lửa bốc lên phừng phực, hơi nóng từ vạc dầu sôi tỏa ra không ngừng, bao phủ cả địa ngục. Những người chịu tội hình thì kêu la than khóc. *Xá-lợi-phất* và *Mục-kiền-liên* bèn rưới nước mưa pháp thanh tịnh cho họ, khiến những thống khổ của họ tạm dừng được trong chốc lát.

Lúc ấy có một tội nhân rất dễ sợ, thân hình to lớn kệch cỡm, còn cái lưỡi thì vừa rộng vừa dài, bên trên có 500 lưỡi cày bằng sắt cày lên trên ấy như cày trên một thửa ruộng hoàn toàn hoang dã, khiến máu tươi từ lưỡi nhỏ xuống từng giọt, từng giọt.

Người tội nhân này thấy *Xá-lợi-phất* và *Mục-kiền-liên* thì mừng rỡ như bắt được báu vật, vội vàng chạy đến cầu khẩn:

- Bạch hai vị tôn giả, con tên là Bộ Lợi Nã, lúc còn sống con là nhà truyền bá tà giáo, chuyên môn thuyết tà pháp và phỉ báng Tam Bảo nên hôm nay phải chịu khổ báo này. Giả như hai vị có đi Nam Thiệm Bộ Châu, xin nói với môn đồ của con đừng lễ bái cái tháp gỗ nơi họ thờ phụng con nữa, điều đó làm cho tội báo của con ngày thêm nặng nề, đồng thời nói với họ đừng phỉ báng Tam Bảo, đừng lấy tà giáo mà lừa gạt chúng sinh nữa, để họ đừng giẫm theo bước chân của con mà đọa lạc xuống nơi này.

Hai vị tôn giả ra khỏi địa ngục Vô gián và trở về thành Vương Xá, trên đường về thì gặp một nhóm ngoại đạo, trên tay người nào cũng cầm võ khí như cây, gậy gỗ v.v... Những người này chuyên chặn đường những người xuất gia đi ngang qua đấy và còn nhục mạ, đánh đuổi họ nữa.

Xá-lợi-phất đi trước, thấy họ vung gậy lên toan đánh, bèn dùng lời hòa nhã để ngăn họ, thì những ngoại đạo ấy tuy ngừng tay lại nhưng vẫn dùng tia mắt hung dữ nhìn tôn giả đi qua. Nhưng đến khi *Mục-kiền-liên* tiến đến thì họ lại vung võ khí trở lên lại.

- Đợi một chút, *Mục-kiền-liên* đưa tay lên chặn lại, chúng ta vừa từ địa ngục Vô gián lên, gặp sư phụ của các người là Bộ Lợi Nã ở trong ấy đang chịu những khổ báo cực kỳ nặng nề, lưỡi ông ấy bị cày bằng cày sắt, máu tươi dầm dề, khổ sở không bút nào tả xiết. Ông ấy nhờ ta chuyển lời đến cho các người, hãy ngừng hủy báng Tam Bảo, không được tuyên thuyết tà pháp, và mong không có ai giẫm lên bước chân của ông ấy, đồng thời đừng lễ bái tháp gỗ nữa, để cho ông được bớt khổ phần nào.

Mục-kiền-liên vì lòng tốt mà nói lại cho họ nghe lời của thầy họ, nghĩ rằng điều ấy có thể làm cho họ hối lỗi và giải tỏa những oan khiên giữa đôi bên lúc ấy. Nào ngờ lời chưa dứt, bọn ngoại đạo đã hung bạo ùa tới như một bầy hổ sói bao quanh ngài tấn công:

- Đánh hắn! Hắn dám phỉ báng sư phụ của chúng ta! Đánh hắn! Đánh tên sa-môn này đi!

Nào cây nào gậy tới tấp như mưa rơi lên thân của *Mục-kiền-liên*, ngài bị đánh đến nỗi thương tích đầy người.

Mục-kiền-liên, bậc đệ nhất thần thông, thần lực không thể nghĩ bàn, đã từng dùng ngón chân ấn lên cung điện của trời Đế Thích làm cung điện này giao động và sụp đổ, vậy thì tại sao ngài lại không đem sức thần thông ấy ra đối phó khi bị ngoại đạo bao vây đánh đập? Lúc ấy chiến thắng một vài ngàn ngoại đạo không phải là dễ dàng như trở bàn tay sao?

Mục-kiền-liên tôn giả dùng thần thông chống đỡ tấm thân đầy thương tích vào thành khất thực, trở về tinh xá dùng cơm, xếp đặt lại y bát gọn gàng xong đến gặp đức Phật, đi nhiễu xung quanh Thế Tôn lễ bái và thưa:

- Con vừa mới trả xong nợ tội, không lâu nữa *Xá-lợi-phất* sẽ nhập *Niết-bàn*, chúng con là hai người bạn thân nhất trong thế giới loài người, con nghĩ mình phải đi theo ngài. Xin Thế Tôn từ bi tha thứ cho đệ tử!

Mục-kiền-liên với tâm cung kính chân thành nhất đi nhiễu xung quanh đức Phật ba vòng theo chiều tay phải, sau đó ngài trở về quê từ biệt gia đình bạn hữu và độ hóa cho những người có duyên với ngài, rồi lên núi Kỳ Xà Lê nhập *Niết-bàn*.

Giữa tăng đoàn, đức Phật kể lại cho chúng đệ tử nghe chuyện "đánh một thả một", tức là chuyện kiếp xưa của *Xá-lợi-phất* và *Mục-kiền-liên*:

- Ngày xưa có hai vị tu đạo một hôm đi qua ngôi làng nọ, thì có một bọn trẻ con ngu si trong làng, thấy hai vị từ xa đi tới, tâm liền loạn động, chúng bàn tính với nhau nên làm khó dễ hai vị ấy như thế nào.

Bọn trẻ du côn kia chắn ngang giữa đường hỏi vị tu đạo đầu tiên mới đi ngang rằng:

- Chừng nào thì khí hậu mới trở lạnh?

Vị tu đạo cười đáp:

- Không kể xuân hạ thu đông, hễ ngày nào có gió có mưa thì cảm thấy lạnh.

Bọn trẻ nhường cho vị này đi qua đường nhưng lại vội vã chặn đường trở lại, cản không cho vị thứ hai đi tiếp và lại hỏi:

- Bao giờ trời trở lạnh?

- Mùa đông thời tiết lạnh lẽo, mặt trời mặt trăng cùng tinh tú xoay chuyển là điều tự nhiên, xuân hạ thu đông bốn mùa, đến mùa đông thì lạnh, đó là định luật tự nhiên của trời đất, ai ai cũng biết điều đó, chỉ có đứa ngu mới không biết.

Bọn trẻ nghe thế, nhặt đá dưới đất và thi nhau ném vào người vị tu đạo thứ hai. Vị tu đạo thứ nhất chính là *Xá-lợi-phất*, và vị thứ hai là *Mục-kiền-liên*. Chuyện xảy ra giống như ngày hôm nay vậy.

Nói tới đây, đức Phật biết có rất nhiều người thấy *Mục-kiền-liên* gặp nạn nên sinh lòng nghi ngờ đối với thần thông, vì thế Ngài nói tiếp:

- Các ông chớ nên nghi ngờ, diệu dụng của thần thông không phải là một điều hư dối, nhờ thần thông tôn giả có thể lên trên trời, chui xuống lòng đất, biến hóa khôn lường, tự do tự tại không có chướng ngại. *Mục-kiền-liên* có sức mạnh bất khả tư nghì như thế. Tôn giả cũng không hề mất thần thông của mình, chỉ vì khi nào nghiệp lực hiện tiền thì *Mục-kiền-liên* biết rằng đã có nợ thì phải trả cho hết. Đến Như Lai còn không đi ngược lại luật nhân quả được, người nào cũng thế, khi nào nghiệp báo tới thời trổ quả thì chỉ có cúi đầu mà nhận chịu thôi. Thuận theo nhân quả mới phù hợp với lý tính của chư pháp. Vì thế mọi người nên vui vẻ mà chấp nhận nghiệp báo, đừng nên trốn tránh, cũng không nên oán hận nó. Cũng vì thế, mọi người nên biết rõ rằng nghiệp báo rất đáng sợ mà tinh tiến tu hành, cẩn thận mỗi hành vi của chính mình, dựng một bức tường xung quanh thân khẩu ý mà phòng ngừa. *Mục-kiền-liên* hiểu rõ giáo pháp của ta một cách chân chính, tôn giả rất giỏi thần thông nhưng không dùng thần thông để che đậy cho tội lỗi của mình.

Mục-kiền-liên bị nạn là một tấm gương sáng, là một bài học rất tốt cho chúng ta chiêm nghiệm.

40. Sa-di ngộ đạo

Thời Phật Ca Diếp có một vị *tỳ-kheo* trẻ tuổi, xướng tán rất hay. Khi cùng ở chung một chỗ với các vị *tỳ-kheo* khác, thầy hay lộ vẻ kiêu ngạo, tự phụ giọng của mình thanh tao trong trẻo, và thấy mình phi thường, nổi bật.

Có một vị *tỳ-kheo* lớn tuổi, giọng lại khàn đục, không giỏi tán xướng, cũng ở chung với đại chúng. Khi vị *tỳ-kheo* trẻ nghe âm thanh tán xướng của vị *tỳ-kheo* già, thầy bèn cười ngạo rằng giọng ấy không khác gì tiếng chó tru. Vị *tỳ-kheo* già vốn là một vị thánh đã chứng quả *A-la-hán*, liền hỏi vị *tỳ-kheo* trẻ rằng:

- Thầy có biết tôi không?

- Tôi biết thầy từ lâu rồi, thầy là vị *tỳ-kheo* thượng thủ của Như Lai Ca Diếp.

Vị *tỳ-kheo* già nói:

- Tuy không biết xướng tán nhưng tôi đã thoát được sự trói buộc của sinh tử và không còn chịu bất cứ khổ não nào của thế gian.

Vị *tỳ-kheo* trẻ nghe thế thì hết sức hoảng sợ, cảm thấy hổ thẹn vô cùng, bèn xin sám hối với vị *tỳ-kheo* già. Nhưng tính tội đã thành lập rồi, nên trong 500 kiếp sau đó thầy phải chịu khổ báo sinh ra làm người câm. Tuy nhiên, nhờ nhân lành đã từng xuất gia, về sau lúc đức *Thích-ca Mâu-ni* xuất thế thì thầy được giải thoát.

Nhân duyên thầy được hóa độ diễn ra như sau:

Có 500 nhà buôn muốn đi du lịch xa, bèn kết bạn với nhau để cùng đi. Trong số đó có một người dắt theo một con chó để canh gác ban đêm. Đi được nửa đường, các nhà buôn ngủ nghỉ trong lữ điếm, con chó thấy chủ nhân ngủ say, bèn lén lấy trộm một miếng thịt ăn. Nhưng nhà buôn ấy thức dậy thấy được, nổi trận lôi đình, thế là chân đá tay đấm. Lửa sân ngùn ngụt, ông đánh con chó gãy cả bốn chân, vứt nó trong một cánh đồng hoang rồi bỏ đi nơi khác.

Lúc ấy, ngài *Xá-lợi-phất* dùng thiên nhãn thông thấy con chó đau đớn không cùng, sắp chết vì đói khát, bèn đem cơm mà ngài đã khất thực được đến bố thí cho nó ăn. Con chó giữ được chút tàn hơi, sung sướng vô ngần. Ngài *Xá-lợi-phất* lại thuyết diệu pháp cho chó nghe, và con chó nghe pháp xong liền tắt thở, rồi tái sinh trong một nhà *bà-la-môn* ở thành *Xá-vệ*.

Một hôm, ngài *Xá-lợi-phất* đi khất thực một mình, *bà-la-môn* ấy trông thấy liền hỏi:

- Tôn giả đi có một mình, sao không có *sa-di* theo hầu?

Ngài *Xá-lợi-phất* trả lời:

- Tôi không có *sa-di*, nghe ông mới có một đứa con trai, có thể cho nó làm *sa-di* đi theo tôi không?

Bà-la-môn trả lời:

- Con trai tôi tên là Quân Đề, hãy còn nhỏ lắm, chưa biết làm việc. Chờ nó lớn lên một chút, tôi sẽ cho nó đi theo tôn giả.

Ngài *Xá-lợi-phất* đồng ý.

Quân Đề được bảy tuổi, *Xá-lợi-phất* bèn đến nhà *Bà-la-môn* xin mang chú về. *Bà-la-môn* bèn ra lệnh cho Quân Đề đi theo *Xá-lợi-phất* xuất gia làm *sa-di*.

Ngài *Xá-lợi-phất* đưa Quân Đề về tinh xá Kỳ Viên, thuyết pháp cho chú nghe, và Quân Đề lãnh hội được hết. Tuy Quân Đề chỉ là một đứa bé bảy tuổi nhưng chú đã có thể thọ nhận Thánh pháp một cách mau lẹ.

Chú *sa-di* Quân Đề chính là con chó trong kiếp trước, đã được ngài *Xá-lợi-phất* cho ăn cơm và thuyết pháp cho nghe. Nhờ có thiện căn ấy nên chú đã nguyện làm *sa-di* thị giả của *Xá-lợi-phất* để báo ơn ngài.

Người ta nói trẻ con mà vào đạo là vì đã có thiện căn rất lớn từ trước. Trên con đường tu đạo, tuổi tác không phải là một vấn đề. *Sa-di* hay *tỳ-kheo* cũng không phải là một vấn đề, thậm chí xuất gia hay tại gia cũng không thành vấn đề nữa. Thọ nhận Thánh giáo, giác ngộ chứng quả thì ở bất kỳ tuổi nào, già lão hay thơ ấu, *sa-di* hay *tỳ-kheo* cũng đều có thể làm được.

Chuyện chú *sa-di* Quân Đề được khai ngộ lúc tuổi còn thơ là một thí dụ cụ thể.

41. Đại Ca Diếp quy y

Có một hôm, đức Phật thị hiện tướng bệnh, ngài lặng lẽ nghỉ ngơi tịnh dưỡng. Vua Tần Bà Sa La nghe tin ấy, vội gọi ngự y là Kỳ Bà đi gặp Thế Tôn để trị bệnh cho Ngài.

Khi đức Phật đã lành bệnh, ngự y Kỳ Bà cứ muốn đem một lễ vật nào để cúng dường Ngài, nhưng nghĩ tới nghĩ lui hoài, ông không biết phải tặng lễ vật nào mới thích hợp. Cuối cùng, ông nhớ đã có lần chữa bệnh cho vua nước láng giềng, và vị vua này đã đền ơn ông bằng cách tặng một bộ quần áo thượng hảo hạng. Loại quần áo này ngoài những bậc đế vương ra thì duy chỉ có đức Phật mới xứng đáng mặc mà thôi. Ông đem bộ quần áo nói trên dâng lên đức Phật và nói:

- Thế Tôn, từ khi con bái kiến Như Lai cho đến nay, trong lòng cứ thắc mắc một chuyện. Thế Tôn thường nói, trên thế gian này thân thể của chúng ta khả dĩ đáng quý trọng, thế nhưng con thấy các vị đệ tử của Thế Tôn thường mặc quần áo rách rưới, dơ bẩn. Đứng trên cương vị của một y sĩ, con thấy có giải thích như thế nào đi nữa, làm như thế vẫn không hợp vệ sinh. Bộ quần áo này là do vua nước láng giềng thưởng tặng cho con, xin cho con được đem cúng dường Phật, cho con được trồng chút ít hạt giống phúc đức. Con cũng cúi xin Thế Tôn hãy nói với chư *tỳ-kheo*, từ nay đừng mặc quần áo dơ bẩn rách rưới nữa.

Đức Phật không hề cố chấp vào một điều gì, nên đón nhận ý kiến của Kỳ Bà một cách vui vẻ, và cho người đi truyền nói với chư đệ tử *tỳ-kheo* rằng:

- Mặc quần áo, không cần biết cũ hay mới, đều phải đơn sơ và sạch sẽ, và nhất định phải được khử trùng bằng ánh sáng mặt trời. Nếu như tham đắm ưa thích những bộ quần áo đẹp đẽ sang trọng là một điều không phải, thì mặc y phục dơ bẩn rách rưới để tỏ ra mình là người học đạo cũng không đúng pháp.

Lời đức Phật được truyền ra rồi, dân chúng thành Vương Xá bèn tranh nhau may rất nhiều quần áo đem cúng dường chư *tỳ-kheo*. Người cúng dường đức Phật và chư *tỳ-kheo* rất đông, nên tin đồn ấy truyền đến tai một vị đại phú hào.

Vị phú hào ấy tên là Đại Ca Diếp, ở thôn Ma Ha Sa La Dà cách thành Vương Xá không xa lắm. Ông thông minh học rộng, giàu có nhất thiên hạ, là nhân vật xuất chúng nhất của giai cấp *Bà-la-môn*. Mỗi khi đức Phật thuyết pháp tại tinh xá Trúc Lâm, ông đều đến nghe giảng. Cuối cùng tâm ông từ từ thâm nhập những lời giảng của Như Lai, ông còn nghĩ đến việc xuất gia theo Phật nữa.

Một hôm trên đường về, ông vừa đến gần tháp Đa Tử ở thành Vương Xá, trong một vùng có rất nhiều gốc cây to cành lá xum xuê giao nhau, thì lạ thay, đức Phật cũng đang ngồi ngay tại đấy mà tĩnh tọa. Ông nhìn mãi đức Phật trang nghiêm, uy nghi dường ấy, và thấy rằng không thể không đến lễ lạy Ngài. Ông đến trước toà Như Lai chắp tay đảnh lễ xong, khẩn khoản cảm động mà nói:

- Bạch Thế Tôn, bậc Thầy của con! Xin chấp nhận cho Đại Ca Diếp này quy y, từ nay Đại Ca Diếp là đệ tử của Phật.

Đức Phật thấy rõ tín tâm của Đại Ca Diếp nên nói:

- Đại Ca Diếp, ông là đệ tử của ta, ta là thầy của ông. Trên thế gian này, nếu ai chưa chứng được Chính đẳng Chính giác thì không thể thu nhận ông làm đệ tử. Ông hãy đi cùng ta.

Đức Phật lẳng lặng đứng dậy, hướng về phía tinh xá Trúc Lâm mà đi, Đại Ca Diếp đi sau lưng đức Phật một cách cung kính mà nước mắt ròng ròng tuông xuống. Đức Phật quay đầu lại nhìn Đại Ca Diếp rồi nói:

- Hôm nay ta biết cơ duyên được độ hóa của ông đã đến. Tốt lắm, sau này việc lưu truyền Phật Pháp sẽ cần đến ông rất nhiều.

Đức Phật hóa độ Đại Ca Diếp rồi, Phật Pháp tại thành Vương Xá đã có cơ sở vững chắc, tinh xá ở núi Linh Thứu cũng đã được thành lập vào thời điểm này. Vua chúa, người trí thức đến quy y rất đông, và sự giáo hóa của đức Phật càng được phổ biến thêm.

42. Bốn đứa con

Cách đây chừng hơn 2.500 năm, cũng chính là lúc đức Phật *Thích-ca Mâu-ni* đang thuyết pháp ở thế gian, có một vị nữ cư sĩ tại gia học Phật, rất chí thành tin tưởng và cung kính Như Lai. Mỗi buổi sáng bà đều đến gặp đức Phật cung kính lễ bái, chưa bao giờ quên, chưa bao giờ lười biếng trễ nãi.

Một hôm, bà thỉnh đức Phật đến nhà thọ cúng; đức Phật biết tâm ý của bà nên cố ý hỏi:

- Bà thiết lập đàn trai cúng dường Phật là vì muốn có được phúc báo gì?

Bà cư sĩ cung kính trả lời:

- Nếu được phúc báo, con xin sinh được 4 đứa con.

Đức Phật từ bi hỏi:

- Tại sao lại muốn có 4 đứa con?

- Bạch Thế Tôn, nếu con có 4 đứa con, thì khi chúng nó khôn lớn, đứa đầu sẽ buôn bán làm ăn, kiếm thật nhiều tiền. Đứa thứ hai sẽ cày ruộng làm rẫy, mỗi năm gặt hái được nhiều thóc lúa; đứa thứ ba, con sẽ dạy nó cố gắng chăm chỉ, tương lai làm quan vinh hiển tông môn, và đứa thứ tư thì con sẽ cho nó xuất gia học đạo, tu hành chứng thánh quả để tiếp độ cha mẹ cùng tất cả mọi người, lúc ấy con sẽ hoàn toàn mãn nguyện.

Đức Phật nghe bà kể những nguyện ước của mình xong, chấp thuận:

- Được, bà sẽ được như ý.

Bà cư sĩ mừng rỡ cúng dường đức Phật xong, không bao lâu sau quả nhiên thọ thai, sinh được một cậu con trai. Đứa bé từ nhỏ đã thông minh lanh lợi, không giống với những đứa bé thường tình khác, nên được cha mẹ thương yêu như hòn ngọc trong tay.

Đứa bé theo thời gian mà lớn lên, tuy mẹ nó cầu xin có bốn đứa con nhưng bà lại không cho nó được đứa em nào cả. Bao nhiêu tình thương đáng lẽ phải chia cho bốn, bà đều đổ dồn hết vào đứa con duy nhất ấy.

Có một hôm vui chuyện, người mẹ kể cho con nghe việc mình cúng Phật cùng nguyện ước được bốn đứa con của mình, và tại sao mình lại muốn như thế. Người con nghe mẹ kể xong thì khắc ghi lời mẹ trong lòng.

Lớn lên, cậu học làm ăn buôn bán. Nhờ thông minh lanh lợi nên không đầy một năm sau, kiếm được vô số tiền bạc tài sản, làm cho cha mẹ rất vui mừng.

Sau đó, cậu không buôn bán nữa mà xoay qua làm nghề canh nông. Nhờ cậu chịu khó cần lao cày cấy tưới tẩm, mức thu hoạch vô cùng dồi dào phong phú, hàng xóm láng giềng ai nấy đều khâm phục. Trong nhà nay đã có tài sản lại vừa có thóc gạo, họ trở thành một nhà đại phú hộ.

Lúc ấy, cậu muốn hoàn thành nguyện vọng thứ ba của mẹ, tức là có một đứa con làm quan để rạng rỡ tông môn. Cậu vốn là một người tài ba nên xin ra làm quan không phải là việc khó. Chẳng bao lâu cậu đã thăng tiến thành một vị quan lớn, nên gia đình càng giàu sang thêm.

Bây giờ có gì đáng buồn tiếc nữa đâu? Nhưng nguyện vọng lớn nhất của cậu vẫn chưa thành tựu. Sau một năm làm quan, cậu thưa với mẹ rằng:

- Mẹ à, bốn điều mà mẹ cầu nguyện, con đã hoàn thành được ba. Bây giờ chỉ còn lời nguyện cuối cùng, nếu hôm nay con xuất gia thì có phải là mẹ hoàn toàn mãn nguyện không?

Người mẹ biết con mình muốn xin xuất gia, thật ra đây cũng là ý của bà lúc đầu nên bà vui lòng ưng thuận. Người con mừng rỡ từ biệt cha mẹ, đến chỗ đức Phật *Thích-ca Mâu-ni* xin xuất gia làm *sa-môn*.

Nương nhờ công đức của Phật, cùng với thiện duyên của mình, thêm sự gia công tinh tấn tu hành, chẳng bao lâu cậu chứng quả, thành một vị đại *A-la-hán*. Đắc đạo xong, cậu về nhà độ hóa cha mẹ cùng tất cả người nhà.

Từ đó về sau, cậu bước trên đường hoằng dương Chính pháp, làm lợi lạc và thành tựu cho mọi chúng sinh.

43. Ai không phải chết?

Trong đời người, từ lúc đầu sinh ra, phải trải qua sự già yếu và bệnh tật để rồi đi thẳng tới cái chết. Ai ai cũng phải đi qua quãng đường ấy, không ai có thể thoát được. Có sinh thì nhất định phải có tử, chuyện sinh tử vô thường của đời người là một sự thật vậy.

Thời xưa ở Ấn Độ, trong thành Xá Vệ có một ông phú hộ. Khổ nỗi phú quý không được vẹn toàn nên gia tài tuy kếch sù nhưng tuổi đã gần 50 mà trong nhà chưa có tiếng trẻ khóc, vì thế ông đi cầu tự khắp nơi.

Quả nhiên trời xanh không phụ lòng người có chí, chẳng bao lâu phu nhân hoài thai và 10 tháng sau sinh hạ được một cậu bé bụ bẫm trắng trẻo, hai vợ chồng mừng rỡ vô hạn.

Cha mẹ già sinh con muộn, nên đứa bé là con vàng con ngọc của họ. Ngày nó đầy tháng, họ bèn mời rất đông quyến thuộc đến nhà uống rượu mừng, thật là nhộn nhịp vô cùng.

Đứa bé may mắn ấy lớn lên trong tình thương yêu trìu mến của mẹ cha, năm cậu 20 tuổi thì kết duyên với một cô gái xinh đẹp trong làng. Hai vợ chồng trẻ thương nhau đằm thắm, và cha mẹ cậu cũng rất đẹp lòng.

Nhưng trong đời, "người không sướng ba năm, hoa không nở ba tháng", tai họa đã giáng xuống gia đình đang an vui êm ấm ấy.

Một ngày xuân đẹp trời, gió hiu hiu thổi, trăm hoa nở rộ, cặp vợ chồng son cùng nhau đi dạo trong khu vườn sau nhà. Trong lúc chuyện trò dưới gốc cây vô ưu, người vợ trẻ bỗng thấy một đóa hoa đang nụ sắp nở trên một cành cây, bèn nũng nịu bảo chồng:

- Phu quân yêu dấu! Chàng có thể hái đóa hoa sắp nở kia xuống cho thiếp được không?

Nghe người vợ thân yêu ngỏ lời yêu cầu, người chồng đương nhiên vội vàng trèo lên cây hái hoa cho nàng. Nhưng khi chàng vừa đưa tay lên về phía đóa hoa thì vô phúc thay, có âm thanh răng rắc của tiếng cây gẫy, trong thoáng chốc người và cành hợp thành một khối mà rơi xuống, vừa chạm đất thì tính mệnh người chồng cũng không còn!

Tai nạn xảy ra quá đột ngột khiến người vợ trẻ kinh hoàng ngất xỉu.

Khi hai vợ chồng phú hộ nghe tin bất hạnh này, họ không thể nào tin được đó là sự thật. Đứa con trai của họ mới thấy mặt đây còn mạnh khoẻ, sinh động, thì làm sao bây giờ lại có thể trở thành một cái xác không hồn được? Nhưng sự thật hiển nhiên trước mắt, làm sao có thể không tin!

Hai vợ chồng già hoảng kinh, đau khổ, còn người vợ trẻ thì tuyệt vọng muốn tự vẫn theo chồng, ai biết chuyện cũng phải rơi lệ thương cảm cho họ.

May sao, chính lúc đó đức Phật đi ngang qua ngôi làng này để giáo hóa, khi biết được tin này, Ngài bèn tìm đến nhà ông phú hộ, an ủi một cách vô cùng từ bi:

- Đời người trên thế gian, có sinh tức phải có tử, có thịnh thì phải có suy, không ai có thể làm khác được. Trong cõi thế giới Ta Bà này không làm sao có chuyện có sống mà không có chết. Không có sức người nào có thể đi ngược lại dòng sinh tử. Con của ông bà chết đi, không phải do Trời quyết định, cũng không phải do ai làm hại. Cậu ấy sống là do các nhân duyên hòa hợp lại, cậu ấy chết là do các nhân duyên tan rã, thế thôi. Giống như một người lữ khách, không biết lúc nào đến và không biết lúc nào đi. Ông bà không nên quá thương tâm, hãy để cho tâm trí thư giãn một chút.

Nhưng những thánh ngôn chí lý của đức Phật, người phàm phu ngu si không lãnh hội được hoàn toàn. Con người luôn luôn thấy rằng con cá nào mình câu hụt cũng vĩ đại, đứa con nào yểu mệnh cũng thông minh và ông chồng nào chết sớm cũng chung tình! Vì thế đức Phật bèn dùng phương tiện nói với họ rằng:

- Được rồi, ông bà đừng buồn khóc nữa, ta sẽ cứu sống con của ông bà.

Nghe hai chữ "cứu sống", hai vợ chồng già mừng rỡ khấu đầu quỳ xuống đất lạy tạ, đức Phật đỡ hai người dậy mà nói:

- Cứu sống cậu ấy thì không có gì khó, chỉ có điều phải đến nhà nào chưa từng có người chết để thắp ba cây hương thì mới có kết quả.

Vì muốn cho đứa con đã chết được sống lại, hai vợ chồng già bèn chia nhau đi tìm. Nhưng trên thế gian, tìm ở đâu ra nhà nào chưa từng có người chết? Hai người đành tuyệt vọng cúi đầu trở về. Đức Phật lại thuyết giảng cho họ nghe:

- Hai người phải hiểu cho rõ. Làm người trong thế gian này, có sinh thì phải có tử. Thương yêu nhau ai hơn mẹ với con, gần gũi nhau ai hơn vợ với chồng, thế mà có được sống vĩnh viễn với nhau đâu? Người nào tráng kiện đến đâu, mạnh khoẻ đến đâu rồi cũng có ngày phải chết. Nếu hôm nay con trai ông bà không chết thì tương lai cũng có lúc đôi bên phải chia lìa.

Lời của đức Phật như hé mở cánh cửa trí huệ của hai vợ chồng già, cuối cùng họ giác ngộ rằng ở thế gian chuyện gì cũng vô thường, nên họ không còn quá bi lụy nữa.

44. Tài nghị luận của tôn giả Ca Chiên Diên

Vâng theo lời dạy của đức Phật, tôn giả Ca Chiên Diên, vị "luận nghị đệ nhất" trong hàng tăng chúng đã tuyên dương chủ trương "bốn tính bình đẳng".

Nhưng rất đông *Bà-la-môn* biết được, không ai tin phục tôn giả. Hễ có cơ hội là họ tìm đến Ca Chiên Diên để bài bác, vấn nạn ngài. Họ nghĩ rằng, nếu không đánh ngã những biện luận của tôn giả thì từ đây về sau, *Bà-la-môn* sẽ không có hy vọng ngóc đầu lên được nữa.

Tuy nhiên, ngài Ca Chiên Diên rất giỏi biện luận, khi gặp một vị *Bà-la-môn*, dẫu quyền uy tới đâu đến vấn nạn ngài, ngài chỉ cần dùng một vài câu ngắn gọn và đơn giản, thế là vị *Bà-la-môn* nọ cuối cùng cũng phải vui vẻ mà thuần phục.

Có một hôm, tôn giả cùng các vị *tỳ-kheo* bạn đồng tu sắp bước vào trai đường bên cạnh hồ Ô Nê nước Ba La Nại dùng cơm, thì có một vị *Bà-la-môn* lớn tuổi tìm đến khiêu chiến với ngài.

Vị *Bà-la-môn* già chống cây gậy, im lặng đứng bên cạnh tôn giả Ca Chiên Diên, những tưởng rằng khi nào Ca Chiên Diên nhìn thấy ông thì nhất định sẽ đứng dậy nhường chỗ cho ông ngồi. Nhưng nào có ngờ đâu, Ca Chiên Diên chẳng thèm ném cho ông một cái nhìn nữa. Ông kiên nhẫn đứng một hồi lâu, cuối cùng lớn tiếng trách mắng rằng:

- Mấy ông nghĩ sao mà thấy một vị trưởng giả lớn tuổi như tôi đến lại không biết đứng lên mà nhường chỗ ngồi?

Các vị *tỳ-kheo* nghe thế thì giật mình, nhiều người vội vàng đứng dậy nhường chỗ ngồi cho vị *Bà-la-môn* già, duy chỉ có Ca Chiên Diên là chẳng chút động lòng, còn hỏi lại rằng:

- Ông là ai mà tới đây la hét ầm ĩ như vậy? Chúng tôi ở đây tôn kính phụng hành giáo pháp, nhưng tại chỗ này không có ai là trưởng lão hay tiền bối của chúng tôi cả.

Vị *Bà-la-môn* già nọ giận dữ đưa cây gậy đang cầm trong tay lên chỉ vào đầu tóc bạc phơ của mình mà hỏi:

- Số tuổi đã cao của ta không đủ cho ông tôn làm trưởng

lão hay sao? Không đủ cho các ông cung kính tôn trọng hay sao?

- Ông ư? Ông không thể tự xưng là trưởng lão, cũng không nên chờ đợi được chúng tôi cung kính tôn trọng.

Ca Chiên Diên trả lời bằng một giọng nhẹ nhàng nhưng cương quyết. Vị *Bà-la-môn* già giận dữ đến cực điểm, dùng cây gậy chỉ vào mặt Ca Chiên Diên mà mắng:

- Tại sao ông lại khinh người đến thế?

Ca Chiên Diên điềm nhiên trả lời rằng:

- Qua âm thanh, giọng nói của ông, và qua những cử chỉ thô bạo của ông, tôi nhận thấy rằng ông không xứng đáng được tôn làm trưởng lão, cũng không xứng đáng được người khác cung kính. Bởi vì cho dầu ông có là một vị *bà-la-môn* đã tám, chín mươi tuổi, tóc bạc răng long, nhưng nếu không hề tu hành một cách chân chính, còn đam mê *sắc, thanh, hương, vị, xúc*, chưa xả bỏ được những phiền não như tham, sân và ganh ghét, thì ông vẫn bị coi như trẻ con. Còn giả sử ông là một thanh niên 20 tuổi, da dẻ chưa nhăn, đầu tóc đen nhánh, nhưng đã giải thoát được sự trói buộc của ái dục, đối với thế gian không có sự tham cầu, không có chút niệm tưởng bất bình nào, thì chúng tôi có thể xưng tán ông là trưởng lão, xem ông là người già dặn, xứng đáng cho chúng tôi thân tâm cung kính.

Vị *bà-la-môn* già nghe Ca Chiên Diên nói thế, không có lời lẽ nào để đối đáp, bèn lặng lẽ bỏ đi.

45. Hoàng tử Dũng Quân

Tại thành Tỳ Xá Ly ở miền Trung Ấn Độ có một vị hoàng tử tên là Dũng Quân, tính tình rất phóng túng bê tha, ngày đêm sống một cuộc đời xa xỉ hoang đàng, không biết lo, không biết sầu, chỉ biết vui chơi hoan lạc. Người trong thành không ai là không biết đến nhân cách buông thả của chàng.

Có một hôm, đức Phật bỗng gọi tôn giả A Nan đến hỏi:

- A Nan! Ông có biết hoàng tử Dũng Quân là người như thế nào không?

- Bạch Thế Tôn, con biết. Hoàng tử Dũng Quân là một người tham cầu ngũ dục.

- Một người sống trong phóng túng và tham dục như thế, hậu quả sau này sẽ như thế nào?

- Thế Tôn! Một người như hoàng tử Dũng Quân, chết rồi chắc chắn sẽ đọa địa ngục, chịu đủ những thống khổ của dầu sôi lửa đỏ ở dưới ấy!

- Đúng thế. Ta thương xót hoàng tử Dũng Quân, do vì sống cuộc sống quá đỗi bê tha nên chỉ còn lại có 7 ngày để sống. Nếu không biết sửa đổi và sám hối, 7 ngày nữa chết đi tất nhiên sẽ đọa địa ngục. A Nan, bây giờ ông hãy đến nhà của hoàng tử, khuyên ông ấy xuất gia.

Tôn giả A Nan vâng lệnh đức Phật, đến nhà hoàng tử Dũng Quân. Dũng Quân thấy Tôn giả A Nan đến nhà, vô cùng mừng rỡ chạy ra đón chào và nói:

- Mừng tôn giả quang lâm! Lâu lắm mới gặp lại ngài. Xin tôn giả thuyết giảng cho tôi nghe giáo pháp vi diệu của đức Phật.

Chờ mọi người ngồi xuống, uống trà xong xuôi, Tôn giả A Nan mới nghiêm trang nói với Dũng Quân rằng:

- Hôm nay tôi vâng lệnh từ bi của đức Phật, đặc biệt đến đây tìm hoàng tử.

Nói tới đây, Tôn giả A Nan dùng ánh mắt sáng quắc của mình nhìn thẳng vào mặt của Dũng Quân, nhưng hoàng tử không hề thay đổi nét mặt, vẫn như thường, chẳng chút sầu lo. Tôn giả A Nan nói tiếp:

- Đức Phật biết đại nạn của hoàng tử sắp tới, hoàng tử chỉ còn có 7 ngày để sống nữa mà thôi. Cho nên, lúc còn hơi thở, Thế Tôn muốn hoàng tử hãy dứt bỏ mọi dục niệm, xuất gia tu hành, thì tương lai mới có thể thoát khổ được.

Hoàng tử nghe những lời nói này thì khuôn mặt lập tức trở nên trắng bệch, vừa sợ hãi vừa khủng hoảng, nhất thời bỗng cảm thấy trở tay không kịp. Một lúc sau chàng từ từ trấn tỉnh trở lại. Phải nói rằng ngựa đã quá quen đường cũ, không thể nào trong một lúc mà thay đổi được, tuy chỉ còn có 7 ngày để sống, chàng vẫn không đành lòng buông thả tất cả, nên nhìn Tôn giả A Nan cầu khẩn:

- Tôn giả! Tôi rất sợ xuống địa ngục chịu khổ, nên thế nào cũng sẽ theo đức Phật xuất gia. Tuy nhiên, tôi van cầu ngài hãy phương tiện mà cho phép tôi hưởng thụ dục lạc trong 6 ngày còn lại.

Tôn giả A Nan biết bẩm tính hoàng tử quá thấp hèn, chỉ đành chấp thuận.

Đến ngày thứ sáu, hoàng tử từ giã tất cả những người trong cung rồi, dành nguyên cả ngày cuối của đời mình theo đức Phật xuất gia. Đức Phật đại từ bi, chấp nhận phương tiện mà khai thị và truyền giới cho chàng trong một ngày một đêm.

Quả nhiên qua ngày thứ 7, hoàng tử Dũng Quân bị bệnh thình lình và qua đời.

Lúc ấy Tôn giả A Nan hỏi đức Phật:

- Thế Tôn! Hoàng tử Dũng Quân hiện giờ đang ở đâu?

Phật dạy:

- Tuy hoàng tử Dũng Quân chỉ tu trì tịnh giới trong vỏn

vẹn có một ngày một đêm, nhưng nay đã thác sinh ở cõi trời Tứ thiên vương, làm con trai của Tỳ Sa Môn Thiên Vương. Ở đây thọ mệnh của ông ta sẽ là 500 năm, sau đó sinh ở cõi trời Đao Lợi, thọ 1.000 năm. Rồi lại sinh ở cõi trời Dạ Ma, thọ 2.000 năm. Đó là không kể những thọ mệnh trên cả vạn năm ở các cõi trời khác như Đâu Suất thiên, Hóa Lạc thiên, Tha Hóa Tự Tại thiên v.v.. Đến khi hưởng hết phúc đức cõi trời, cuối cùng sẽ sinh xuống làm người, xuất gia học đạo, đắc *A-la-hán* quả.

Xuất gia tu hành chỉ trong có một ngày một đêm mà công đức đạt được thật là không thể nghĩ bàn. Đức Phật nói xong về những chỗ mà hoàng tử Dũng Quân sẽ sinh về, rất nhiều người bằng lòng xuất gia, theo đức Phật tinh tiến tu hành, thọ trì tịnh giới.

46. Nhân thiện quả thiện

Lúc đức Phật *Thích-ca Mâu-ni* ở tinh xá Kỳ Viên trong thành Xá Vệ thuyết pháp độ sinh, thì trong ngôi thành lớn ấy có ông trưởng giả nọ sinh được một cậu con trai rất kỳ diệu.

Lúc cậu ra đời thì có nước cam lồ từ trên trời tuôn xuống, và thiên nhạc tuyệt diệu trổi lên khúc hoan ca. Cha mẹ cậu mừng rỡ quá, mời thầy chiêm tinh về bốc cho đứa bé hy hữu ấy một quẻ. Thầy chiêm tinh bốc xong, khen ngợi rằng:

- Đứa bé này ra đời có cam lồ, thiên nhạc chào mừng, đó là vì sau này cậu sẽ là phúc tinh của nhân loại, nếu được xuất gia học đạo, chắc chắn sẽ thành một vị thánh!

Nghe những lời ấy cha mẹ cậu rất đẹp lòng, đặt tên cho cậu là Da Xỉ Mật Đa, tối ngày cưng chìu, cung phụng đủ thứ. Nhưng kỳ lạ thay, đứa bé này không cần bú sữa. Khi đói, giữa những kẽ ngón tay của cậu có một giòng sữa trắng tự nhiên chảy ra, nuôi cho cậu dần dần lớn mập. Lúc còn bé, cậu thông minh dị thường, cung cách siêu phàm.

Có một hôm cậu đến tinh xá Kỳ Viên, thấy đức Phật với 32 tướng tốt và 80 vẻ đẹp, thân phóng hào quang sáng ngời, Da Xỉ Mật Đa hoan hỉ vô cùng, liền chạy đến đảnh lễ đức Phật và xin Ngài thu nhận mình làm đệ tử. Đức Phật từ bi nhận lời, cho phép Da Xỉ Mật Đa được xuống tóc xuất gia.

Tuy còn nhỏ tuổi, nhưng cậu tu hành tinh chuyên, chẳng bao lâu chứng quả *A-la-hán*, có đại thần thông, được người, trời kính phục.

Những vị đệ tử khác của đức Phật lớn tuổi hơn cậu hay xuất gia trước cậu đều không bì kịp, nên mọi người lấy làm lạ, liền đến thưa thỉnh đức Phật.

Đức Phật thuyết cho mọi người nghe nguyên do như sau:

- Lúc Như Lai Ca Diếp còn tại thế, có một vị thân sĩ ở nước Ba La Nại, tuổi đã lớn mới xuất gia học đạo, nhưng lại giải đãi lười biếng, không chịu tinh tiến, thân lại thường hay mang bệnh. Các thầy thuốc thấy ông gầy yếu, bèn khuyên ông nên uống nhiều dầu tô (dầu tô là một loại chất bổ giúp cho thân thể cường tráng). Lão *tỳ-kheo* này nghe lời thầy thuốc, ráng sức uống dầu tô cho nhiều, tới nửa đêm thì chất thuốc phát tác, ông vừa nóng vừa khát, muốn uống chút nước thì trong bát không có lấy nửa giọt cho ông uống. Chạy ra giếng, giếng đã cạn khô. Chạy ra bờ sông, thì gặp lúc hạn hán đã lâu, nên chỉ thấy đáy sông.

Ông đi tìm khắp nơi mà không tìm đâu ra nước, khát chịu gần hết nổi. Lúc ấy ông như tỉnh ngộ, biết rằng đây là quả báo từ quá khứ chiêu cảm, nên ông nhẫn chịu khát cho qua đêm ấy. Ngày hôm sau ông tìm tới Như Lai Ca Diếp cầu cứu. Như Lai thấy ông đáng thương, bèn nói với ông rằng:

- Cái khổ của ông hôm nay không khác gì cái khổ của loài ngạ quỷ, nếu biết sám hối thì còn cứu vãn được. Bây giờ ông hãy dùng nước trong bình của ta mà cung kính dâng lên cho chư tăng.

Lão *tỳ-kheo* nghe lời giáo huấn của Như Lai, tính lấy bình nước nhưng nghiệp tội đã quá sâu dày, nên tay mới chạm bình, thì nước trong bình đang đầy ắp bỗng không cánh mà bay đi hết. Lão *tỳ-kheo* rất buồn phiền, thấy mình như sắp đọa xuống cõi ngạ quỷ tới nơi rồi! Ông lại đi tìm Như Lai, cầu xin Ngài thương xót chỉ giáo cho. Như Lai dạy:

- Bây giờ ông ở giữa tăng chúng, giữ tâm ý cho thật thành kính, lấy nước thanh tịnh nhất, trong sạch nhất mà cúng dường chư tăng, thì mới thoát được nỗi thống khổ của loài ngạ quỷ này.

Lão *tỳ-kheo* vâng lời và tin tưởng Như Lai, sinh tâm đại hoan hỉ, lại còn nương vào sức của Phật nên ở đâu cũng tìm được nước sạch, nước trong. Từ đó, ngày ngày ông mang nước sạch đến cung cấp cho tăng đoàn, mãi cho đến lúc tuổi thật cao mới tạ thế.

Nhờ công đức cúng dường nước cho chư tăng như thế nên sinh ra đời này mới tự nhiên có sữa thanh tịnh mà uống, và mới được gặp Phật, được hóa độ rất mau chóng.

Này chư *tỳ-kheo*, lão *tỳ-kheo* bệnh hoạn kia, nay chính là Da Xỉ Mật Đa vậy.

Mọi người muốn tìm cầu hạnh phúc, nên thường cúng dường Phật và Tăng, trồng nhân thiện thì tự nhiên sẽ hái được quả thiện.

47. Bảy năm trong chậu máu

Công chúa Tu Ba Bà Sa, vợ của vua Câu Lợi Da là một người đàn bà có tín tâm sâu dày. Bà mang thai trong 7 năm trời. Một hôm bà đau bụng từng cơn, rồi những cơn đau ấy trở nên kịch liệt, ròng rã suốt 7 ngày. Tuy đau đớn như thế, bà vẫn suy nghĩ như sau:

- Vì muốn giúp cho người ta thoát những nỗi khổ như thế này nên đức Phật thuyết pháp, và chúng đệ tử của Ngài, cũng vì muốn thoát khỏi những khổ đau như thế này nên mới tu hành. *Niết-bàn* không có khổ, *Niết-bàn* là một nơi vô cùng an lạc.

Bà nương vào ý nghĩ trên mà nhẫn nhục chịu đựng, rồi nhờ chồng đến chỗ của đức Phật cho bà nhắn lời thăm hỏi và cho Ngài biết tin tức của mình.

Đức Phật nghe nhắn lại lời bà thăm hỏi, bèn nói:

- Hỡi công chúa Tu Ba Bà Sa, vợ của vua Câu Lợi Da, nguyện cho bà an lành, nguyện cho bà bình an mà sinh con trai khoẻ mạnh.

Đức Phật vừa nói như thế xong, quả nhiên công chúa bình an sinh hạ được một cậu con trai mạnh khoẻ. Chồng bà trở về nhà, thấy con trai mới sinh, nói rằng thật là không thể nghĩ bàn! Ông cảm thấy uy thần của Như Lai thật là hy hữu, không sao nói hết!

Công chúa Tu Ba Bà Sa sinh xong, muốn cúng dường đức Phật và chư đệ tử của Ngài trong suốt 7 ngày, nên lại nhờ chồng đi thỉnh mời Thế Tôn.

Lúc ấy đức Phật cùng chư đệ tử đang ở nhà một vị đồ đệ của tôn giả Đại *Mục-kiền-liên* thọ cúng. Muốn cho Tu Ba Bà Sa được cơ hội cúng dường, nên Thế Tôn sai người đến nhà tôn giả, nói với tôn giả hãy nhận lời mời, rồi cùng chư *tỳ-kheo* đến nhà bà Tu Ba Bà Sa thọ cúng trong suốt 7 ngày. Đến ngày thứ bảy, Tu Ba Bà Sa chưng diện cho con trai là thái tử Tất Bà Lợi, và đem con ra lễ bái đức Phật và chư *tỳ-kheo*. Đảnh lễ xong, bà đem con đến chỗ của tôn giả *Xá-lợi-phất*. Tôn giả nhìn đứa bé gật đầu và hỏi:

- Tất Bà Lợi, ngươi có khoẻ không?

- Bạch tôn sư! Con làm sao khoẻ được? Con ở trong chậu máu suốt bảy năm trời kia mà!

Rồi cậu tiếp tục đàm luận như thế với tôn giả *Xá-lợi-phất*. Tu Ba Bà Sa nghe cậu nói chuyện, trong lòng hớn hở nghĩ rằng: Con mình mới sinh chưa đầy 7 ngày mà đã có thể đàm luận với tôn giả *Xá-lợi-phất*, là vị đệ tử lớn nhất của đức Phật!

Đức Phật hỏi:

- Tu Ba Bà Sa! Bà có còn muốn một đứa con trai như thế nữa không?

Công chúa thưa:

- Bạch Thế Tôn! Cho con 7 đứa con trai như thế này nữa con mới thấy đủ!

Đức Phật chia vui với bà, nói lời chúc mừng rồi ra đi.

Hoàng tử Tất Bà Lợi được 7 tuổi thì quy y với đức Phật, đầy 20 tuổi thì thọ giới Cụ túc. Giữa những người làm việc thiện, cậu là người đứng đầu, và khi cậu chứng quả *A-la-hán* thì đại địa phát âm thanh.

Một hôm, chư *tỳ-kheo* cùng nhau tập họp ở pháp đường đàm luận:

- Các vị pháp hữu! Trưởng giả Tất Bà Lợi thật là một người làm việc thiện đệ nhất! Chắc hẳn ngài đã lập thệ nguyện từ xa xưa, nay lại sẽ chứng quả *A-la-hán*. Nhưng do nghiệp dĩ nào mà ngài đã phải ở trong chậu máu suốt bảy năm trời, và chịu 7 ngày đau đớn mới sinh ra đời, khiến hai mẹ con đều phải chịu tận cùng của sự thống khổ?

Vừa đúng lúc ấy đức Phật bước vào và hỏi:

- Chư *tỳ-kheo*, các ông tập họp ở đây để bàn luận việc gì vậy?

Các *tỳ-kheo* liền nêu lên vấn đề và thỉnh ý Thế Tôn. Đức Phật nói:

- Này chư *tỳ-kheo*, Tất Bà Lợi, người làm việc thiện đệ nhất, ở trong chậu máu suốt 7 năm và chịu 7 ngày đau đớn mới sinh ra đời là do túc nghiệp của ông ấy. Tu Ba Bà Sa chịu cái khổ thai nghén trong 7 năm trường và chịu cái khổ đau đớn trong suốt 7 ngày mới lâm bồn, cũng là do chính nghiệp đời trước của bà mà ra.

Đức Phật nói tiếp:

- Ngày xưa có một ông vua thành Ba La Nại, vì Bồ Tát chọn nơi này đầu thai nên hoàng hậu sinh được một hoàng nam. Khi hoàng tử đến tuổi trưởng thành thì đi đến thành Đắc Xoa La để học tất cả mọi ngành nghề. Lúc ấy nước Câu Tát đem đại binh đến tấn công thành Ba La Nại, giết vua, cưỡng bức hoàng hậu về làm vợ. Hoàng tử nước Ba La Nại thấy vua cha bị giết thì chạy trốn bằng đường hầm bí mật, chiêu tập binh mã, trở về thành Ba La Nại, đóng binh ở một vùng phụ cận và gởi thư đến nhà vua nói rằng: "Hãy trả ngôi báu lại cho tôi, nếu không thì hãy cùng tôi giao chiến." Nhà vua gởi thư trả lời: "Sẵn sàng giao chiến."

Mẹ của hoàng tử nghe tin này, cũng viết thư cho con nói rằng: "Giao chiến không có lợi, nên vây hãm thành Ba La Nại, cắt đứt mọi đường giao thông ở bốn phía, khiến cho nước, củi và lương thực không vào thành được, chờ cho dân chúng kiệt quệ và khốn đốn, thì không cần đánh thành cũng sẽ tự nhiên lấy được!"

Hoàng tử nghe lời mẹ, trong 7 ngày cắt tuyệt mọi đường giao thông, phong tỏa các cửa thành. Dân trong thành thấy mọi đường giao thông bị cắt tuyệt, mọi thứ cần dùng hằng ngày đều thiếu thốn, mọi người đều khổ sở cho đến không còn lương thực, nước uống để sống, nên đến ngày thứ bảy thì rủ nhau đến giết vua, đem thủ cấp đến dâng cho hoàng tử. Hoàng tử tiến vào thành tiếp lấy ngôi vua, về sau y theo nghiệp báo của mình mà đầu thai vào chỗ phải sinh.

Vì trong 7 ngày cắt tuyệt mọi đường giao thông, phong tỏa kinh thành để chiếm đoạt ngôi báu, nên phải chịu quả báo 7 năm ở trong chậu máu, 7 ngày mới sinh ra đời. Nhưng ông đã từng quỳ dưới chân đức Như Lai Tối Thắng Bạch Liên mà phát nguyện trở thành "sở đắc đệ nhất nhân", đã từng hành đại bố thí hồi hướng cho lời nguyện ấy, rồi dưới thời đức Như Lai Tỳ Bà Thi ông lại cúng dường cho tất cả dân chúng trong thành một ngàn lượng bánh sữa cũng để hồi hướng cho nguyện ấy. Nhờ những công đức như thế nên nay ông đạt được chuyện gì cũng ở ngôi vị đệ nhất mà được.

Lại bà Tu Ba Bà Sa, vì đã viết thư khuyên con bảo lấy thành bằng cách phong tỏa các cửa, làm cho nhân dân phải đói thiếu khổ sở trong 7 ngày, nên nay phải chịu 7 năm thai nghén, chịu cái đau đớn sinh sản trong suốt 7 ngày.

Đức Phật nói chuyện quá khứ ấy xong, lại nói tiếp:

- Thời ấy, người phong tỏa kinh thành để lấy ngôi báu là Tất Bà Lợi, mẹ ông là Tu Ba Bà Sa, và cha của ông, vua nước Ba La Nại, chính là ta vậy.

Một lời nói, một hành động, nếu không cẩn trọng, thì khổ đau sẽ theo đó mà kéo đến.

48. Tình đời

Thành Vương Xá là một khu đất hình lòng chảo nằm trên núi cao, bốn phía có vườn tược bao quanh, cây cối rậm rạp, khí hậu ôn hòa, ấm cúng, quốc thái dân an, phong điều vũ thuận. Vua của vương quốc này là A Xà Thế, vốn tin Phật, thương dân, trị nước đúng cách, rất được lòng người.

Trong vương quốc có nhà một ông đại phú hộ, kho vàng đầy ắp, tiền tài nhiều không ai sánh bằng, nhưng hai vợ chồng cưới nhau đã lâu mà không có được một đứa con nào. Vì thế hai người đi cầu thần linh, xem bói toán khắp nơi, lại siêng làm việc thiện, bố thí để cầu xin một đứa con trai.

Cuối cùng trời không phụ lòng người, tới một năm kia thì hạ sinh một cậu quý tử trắng trẻo bụ bẫm. Đứa bé này sinh ra thật không giống người thường, không biết kiếp trước đã gieo trồng phước đức gì mà các đầu ngón tay của cậu đều phóng ra ánh sáng cát tường, sáng như mặt trời, mặt trăng. Vì đầu ngón tay của cậu phóng ra ánh sáng có thể làm tan biến được bóng tối, nên cậu được đặt tên là Đăng Chỉ (đèn trên ngón tay).

Không những Đăng Chỉ có ngón tay phóng ra ánh sáng mà tướng mạo cũng thanh tú đẹp đẽ, khiến cha mẹ vừa ngạc nhiên vừa vui mừng, mời rất nhiều thầy tướng số đến xem tướng cho con. Trong số các vị này có một người tên là Khổ Tu, nhìn tướng của Đăng Chỉ xong nói với ông phú hộ rằng:

- Tôi thấy tướng đứa bé này lớn lên không giống người thường, tương lai chắc chắn sẽ là thánh nhân.

Ông phú hộ nghe thế mừng rỡ không kể xiết, nên lúc Đăng Chỉ đầy tháng, ông lập đàn bố thí rất lớn trong suốt 7 ngày, hai vợ chồng nguyện hồi hướng công đức bố thí ấy cho tương lai con trai được nhiều sự tốt đẹp hơn nữa.

Tin phú ông lập đàn bố thí chỉ trong vòng một ngày là được loan truyền đi khắp cả nước, ai ai cũng khen ngợi tán thán. Nhà vua nghe được tin này cũng vui mừng khôn cùng, sai sứ thần đến nhà ông phú hộ bảo muốn triệu Đăng Chỉ vào cung cho vua gặp.

Vua đã truyền lệnh, ai dám không tuân, phú ông lập tức mang đứa bé mới đầy tháng đi gặp nhà vua. Đường đi rất xa nên khi phú ông đến hoàng thành thì trời đã tối. Khi ông đến trước cửa hoàng cung, bỗng nghe tiếng chiêng trống rầm trời, thì ra trong cung có một buổi tiệc rượu đang được cử hành. Vì thế phú ông đứng ở ngoài rất lâu mà không ai vào thông báo, chẳng vào trong cung được.

Đang trù trừ do dự, bỗng hài nhi đưa tay lên, từ các đầu ngón tay phát ra ánh sáng chiếu khắp cả cung điện, từ trong ra ngoài chói ngời rạng rỡ. Lúc ấy vua và các đại thần đang ngồi trong bàn rượu, bị luồng ánh sáng chiếu đến chói lòa cả mắt, họ lấy làm kinh dị hỏi người trong cung xem ánh sáng ấy từ đâu chiếu đến?

Các quan gác cổng vội vàng chạy ra xem rồi trở vào tâu tự sự cho vua biết, vua lập tức hạ lệnh cho bồng đứa bé vào. Thế là phú ông và bà nhũ mẫu bồng Đăng Chỉ đến trước mặt vua, ánh sáng từ các đầu ngón tay cậu chiếu rực cả gian phòng, và còn làm cho tất cả mọi người trong phòng cảm thấy ấm áp nữa.

Dáng vẻ thanh tú của Đăng Chỉ đã chiếm được cảm tình của vua, vua tự tay bồng lấy đứa bé, nhìn nó không ngừng và nghĩ rằng lời thuyết giảng của đức Phật về nhân quả không bao giờ sai lầm. Nếu như đứa bé này không tạo nhân thiện trong kiếp trước thì đời này làm gì có một dung mạo đẹp đẽ như thế, và đầu ngón tay làm gì có thể phát được ánh sáng? Những điểm đặc biệt của Đăng Chỉ được mọi người tán thán, và vua ban cho phú ông rất nhiều trân bảo trước khi cho phép ông bồng con về nhà.

Ngày tháng qua mau, Đăng Chỉ lớn lên và thành người trong sự yêu thương chiều chuộng của cha mẹ. Năm cậu 20 tuổi, cha mẹ cậu chọn cho cậu một thiên kim tiểu thư môn đăng hộ đối và cử hành hôn lễ. Hai vợ chồng ăn ở với nhau rất hạnh phúc.

Họ sống một cuộc sống phú quý vinh hoa với tiền muôn bạc triệu, nô tỳ, tùy tùng, nhà cửa, quần áo, điều chi cũng đầy đủ, cả ngày đắm mình trong hoan lạc nên quên hẳn những sầu lo của kiếp người.

Nhưng thế gian vô thường, biến hóa không ai lường được, có thành thì phải có bại, có niềm vui tụ họp thì cũng có nỗi buồn phân ly, có ngày hôm nay cường thịnh thì cũng có ngày mai suy nhược. Nhưng phần đông con người, lúc sống trong hạnh phúc tuyệt nhiên không hề nghĩ đến chuyện khổ, không, vô thường. Đăng Chỉ cũng vậy, khi cha mẹ còn sống, tiền của đầy kho, vợ chồng đầm ấm, ngũ dục lạc thú tha hồ tận hưởng thì lo làm gì đến tương lai?

Thế rồi không bao lâu sau, cha mẹ cậu là những người thương yêu cậu nhất, cùng theo nhau mà nhuốm bệnh và qua đời.

Từ trước tới nay Đăng Chỉ chẳng bao giờ biết lo việc nhà, lúc ấy hoàn toàn bó tay, không biết cách nào mà cai quản gia nghiệp. Lại còn quen thói coi tiền như cỏ rác, rượu chè phóng đãng, cho nên tài sản trong nhà nhanh chóng sa sút. Tuy hoàn cảnh ngày càng khó khăn nhưng Đăng Chỉ không hề lo lắng chút nào.

Một hôm, trong một buổi lễ lớn cử hành hằng năm, có rất

nhiều thanh thiếu niên công tử tham gia, thôi thì quần là áo lượt, rượu thịt ê hề, vui đùa thỏa thích. Lần ấy dĩ nhiên Đăng Chỉ không ra ngoài lệ, cậu cũng gia nhập vào đoàn người náo nhiệt và cũng quay cuồng múa hát ăn chơi không hề kiềm chế.

Trong lúc Đăng Chỉ dự tiệc vui tìm lạc thú, thì ở nhà, vợ cậu bỏ về nhà bố mẹ. Căn nhà thênh thang không ai trông coi, bọn nô tỳ và người làm thấy tài sản thì động lòng tham, mở cửa kho, còn lại bao nhiêu tiền tài bảo vật lấy hết sạch, ngay cả dụng cụ, quần áo trong nhà cũng đem đi luôn, không chừa lại thứ gì.

Đến gần tối Đăng Chỉ trở về nhà thì thấy căn nhà đã trống rỗng, người và vật không còn lại gì cả. Tuy cậu biết chính là bọn nô tài đã cướp đi, nhưng không có cách nào rượt bắt họ lại được, vì trong hoàn cảnh hiện tại của cậu, trong tay không một đồng xu cắc bạc, ai là người chịu giúp đỡ cậu đây?

Cậu buồn bã thở than mà cũng không ai ngó ngàng tới cậu, chính người vợ mà cậu yêu thương nhất cũng chán ghét cậu mà bỏ đi rồi. Đến lúc ấy cậu mới tiếc là tại sao lúc trước mình không làm người tốt, không lo cầu học, bây giờ không có một năng khiếu nào hết, mà gia tài cha mẹ đã khổ công tạo lập nay cũng không giữ được. Kho vựa sạch trơn, chỉ còn có bốn vách nhà trơ trọi, cậu một mình một thân không có cơm ăn áo mặc, đói lạnh giày vò.

Mới ngày nào còn là một cậu công tử con nhà phú hộ mà trong nháy mắt đã thành một kẻ ăn mày khốn khổ, Đăng Chỉ xưa kia vốn tuấn tú bảnh bao, mà khi gặp cảnh nguy nàn rồi thì thân hình cũng biến đổi, ngón tay không còn phát ra ánh sáng nữa.

Đăng Chỉ luân lạc thành kẻ ăn xin, bạn bè thân hữu không còn ai lai vãng, họ hàng bà con cũng cắt đứt mọi liên hệ với cậu. Gặp cậu, không còn ai tươi cười chào hỏi, ai cũng quay đi hay lánh xa, hoặc xua hoặc đuổi. Hoàn cảnh bi thảm ấy khiến cho Đăng Chỉ cảm thấy được sự nhạt nhẽo của cuộc sống, nhưng cậu cũng không thể không miễn cưỡng tiếp tục cuộc sống ấy.

Cuối cùng, để kiếm ăn, cậu tìm được một việc làm, đó là đi vác tử thi mướn. Khi con người đến chỗ tuyệt vọng thì đứng trước một việc gì cũng không thiết suy nghĩ xa xôi, Đăng Chỉ vác tử thi cho người khác vì đó là một công việc chẳng ai muốn làm, và cậu làm việc ấy chẳng qua cũng chỉ vì miếng cơm manh áo mà thôi.

Có một lần, Đăng Chỉ vác một tử thi đến một ngôi mộ hoang, tính bỏ tử thi xuống thì lạ thay, tử thi ấy bỗng nhiên ôm cứng lấy cậu. Cậu hết sức bình sinh hất tử thi ra, nhưng tử thi lại càng ôm chặt hơn nữa, không chịu lơi tay như thể đã bị đóng đinh vào lưng của cậu vậy.

Đăng Chỉ sợ cuống cả người, tự mình không thoát ra được nên chỉ biết chạy đi kiếm người giúp đỡ. Đến thôn Chiên Đà La, cậu la lên cầu cứu, có một vài thanh niên lực lưỡng đến giúp cậu, nhưng làm gì thì làm cũng không gỡ tử thi ra được.

Lúc ấy có một vài người nhát gan thấy thế chạy ra mắng rủa Đăng Chỉ tại sao lại đem tử thi vào thôn, và rất nhiều người nhặt đá ném cậu. Cậu vừa đau vừa sợ, không biết phải làm cách nào. Bị đuổi ra khỏi thôn rồi, cậu chỉ còn biết chạy càn loạn xạ, cuối cùng chạy đến cổng thành, muốn vào thành nhưng người giữ thành vung gậy lên chặn đường, lớn tiếng xua đuổi:

- Tại sao ngươi ngu si quá vậy, cõng tử thi vào thành để làm gì, bộ ngươi không biết phương hướng hả?

Đăng Chỉ chưa kịp đáp đã bị đánh một hèo vào chân. Nghĩ tới số phận đau khổ hiện tại của mình, Đăng Chỉ ngửa mặt lên trời khóc rằng:

- Tôi xưa kia vốn con nhà hào phú, nhà bị cướp lấy hết, đến nỗi tuyệt vọng mà lâm vào hoàn cảnh phải vác tử thi cho người kiếm sống, nào ngờ oan nghiệp theo đuổi, bị tử thi bám chặt như bị đóng đinh vào lưng không chịu buông ra, tôi phải làm sao đây?

Người giữ thành nghe những lời thống thiết của Đăng Chỉ cũng cảm thấy tội nghiệp, nên để cho cậu đi qua, nhưng có ai muốn thân cận với một người cõng tử thi kè kè trên lưng xui xẻo như thế? Không còn cách nào nữa, Đăng Chỉ chỉ còn biết cõng tử thi về lại nhà cũ của mình. Lạ thay, vừa mới bước vào cổng nhà thì tử thi cũng tự động rơi xuống đất.

Đăng Chỉ chú ý nhìn kỹ tử thi, thì quái lạ, trong bàn tay nắm lại của cái thây cứng đờ kia có một thứ ánh sáng kim hoàng sáng chói phát ra. Đăng Chỉ vui mừng nhấc bàn tay ấy lên xem, lúc đó cậu không còn sợ hãi nữa, thì ra bàn tay ấy nắm một khối vàng không biết từ bao giờ.

Đăng Chỉ không còn để ý đấy là một tử thi hay là một cái gì đáng sợ, bèn lấy một con dao nhỏ gỡ vàng ra, nhưng vừa mới gỡ khối vàng này xuống thì có một khối vàng khác xuất hiện trở lại trong tay tử thi. Cứ thế cậu gỡ thì vàng hiện, hiện rồi lại gỡ, chẳng bao lâu đã có một đống vàng lớn trước mặt.

Đăng Chỉ quá đỗi vui mừng, bèn tu sửa lại nhà cửa vườn tược vốn đã bị bỏ hoang từ lâu, nay trở thành huy hoàng tráng lệ, trong kho tiền bạc cũng chất đầy trở lại như núi.

Có tiền rồi thì bạn bè họ hàng cũng từ xa chạy đến thăm viếng, cả người vợ bạc tình xưa cũng xin trở về, thật đúng như người xưa dạy: “Nhà giàu ở trong núi cũng có khách xa đến, nhà nghèo ngay phố chợ cũng không có người thân ở gần.”

Đăng Chỉ rất buồn chuyện đời, những đau khổ vừa qua đã làm cho cậu tỉnh ngộ phần nào rằng thế gian là vô thường, tiền tài không thật có, nên cậu cũng không còn tham luyến nữa, đem số tiền ấy đi làm việc thiện, cứu giúp người nghèo. Cậu cũng nhìn thấu rõ bản chất của ngũ dục nên xả bỏ tất cả, xuất gia đi theo đức Phật, tinh tiến tu tập, chứng đắc được quả *A-la-hán* rất mau lẹ.

Lúc ấy đầu ngón tay của cậu phát ra ánh sáng trở lại, chỉ có cái tử thi tay có nắm vàng ấy là vẫn đi theo cậu, cậu đi đâu tử thi bám theo đó, chỉ khi nào vào nhà mới tự động buông ra.

Mọi người thấy cuộc đời Đăng Chỉ lạ lùng như thế nên mới tìm đến đức Phật xin thỉnh giáo. Đức Thế Tôn từ bi liền kể lại nhân duyên đời trước cho mọi người được rõ.

Nguyên do là ngày xưa, Đăng Chỉ sinh ở nước Ba La Nại, giàu sang phú quý, nhà lại ở ngay sát một ngôi chùa. Mỗi sáng sớm cậu đều vào điện thờ Tam Bảo mà cung kính lễ bái thánh tượng của Như Lai. Có một hôm, cậu thấy một ngón tay của bức tượng bị gãy, bèn phát tâm gắn lại một ngón tay mới có sắc vàng, nhờ công đức ấy nên đời đời sinh ra trong nhà giàu sang và ngón tay phát ra ánh sáng.

Nhưng tại sao có một lúc trong đời lại nghèo khổ như thế? Đó là vì lúc trẻ, được cha mẹ hết mực cưng chìu, ai cũng phải nghe lời cậu nên cậu trở nên kiêu căng. Có một lần đi chơi về khuya, cửa nhà đã đóng, cậu kêu cửa thật lâu mẹ cậu mới ra mở cửa. Cậu bèn giận dữ mắng mẹ rằng: "Bộ người trong nhà chết hết rồi sao mà gọi cửa cả đêm không ai biết?" Ác duyên ấy đã làm cho đời nay Đăng Chỉ mất cha mẹ rồi thì lưu lạc thành kẻ ăn xin, và phải vác tử thi mướn.

Lại một đời nọ, Đăng Chỉ sinh ra trong nhà giàu sang, kính tín Tam Bảo. Có một lần, sau khi nghe thuyết giảng giáo pháp nên hiểu được sự vô thường và đau khổ của kiếp người, liền cảm thán nói rằng: "Sự giàu sang của đời người chỉ thoáng qua trong chốc lát. Dù ta có thụ hưởng dục lạc đến hết đời này thì cuối cùng cũng phải chấm dứt, chẳng mang theo được gì, đời sau lại không khỏi phải chịu khổ trong lục đạo." Nói vậy rồi liền cương quyết xuất gia tu tập. Nhờ nhân duyên đó nên đời này được gặp Phật, sớm chứng được thánh quả.

Đức Phật kể nhân duyên này xong, còn nói với đại chúng rằng:

- Thế gian khổ, không, vô thường, không có gì là không hoại diệt. Ta mong mọi người hiểu rõ điều ấy, đừng chỉ sợ khổ báo mà không sợ tạo nhân ác.

49. Bốn loại phúc đức

Lúc đức Phật còn tại thế, có một vị trưởng giả tên là Âm Duyệt, nhà rất giàu có, cuộc sống không có điểm nào đáng phàn nàn trừ ra một điều là tuổi đã cao mà chưa có đứa con trai nào. Thế nên từ sáng đến tối ông cứ luôn rầu rầu nét mặt.

Nhưng nhờ căn lành đời trước nên một hôm, liên tiếp có bốn loại phúc đức cùng đến với ông trong một lúc. Thứ nhất, vợ ông sinh được một cậu con trai kháu khỉnh xinh xắn không ai bì kịp; thứ hai, trong chuồng ngựa có vô số ngựa trắng đều sinh sản rất nhiều ngựa con khoẻ mạnh trong cùng một lúc; thứ ba, ông được vua phái người tới tận nhà phong thưởng chức tước; thứ tư, những chiếc tàu buôn ông gởi ra nước ngoài tìm kho tàng đều về tới bến, thành công mỹ mãn.

Vị trưởng giả hoan hỉ vô cùng, ông nghĩ rằng đó là do chư thiên ban phúc cho mình nên phải tập hợp gia tộc lại, làm một bữa tiệc cỗ cao lương mỹ vị để cúng tế, tạ ơn lòng tốt của chư thiên.

Lúc ấy đương nhiên có rất nhiều Thiên vương cùng bát bộ thiên long và chư thiên cõi trời rải rác trong hư không, thấy vị trưởng giả phúc đức đầy đủ như thế, đều âm thầm tán thán. Đức Phật *Thích-ca* vì đời trước có chút nhân duyên nên cũng đến trước cửa nhà trưởng giả nói kệ cát tường:

Phúc đức trổ mạnh mẽ,
Niềm vui tới một lúc.
Do phúc đức đời trước,
Nay đến lúc thành thục.

Trưởng giả Âm Duyệt nghe pháp âm vi diệu của đức Phật *Thích-ca*, mừng rỡ chạy ra ngoài cửa cung kính lễ bái mà nói:

- Ngài là vị xuất gia được cả pháp giới này tôn kính bậc nhất, phúc tuệ song toàn nên độ hóa được chúng sinh trong cả mười phương thế giới! Hôm nay Ngài biết trước nhà tôi có sự may mắn vô hạn nên tới tận đây mà tán dương, lòng tôi thật vô cùng cảm kích!

Nói xong, bèn đem ra những tấm thảm nhung trắng loại thượng hảo hạng ra cúng dường Phật. Đức Phật tiếp nhận rồi bèn chú nguyện cho ông và còn từ bi khai thị rằng:

- Trên thế gian này, ngay trong bản thể của tiền tài vốn đã bị năm loại tai nạn nguy hiểm chi phối, nhưng người ta không biết cái đạo lý này nên cứ mong cầu không chịu biết đủ, tính toán chi li, đến khi chết dù một đồng xu nhỏ cũng không mang theo được. Tiền tài như thế chỉ đem lại phiền não cho chúng ta mà thôi. Hôm nay nếu trưởng giả dùng những tiền tài bất an ấy để bố thí cúng dường thì sau này phúc đức và chuyện vui nào cũng sẽ theo nhân duyên đó mà đến với ông.

Trưởng giả thưa hỏi:

- Năm loại tai nạn nguy hiểm ấy là gì?

Đức Phật đáp:

- Thứ nhất là không biết sẽ bị lửa thiêu cháy lúc nào;

thứ hai là đề phòng nạn bão lụt không kịp; thứ ba là bị quan quyền dùng sức mạnh tịch thu mà không sao kháng cự; thứ tư là sinh con bất hiếu hư đốn tiêu phí đến khánh tận gia sản; thứ năm là giặc cướp đến cướp đoạt.

Trong năm loại tai nạn trên, bất cứ tai nạn nào xảy ra cũng đều làm cho gia sản bị tổn thất. Thí dụ, nếu có một người phạm tội với quan, thì không những của cải bị tịch thu hết mà còn có thể còn bị giam cầm trong lao tù, thậm chí có thể bị xử tử nữa! Lúc ấy, người đó biết làm cách nào để chống chọi hay bảo vệ tài sản cho được an toàn? Lại nói, kiếp trước có người đã từng bố thí 7 lần, nhưng mỗi lần bố thí xong đều vô cùng hối hận tiếc rẻ. Do không bố thí với tâm chí thành nên sau đó, người ấy tuy có vô số tiền của, nhưng cũng bị phá sản 7 lần.

Trưởng giả nghe thế, sinh tâm chí thành bố thí một cách hoan hỉ. Đức Phật nói xong cũng tức khắc quay trở về núi Kỳ Xà Quật.

Lúc ấy có một vị ngoại đạo tên là Bất Lan Ca Diếp, nghe nói đức Phật chỉ thuyết có một bài kệ cát tường mà được vô số thảm nhung trắng, bèn sinh tâm ganh tị, tìm cách bắt chước. Nhưng ông không biết nói kệ nên đến xin đức Phật dạy cho.

Đức Phật biết trước trưởng giả Âm Duyệt trong tương lai sẽ mất hết tài sản lẫn phúc đức trong cùng một lúc, nên dùng lời khéo léo để khuyên can ngoại đạo, nhưng người này cho rằng đức Phật không chịu dạy cho mình nên cứ theo nài nỉ mãi.

Đức Phật có đại thần thông, thấy rõ nhân duyên kiếp trước của Bất Lan Ca Diếp, biết nghiệp chướng không thể tránh được, nên nói với đại chúng rằng: "Tội không tránh được, có nợ phải trả." Rồi Ngài đem bốn câu kệ cát tường dạy cho Bất Lan Ca Diếp.

Không lâu sau, trưởng giả Âm Duyệt đã mất hết tài sản trong một trận hỏa thiêu, rất nhiều ngựa con cũng chết cháy trong cùng một lúc, đứa con trai quý bất hạnh yểu mệnh, đồng thời bị người khác ganh ghét sàm tấu với vua, nên bao nhiêu chức vị được phong thưởng ngày nào nay đều bị tước mất. Chưa hết, những con tàu ông gởi đi tìm kiếm kho tàng đều bị bão tố lật úp, cả vốn lẫn lời đều chìm sâu trong biển cả.

Đúng lúc ấy, Bất Lan Ca Diếp hồ hởi phấn khởi đến trước nhà trưởng giả, đọc to lên những câu kệ cát tường. Trưởng giả đang phiền não không có chỗ để trút giận, đột nhiên nghe những câu kệ cát tường, ngỡ rằng Bất Lan Ca Diếp cố ý chọc tức mình, lập tức nổi giận, mặt mày đổi màu từ trắng ra xanh, bất chấp hết thảy, thuận tay tóm lấy cây gậy dựng ngay bên cửa đánh Bất Lan Ca Diếp một trận túi bụi.

Đáng thương cho Bất Lan Ca Diếp, trong thoáng chốc bị một trận đòn nên thân, cả người bầm tím mang đầy thương tích, bò lê bò càng đau đớn trở về nhà. Nhưng tuy vậy vẫn chưa tỉnh ngộ, cứ ngỡ rằng tại đức Phật không chịu dạy kệ cho rõ ràng!

Lúc ấy đức Phật đang ở vườn trúc La Duyệt Tri thuyết pháp, nói với đại chúng rằng:

- Bất Lan Ca Diếp hôm trước tới đây đòi ta dạy cho kệ cát tường, ta khuyên can mà không nghe, hôm nay đến đó bị đả thương rồi!

Ngài A Nan liền thưa hỏi đức Phật:

- Bất Lan Ca Diếp và vị trưởng giả kia có nhân duyên gì với nhau mà bị quả báo ấy?

Đức Phật nói:

- Đó là do một nhân duyên rất lâu xa về trước. Thuở ấy có một ông vua tên là Âm Duyệt. Một hôm vua đang ngủ trưa thì có một con chim anh vũ bay lên trên mái cung đình mà hót, tiếng hót nghe rất cảm động. Vua nghe nó hót vừa ngạc nhiên vừa vui mừng, bèn hỏi người xung quanh rằng: "Đó là loại chim gì, sao nó hót nghe cảm động đến thế?" Người xung quanh đáp: "Có một con chim kỳ diệu, mới bay tới hót ở trên mái cung đình."

Vua nghe thế, sai rất nhiều người đi lùng kiếm khắp mọi nơi, cuối cùng bắt được chim. Vua vui mừng khôn kể xiết, bèn dùng ngọc châu cơ, thủy tinh, lưu ly, trân châu, san hô, anh lạc v.v.. rất nhiều châu báu như thế làm lồng cho nó ở, từ sáng tới tối giữ nó mãi bên mình không chịu lìa xa.

Về sau có một con chim khác tên là mộc điểu, thấy thế bèn hỏi chim anh vũ rằng:

- Làm sao mà bạn được sung sướng tột cùng như thế?

Anh vũ đáp:

- Tôi tình cờ hót chơi giải buồn trên mái cung đình, vua nghe được cho rằng tiếng hót của tôi cảm động nên sủng ái tôi như thế.

Chim mộc ganh tức nói:

- Tôi có thể hót hay hơn cả bạn!

Thế rồi, lúc vua đang ngủ trưa, chim mộc bèn bay đến trước cung đình hót rầm rĩ. Vua giật mình tỉnh giấc, rởn cả tóc gáy, nổi giận hỏi người xung quanh: "Tiếng gì nghe rùng rợn như thế?" Người xung quanh đáp: "Đó là tiếng con chim mộc đang hót trước cửa." Vua nổi giận, lập tức ra lệnh bắt chim vặt lông và đánh cho một trận rồi mới thả về.

Chim mộc bò ngả bò nghiêng trở về tổ, có rất nhiều chim khác thấy tình trạng của nó như thế thì kinh hoàng hỏi nguyên do, chim mộc không những không chịu nhận sự thật mà còn oán trách chim anh vũ, nói với đồng loại rằng:

- Tại con chim anh vũ tôi mới ra nông nỗi này!

Đức Phật ngừng một lúc rồi lại nói tiếp:

- Âm thanh hay có thể đem lại phúc đức, âm thanh dở thì đem đến tai hoạ. Chim mộc tự làm hại lấy mình mà còn giận chim anh vũ. Vị vua thuở ấy chính là trưởng giả Âm Duyệt ngày nay, chim mộc là Bất Lan Ca Diếp trong quá khứ đã ganh tị với chim anh vũ nên bị đánh đập đau đớn, kiếp này lại ganh tức với Phật, cũng lại bị nạn gậy gộc. Chính vì tâm ganh tị thiêu đốt mà không chịu hối cải!

A Nan lại thưa hỏi đức Phật:

- Trưởng giả Âm Duyệt đời trước làm công đức gì mà lại được bốn loại phúc báo, và tại sao bây giờ phúc đức ấy lại bị tiêu mất?

Đức Phật trả lời:

- Trong đời trước, lúc còn trẻ Âm Duyệt tín phụng Phật pháp, chí thành cúng dường thánh chúng, nguyện cho được giàu có. Quả nhiên về sau được như nguyện, nhưng khi cưới vợ rồi thì bất hạnh đâm ra đam mê tửu sắc, khinh mạn Tam Bảo. Đã thế còn không có tâm từ bi, không gieo trồng căn lành, vì thế nên phúc báo của ông ta tan đi như bóng trăng đáy nước, hoa đốm trong không, biến mất trong nháy mắt.

Sau đó, thật đáng thương, sẽ bị vô hạn thống khổ bức bách, chịu tận cùng khổ báo rồi mới tiêu trừ nghiệp chướng được.

50. Hối lỗi thoát khổ

Lúc đức Phật còn tại thế thường hay có nhiều vị vua chúa, đại thần đến thỉnh mời Ngài cho họ được cúng dường. Đó là vì Thế Tôn từ bi, muốn cho chúng sinh nào cũng có thể gieo trồng phúc điền.

Một hôm, đức Phật nhận lời mời của long vương A Nậu Đạt, đưa 500 vị đệ tử đến long cung cho long vương được dịp cúng dường.

Long cung của A Nậu Đạt thật là huy hoàng tráng lệ, ngay trước cung điện có một cái ao nước cũng gọi tên là ao A Nậu Đạt. Nước ao thanh tịnh trong mát, không khác gì nước tám công đức trong ao thất bảo của thế giới Cực Lạc phương tây. Người nào có nhân duyên uống được một giọt nước ao này liền có thể biết được mọi sự việc đã xảy ra trong nhiều kiếp trước của mình, và cũng có thể chứng nhập vào cảnh giới của thánh nhân.

Các vị *tỳ-kheo* đông đảo cùng đi thọ cúng với Như Lai hôm ấy, tuy ai cũng đã chứng được quả vị, nhưng không phải ai cũng có túc mệnh thông. Thế nên khi họ đến long cung A Nậu Đạt, uống nước ao nơi ấy rồi thì tất cả đều có khả năng biết được sự việc kiếp trước của mình.

Thọ cúng dường xong, đức Phật đứng bên bờ ao A Nậu Đạt bảo 500 vị đệ tử mỗi người hãy kể lại chuyện kiếp xưa của mình. Lúc ấy có một vị tôn giả tên gọi là La Bi Đề đứng dậy kể rằng:

- Bạch Thế Tôn! Một trong những đời trước của con ở cõi Ta Bà này, gặp lúc đức Như Lai Câu Lưu Tôn ứng hóa ở thế gian, vì tất cả chúng sinh mà tuyên thuyết đủ các pháp vi diệu. Không lâu sau, đức Như Lai Câu Lưu Tôn nhập *Niết-bàn*, người con Phật nào cũng vô cùng buồn thương. Rất nhiều người cư sĩ tại gia muốn báo đáp ân sâu của Như Lai liền phát tâm xây cất một ngôi bảo tháp 7 tầng với một ngôi chùa lớn để thờ phụng thánh tượng của Như Lai và cũng để cho rất đông các vị *tỳ-kheo* xuất gia có nơi trú ngụ. Do đó, mỗi ngày các vị cư sĩ phát đại tâm ấy đều hội họp nhau chuyên chú vào kế hoạch xây cất công trình vĩ đại này.

Lúc ấy con sống trong một thôn làng gần đó, thấy họ nhiệt liệt thành tâm trong việc xây chùa lập tháp như thế, thì trong tâm khởi lên một niệm vô minh phiền não, đã không tán thán công đức của họ mà còn ganh tị với họ nữa. Niệm ác trong tâm đã manh nha thì miệng không ngừng nói những lời ác độc, mắng họ ngu si, hủy báng công đức của họ. Vì lẽ đó nghiệp tội đã định, khổ báo đã hình thành.

Không lâu sau con qua đời, đọa xuống địa ngục, bị ngọn lửa phiền não đốt cháy cả thân thể. Con kêu khóc, cầu cứu nhưng chẳng ai thương hại, chẳng ai giải cứu cho con. Nỗi đau đớn lúc ấy thật tưởng chừng như không sao chịu nổi! Có lẽ vì sự đau đớn quá khốc liệt như thế nên con đột nhiên sinh khởi tâm tàm quý, hối hận. Nhờ một niệm thiện tâm hối cải ấy nên các khổ báo bi thảm của địa ngục đã kết thúc mau lẹ.

Tuy bỏ được cái khổ địa ngục, nhưng con phải sinh ra làm một người thấp lùn, xấu xí, ai thấy cũng ghét bỏ, xa lánh, thậm chí còn không tiếc lời chửi rủa. Con phải mang thân xấu xí như thế qua mấy kiếp mới xả bỏ được.

Rồi trong một kiếp sau đó, may mắn gặp lúc đức Như Lai Ca Diếp ra đời, nhưng tuy con đã thoát được thân người xấu xí khó coi, lại phải sinh làm thân quạ. Trong các loài chim thì quạ là giống chim thường bị người ta ghét bỏ nhất, vì tiếng kêu của nó rất khó nghe, lại còn có rất nhiều người mê tín cho rằng chỗ nào có quạ tới thì chỗ ấy sẽ có chuyện không lành xảy ra. Vì thế, hễ thấy con là người ta phỉ nhổ, rủa mắng, bay đi tới đâu con cũng bị đối xử tàn nhẫn như thế.

Tuy vậy, nhờ lúc đang chịu khổ báo trong địa ngục con đã có căn lành phát khởi một niệm hối cải, biết được lỗi lầm của mình trong quá khứ, nên mỗi ngày con đều ngừng lại ở con đường có Như Lai đi qua, bay lượn ở giữa các lùm cây, từ xa ngóng nhìn Như Lai và chúng đệ tử rất đông của Ngài. Ngài du hành hóa độ ở chỗ nào trong vườn Ba La Nại cũng có con bay theo ở phía sau nghe Phật pháp, và còn hướng dẫn cho các loài chim khác lễ bái Như Lai nữa. Với sự tinh cần đó, con nguyện cầu Như Lai từ bi cho phép con sám hối.

Không lâu sau, nương nhờ sức từ bi của Như Lai, con thoát được thân quạ, lại sinh vào loài người. Trong kiếp này con không đọa lạc nữa vì đã gặp được bậc Tôn sư Chính giác Vô thượng là đức Phật *Thích-ca Mâu-ni*, xuất gia học đạo, chứng quả *A-la-hán*.

Tôn giả La Bi Đề kể xong câu chuyện đời trước của ngài, tất cả các vị *tỳ-kheo* có mặt trong pháp hội đều vô cùng hoan hỉ vì đã được nghe một bài học sâu xa về nhân quả.

"Chớ thấy việc ác nhỏ mà làm, đừng thấy điều thiện nhỏ mà bỏ qua." Người Phật tử phải luôn giữ gìn miệng lưỡi, giữ gìn tâm ý, không để rơi vào điều ác. Một lời nói thiện, một niệm tâm thiện đều có công đức không thể nghĩ bàn. Câu chuyện kiếp xưa của Tôn giả La Bi Đề thật xứng đáng là một bài học cho tất cả mọi người suy gẫm.

51. Tỳ-kheo ni Bạch Tịnh

Khi đức Phật tại thành Xá Vệ, có lúc trong tăng đoàn loan truyền một sự việc quái lạ, có liên quan tới sư cô Bạch Tịnh.

Lúc bấy giờ sư cô Bạch Tịnh là con gái độc nhất của một vị trưởng giả giàu có. Cha mẹ cô đều là đệ tử tại gia của đức Phật. Sư cô Bạch Tịnh sinh ra trong một gia đình Phật tử thuần thành, nên lớn lên cô ngỏ ý muốn xuất gia. Cha mẹ cô nghĩ rằng giữ cô lại trong nhà không bằng để cho cô được nuôi nấng trong Phật pháp, nên gởi cô vào tăng đoàn của đức Phật.

Sư cô Bạch Tịnh gia nhập tăng đoàn không lâu thì chứng quả A La Hán. Điều này dĩ nhiên đã làm cho mọi người vô cùng kinh ngạc, nhưng điều làm cho họ lạ lùng hơn nữa là tấm tăng bào trên người cô.

Tấm tăng bào này luôn luôn như mới tinh khôi, không bao giờ cần giặt giũ. Bất kể là trời lạnh hay nóng, tấm áo đều sẽ tự động điều hòa để thích hợp với nhiệt độ trong người cô. Nhờ những điều tiện lợi như thế mà Sư cô Bạch Tịnh có thêm thì giờ dành cho việc tu học. Ai ai cũng hâm mộ cô, không biết cô đã trồng phúc đức gì và từ đời nào mà bây giờ được như thế.

Nghe nói cô đã có tấm áo ấy ngay từ lúc ra đời, song ban đầu không phải dưới dạng một tăng bào, chỉ từ khi cô xuống tóc trở thành đệ tử đức Phật thì chiếc áo diễm lệ thời trang thiếu nữ mới biến thành tấm tăng bào của một tỳ kheo ni.

Mọi người trong tăng đoàn xôn xao bàn tán về vấn đề này, kẻ đoán thế này người đoán thế nọ, tôn giả A Nan biết rằng chiếc tăng bào kỳ lạ kia không thể nào không có nhân duyên, nên mới thỉnh cầu đức Phật thuyết giảng cho mọi người hiểu.

Một hôm, vào thời thuyết Pháp thường lệ, đức Phật kể cho đại chúng nghe một câu chuyện như sau:

Ngày xưa, có một cặp vợ chồng vô cùng nghèo nàn, trong nhà chỉ còn một tấm vải độc nhất để che thân, ngoài ra không có bất cứ một vật gì khác, vì họ đã phải cầm, phải bán tất cả mọi thứ trong nhà để ăn rồi. Hai người chỉ còn có một tấm vải ấy thôi, nên tấm vải đối với họ quan trọng hơn tất cả mọi thứ trên đời. Trong hai người, người nào cần phải ra ngoài xin thức ăn mang về thì mới quấn tấm vải này, người kia dành phải tạm thời ẩn thân dưới một đống rơm trong góc nhà. Nghèo đến nỗi không có một lấy bộ quần áo, thật là nghèo đến nước cùng rồi!

Một hôm, có một vị tỳ kheo đến trước cửa nhà của hai vợ chồng nghèo này. Vị tỳ kheo không phải chỉ đến hóa duyên mà thôi, thầy còn đến để khuyến khích họ đi nghe thuyết pháp. Thầy là đệ tử của Phật Tỳ Bà Thi, và chính lúc đó Phật Tỳ Bà Thi đang đi ngang qua vùng ấy thuyết pháp độ sinh, nên các vị đệ tử của Ngài chia nhau đi mọi nơi để khuyến khích dân chúng đến nghe.

Người vợ nghèo kia tên là Đàn Ni Già, vốn là người đàn bà hiền hậu, có trí huệ, hiểu đạo lý. Bà thành tâm cảm tạ hảo ý của vị tỳ kheo, nhưng hai vợ chồng chỉ có một tấm vải che thân, thật là không được lịch sự, đến trước mặt đức Phật nghe pháp thật là bất tiện, nên bà cứ ngần ngừ không biết phải trả lời như thế nào.

- Dường như bà có điều chi khó xử?

Vị tỳ kheo nhìn thần sắc của người đàn bà mà hỏi một cách hiền từ.

- Dạ... dạ thưa không!

Người đàn bà vội vàng trả lời.

- Bà đừng khách sáo, có chi khó xử thì cứ nói, biết đâu tôi có thể giúp bà được?

Vị tỳ kheo chân thành đề nghị. Lúc ấy người đàn bà rất cảm động, nên mới ngượng ngùng kể cho vị tỳ kheo nghe về gia cảnh của mình, và còn tự đặt câu hỏi không biết tại sao mình lại nghèo tới mức ấy?

Vị tỳ kheo nghe xong rất thương cảm, an ủi bà rằng:

- Đừng có tự ti tự oán trách cảnh nghèo của mình, việc gì xảy đến với mình cũng có liên quan tới nhân quả. Nếu kiếp này mình nghèo hèn thì chắc chắn chỉ vì kiếp trước mình bủn xỉn không chịu bố thí cúng dường. Giàu sang hay nghèo hèn, quý phái hay bần tiện, ai ai cũng phải biết bố thí, biết giúp đỡ người khác thì mới khỏi rơi vào đường cùng nghèo khổ. Bây giờ bà không nên chậm trễ nữa, cần phải nhớ kỹ đạo lý này.

Nghe vị tỳ kheo nói xong, người đàn bà nghĩ một lúc xong xin thầy đợi một chút, rồi chạy vào nhà trong. Vào đến nhà trong, bà bèn đem những lời thuyết pháp của vị tỳ kheo nói cho ông chồng đang trốn trong đống rơm nghe, và còn hăng hái nói rằng:

- Từ giờ trở đi chúng ta phải thực hành bố thí để kiếp tới không còn gặp cảnh nghèo cùng như thế này nữa.

Người chồng nghe xong, nhìn phải nhìn trái, xong quay lại nhìn vợ đưa hai tay ra cười buồn.

- Sao? Ông không bằng lòng à? Chúng mình nghèo tới mức này mà còn không chịu trồng chút thiện nhân, không lẽ...

- Ôi ! Sao bà lại trẻ con như thế. Không phải là tôi không có thiện tâm, nhưng chúng mình không có gì hết thì lấy gì bố thí đây?

- Chúng ta còn tấm vải này! Hãy đem nó ra cúng dường cho vị tỳ kheo kia!

Người vợ vừa nói vừa chỉ tấm vải trên người. Người chồng há hốc miệng không nói được lời nào, trong lòng những tưởng vợ mình có dành dụm hay giấu giếm được chút tiền riêng, nào ngờ bà lại nghĩ đến chuyện đem tấm vải trên thân ra bố thí, làm sao có thể như thế được? Ông trả lời:

- Cả hai chúng ta chỉ có tấm vải này thôi, có nó chúng ta mới có thể ra ngoài xin thức ăn về đỡ dạ, mất nó đi, chúng ta chỉ còn có nước ngồi chờ chết đói, không lẽ bà không hiểu điều ấy hay sao?

- Tôi hiểu rất rõ. Chết thì không người nào không chết, đã có sinh thì phải có chết. Dầu không đem tấm vải này ra cúng dường, chúng ta cũng sẽ có ngày chết như mọi người thôi. Còn nếu đem nó ra cúng dường, kiếp tới mới hy vọng có cuộc sống khá hơn. Nếu không cúng dường thì kiếp sau... tôi không dám nghĩ rồi sẽ như thế nào!

Người chồng suy nghĩ, thấy vợ nói không phải là không có lý nên không ngăn cản nữa, để cho vợ tùy ý xử sự. Người đàn bà trở ra ngoài đóng cửa lại, vị tỳ kheo đang tự hỏi không biết chuyện gì xảy ra, bỗng thấy cánh cửa hé mở, một tấm vải rơi ra ngoài và giọng người đàn bà nói vọng ra:

- Bạch thánh nhân! Xin ngài tha thứ cho con không lấy hai tay mà dâng tấm vải này lên cho ngài, trong nhà chỉ còn có nó để hai vợ chồng chia nhau mà che thân, nay chúng con đem nó ra cúng dường cho ngài, xin ngài từ bi nhận lấy!

Vị tỳ kheo đưa tay tiếp lấy tấm vải, đứng thật lâu trước cửa nhà không rời, im lặng chú nguyện cho họ.

Về đến tinh xá, vị tỳ kheo đem tấm vải vải cũ kỹ đến nỗi đã ngả sang màu vàng ấy dâng lên cho đức Phật Tỳ Bà Thi. Tại pháp hội, có rất nhiều vị đệ tử tại gia của đức Phật thấy thế rất lấy làm bất bình. Mọi người nghĩ rằng một đấng chí tôn vô thượng như đức Phật không nên xúc chạm đến một vật bẩn thỉu đến dường ấy, ai đó thật không biết điều mới dám cúng dường cho Thế Tôn một tấm vải nhìn không được mắt như thế!

Đức Phật Thích Ca Mâu Ni kể câu chuyện ấy đến đây thì ngừng lại, đưa mắt quan sát chư vị đệ tử ở dưới tòa, như thể đang hỏi họ rằng: "Các vị có đồng ý rằng không nên cúng dường Như Lai một vật như thế hay không?"

Nhưng một lúc sau, Ngài tiếp tục kể:

- Bố thí hay cúng dường, giá trị không nằm ở chỗ vật cúng tốt hay xấu, nhiều hay ít. Lúc ấy, có rất nhiều vị quốc vương đại thần, đệ tử tại gia của đức Phật Tỳ Bà Thi đang ngồi dưới tòa Như Lai, họ thường tổ chức những buổi đàn trai thịnh soạn linh đình, dùng vàng bạc châu báu cúng dường Tam Bảo, nhưng đức Phật Tỳ Bà Thi lại tán thán người đàn bà nọ trước mặt họ, bảo rằng công đức của bà thù thắng nhất, quý hơn tất cả những gì mà họ đã từng cúng dường từ trước tới nay. Tại sao như vậy? Vì ý nghĩa chân chính của việc bố thí hay cúng dường là phải làm với tâm chí thành khẩn thiết, lúc ấy vật bố thí tuy nhỏ bé nhưng phúc báo của người cúng lại cao như núi, thí như một hạt thóc, nếu hết lòng chăm sóc thì sau một vài lần gieo giống trồng trọt, có thể gặt được cả một núi gạo trắng! Trái lại, một người vô cùng giàu có, có khả năng ném cả vạn đồng tiền vàng ra cửa sổ, thì dẫu lấy số tiền ấy xây cả một tòa tinh xá mà không có lòng thành khẩn, thì công đức cũng sẽ không dược bao nhiêu!

Các vị đệ tử đại thần từ xưa đến nay vốn rất tự cao tự đại, nay nghe lời dạy của đức Phật Tỳ Bà Thi bèn cảm thấy hổ thẹn, mỗi người tự động cởi những bộ áo hoa lệ trên thân, sai người chất lên xe và đi rước vợ chồng nhà nghèo kia đến nghe Phật thuyết pháp. Bà Đàn Ni Già chính là tiền thân của sư cô Bạch Tịnh, nhân đã từng cúng dường với tâm chí thành thanh tịnh nên đời đời kiếp kiếp sinh ra trong cảnh giàu sang phú quý, và còn có được một bộ quần áo bất khả tư nghì như thế tùy thân. Nhìn theo nhãn quang của Phật giáo thì điều này chẳng có gì là quái lạ. Lại nữa, cô chứng đắc quả A La Hán mau lẹ là vì xưa kia đã từng đến chỗ của đức Phật Tỳ Bà Thi học đạo tích lũy trí huệ cho đời sau vậy.

Khi thực hành bố thí hay cúng dường, chúng ta rất có thể làm với tâm chấp trước và tham cầu mà không hề tự biết, nên chúng ta phải thường tự chiếu soi tâm mình để sửa đổi kịp thời, phòng khi có lỡ đi sai đường.

Cúng dường vô điều kiện, không khởi tâm phân biệt, mong cầu, mới là cúng dường bố thí đúng theo Phật pháp.

Sau khi đọc chuyện này, chúng ta hãy tự quán xét mình xem đã từng bố thí hay cúng dường với tâm thanh tịnh không mong cầu hay chưa?

52. Như thị ngã văn

Vào năm ứng thân của đức Phật được 80 tuổi, Ngài đưa A Nan đi hành hóa tới tháp Già Bà La, ở đấy có rất nhiều vị *tỳ-kheo* vân tập. Đức Phật nói với đại chúng rằng:

- Này chư *tỳ-kheo*! Hôm nay ta gặp các ông nơi đây là điều rất tốt. Từ khi ta thành đạo và chứng được chính giác, đã thương tưởng bảo hộ các *tỳ-kheo* và đệ tử, giáo hóa đại chúng, ban phúc cho mọi người, đem sự an vui bố thí cho kẻ khác, dùng từ bi mà đối đãi tất cả chúng sinh. Ta thuyết pháp độ sinh, chưa hề nề hà gian lao hay nghĩ đến sự nghỉ ngơi.

Điều ta muốn nói thì đã nói xong với các ông rồi. Ta không hề nghĩ các ông thuộc về ta, chúng sinh thuộc về ta, cho ta toàn quyền sai khiến. Ta chỉ là một người giữa các ông, thường cùng các ông ở chung một chỗ. Điều ta muốn thuyết giảng đã thuyết giảng xong, Như Lai không hề giữ lại điều bí mật nào, không áp bức ai và cũng không muốn ai phải phục tùng.

Ứng thân của ta nay đã già, như một cái xe cũ thì phải hư, cứ sửa sang, bảo trì mãi cũng không phải là một biện pháp lâu dài được. Trong ba tháng nữa, ta sẽ y theo pháp tính mà nhập *Niết-bàn* giữa hai gốc cây Ta La ở thành Câu Thi Na Ca La, được sự an ổn vô thượng. Nhưng ta sẽ luôn luôn gia hộ cho các ông và cho những chúng sinh đời vị lai biết tin tưởng vào giáo pháp của ta.

Tin đức Phật nhập *Niết-bàn* vừa mới ban ra, đệ tử của

Ngài ai cũng kinh hoàng. Trong tâm của họ, trong khoảnh khắc mặt trời và mặt trăng đều như tắt lịm, trời đất quay cuồng. Đức Phật lại nói tiếp:

- Các ông không nên đau buồn, vạn vật trong trời đất, hễ có sinh ra thì tất nhiên phải có tướng vô thường. Định luật này, bất kỳ là ai cũng không thoát được. Ta chẳng đã nói điều này cho các ông nghe rồi sao? Những gì mình yêu thương đều phải có lúc mất mát, có tụ họp thì phải có xa lìa, thân thể của người đời do tâm và vật chất tụ lại mà thành thì tất nhiên là vô thường, không thể tự do như người ta thường tưởng. Thân xác thịt không thể vĩnh viễn tồn tại, ta chẳng đã thường xuyên nhắc nhở các ông điều này đó sao?

Muốn ứng thân của Phật ở mãi trên thế gian là đi ngược lại với quy tắc tự nhiên của pháp tính. Ta là người đã thị hiện chân lý của vũ trụ, thì đương nhiên là không thể đi ngược lại với pháp tính.

Nếu các ông muốn ta ở lại mãi trên thế gian là các ông không y theo giáo pháp của ta đã giảng dạy mà tu hành, vậy thì cho dầu ta có sống thêm ngàn vạn năm nữa phỏng có ích lợi gì?

Nếu các ông có thể y theo giáo pháp của ta mà tu hành thì chẳng khác nào ta vẫn sống vĩnh viễn trong tâm các ông. Pháp thân huệ mệnh của ta biến hiện khắp tất cả mọi nơi, luôn ở cùng một chỗ với các ông và với chúng sinh đời vị lai.

Các ông hãy giữ lòng tin kiên cố, quy y nơi pháp, y pháp mà tu hành, không nên quy y nơi gì khác.

Các ông tu học thánh đạo không biếng trễ, giải thoát phiền não, trụ tâm không loạn, thì các ông đúng là đệ tử chân chính của ta.

Đức Phật nói xong lại đi qua vườn Xà Đầu ở thành Ba Bà, ở đấy nhận sự cúng dường của ông thợ vàng tên là Thuần Đà.

Ông này cúng dường Chiên Đàn nhung, là một loại nấm rất khó tiêu hóa. Đức Phật dùng xong trong người không khoẻ, nhưng Ngài vẫn từ bi giải đáp cho Thuần Đà biết thế nào là sự khác biệt giữa bốn loại *sa-môn*, khiến ông này vô cùng cảm động.

Đức Phật nói có bốn loại sa-môn: một là sa-môn hành đạo thù thắng, hai là sa-môn khéo thuyết nghĩa của đạo, ba là sa-môn dựa vào đạo mà sinh sống và bốn là sa-môn làm ô uế đạo. Cùng là sa-môn mà có chân có ngụy, có thiện có ác, không nên thấy một vị sa-môn không hiền không thiện rồi hủy báng toàn thể các vị sa-môn.

Giống như trong một thửa ruộng lúa mạ tốt, bên trong có thể xen tạp vài ngọn cỏ dại. Là người cư sĩ tại gia tin Phật, nên thường gần gũi thiện tri thức, nhưng không nên phê bình sa-môn. Người cư sĩ tại gia, tốt hơn hết là không nên để ý tới chuyện tốt xấu thiện ác của sa-môn.

Sau đó, đức Phật thị hiện tướng bệnh ở thôn Trúc Phương, nhưng Ngài vẫn không chịu nghỉ ngơi, vẫn tiếp tục lên đường hành hóa. Một hôm, từ nhan của Ngài bỗng chiếu ra ánh sáng huy hoàng, viên mãn hơn, thanh tịnh hơn, trang nghiêm hơn bình thường, ánh sáng ấy chói lọi như mặt trăng mặt trời, sâu rộng vô biên như biển lớn. Ngài A Nan liền thưa hỏi đức Phật:

- Bạch Thế Tôn, từ trước tới nay con đi theo làm thị giả của Phật, đây là lần thứ nhất con thấy từ nhan của Thế Tôn sáng chói hơn những ngày trước, ánh sáng vô lượng ấy như muốn chiếu thấu cùng khắp cả tam thiên đại thiên thế giới.

Đức Phật đáp:

- Đúng thế! Quang sắc của Phật có hai lần đặc biệt không giống bình thường, lần thứ nhất là lúc mới thành Phật đạo, chứng đắc vô thượng chính giác, lần thứ hai là lúc sắp nhập Niết-bàn.

A Nan nghe nói vừa mừng vừa cảm thấy buồn thương. Đức Phật gieo rắc chủng tử của chân lý trên đường đi của Ngài, và có rất nhiều người đi theo sau chân Ngài. Họ đi theo sau một đức Phật vừa già nua vừa bệnh hoạn, nên dường như ai cũng rơi lệ. Sự thật, nếu trên thế giới này có một người thật sự mạnh khoẻ và huệ mệnh vĩnh viễn không có già bệnh, thì người ấy chính là bậc cứu thế, là bậc đại thánh, là đức Phật vậy.

Trên đường đi theo đức Phật, A Nan lo sợ thưa rằng:

- Thế Tôn nhập *Niết-bàn* rồi thì nghi thức an táng chúng con phải làm như thế nào?

Đức Phật an nhiên đáp:

- Những người đã quy y sẽ đến giúp ông, ông đừng lo, hãy an tâm mà lo lấy việc của mình. Tuy nhiên ta cũng có thể chỉ bày cho ông một vài nghi thức để dựa theo đó. Mọi người ai cũng mong muốn được biết, và cũng để tránh điều tranh luận giữa đám đông người, ta nói cho các ông nghe cũng tốt. Thế thì ta dạy cho các ông nghi thức mai táng của Chuyển Luân Thánh Vương vậy!

- Nghi thức mai táng của Chuyển Luân Thánh Vương là thế nào?

A Nan xúc cảm vừa khóc vừa hỏi.

Đức Phật nhẹ nhàng trả lời:

- Trước hết lấy nước thơm tắm rửa người, xong dùng vải mới sạch bao người lại. Bên trên dùng 500 tấm thảm bông bao thêm, đặt vào trong một cỗ áo quan bằng vàng, bên trong áo quan có phết dầu hương. Sau đó mới đem cỗ áo quan đặt vào một chiếc quan tài bằng sắt, xung quanh quan tài rải hương chiên đàn trên một vòng tròn rộng, bên trên thì chất hương thơm, bốn phía đặt hoa tươi...

Đức Phật nói đến đây, trầm ngâm một lúc rồi lại nói:

- Phật có thể tự dùng lửa tam muội mà trà tỳ, các ông thu thập xá-lợi và lập tháp ở ngã tư đường để người qua lại biết mà nhớ nghĩ và tin tưởng.

Đức Phật không hề muốn ai xây tháp cho chính mình, chỉ vì chúng sinh nên mới để lại di ngôn như trên.

Không lâu sau, đức Phật tiến vào thành Câu Thi Na Ca La, dặn dò A Nan rằng:

- Ông hãy vì ta mà đến giữa hai gốc cây Sa La sắp đặt một chỗ nằm, đầu quay về hướng bắc, mặt nhìn về hướng tây. Những năm sắp tới, giáo pháp của ta có thể hướng về phía bắc mà hoằng truyền, và tương lai sẽ thịnh hành ở phương tây. Đêm nay ta sẽ nhập *Niết-bàn*.

A Nan và đại chúng nghe thế, ai cũng khóc than không sao ngăn được. Sau đó mọi người bàn tính với nhau, nếu chỉ khóc lóc thì chẳng có ích lợi gì, điều cần kíp là phải thỉnh cầu đức Phật chỉ bày làm cách nào để Chính pháp được giữ gìn lâu dài trong thế gian. Bàn tính với nhau xong, họ cử A Nan thỉnh giáo đức Phật:

- Bạch Thế Tôn, chúng con không cách nào mà không buồn thương cho được, nhưng chúng con có bốn vấn đề cuối cùng xin thỉnh Thế Tôn chỉ bày:

Thứ nhất, lúc Thế Tôn còn tại thế, Ngài là thầy cho chúng con nương dựa. Thế Tôn *Niết-bàn* rồi, chúng con biết nương dựa vào người thầy nào đây?

Thứ hai, lúc Thế Tôn còn tại thế, chúng con an trụ vào Phật. Thế Tôn *Niết-bàn* rồi, chúng con biết an trụ vào đâu?

Thứ ba, lúc Thế Tôn còn tại thế thì người hung ác đã có Thế Tôn điều phục. Thế Tôn *Niết-bàn* rồi, làm sao điều phục người hung ác đây?

Thứ tư, lúc Thế Tôn còn tại thế, ngôn giáo của Phật nói ai cũng dễ tin dễ hiểu. Thế Tôn *Niết-bàn* rồi, kinh điển kết tập làm sao cho người ta tin tưởng?

Đức Phật trả lời một cách từ bi, vui vẻ:

- A Nan, ông được đại chúng đề cử đến hỏi ta bốn vấn đề này, thật là vô cùng quan trọng. Các ông không nên bi lụy như thế, giả như *Xá-lợi-phất* hay *Mục-kiền-liên* mà còn sống, chắc chắn họ sẽ không cư xử như các ông đâu! Đại *Ca-diếp* hiện giờ còn trên đường về, ông ấy sẽ không về kịp trước giờ ta *Niết-bàn*. Các ông phải nhận biết pháp tính, nếu Phật dùng ứng thân ở tại thế gian, thì đây là tướng vô thường cuối cùng, phải nhập *Niết-bàn*. Các ông y theo pháp mà hành trì thì không khác gì Phật thường còn ở thế gian vậy.

Nay ta sẽ trả lời bốn vấn đề của các ông hỏi, các ông hãy nhớ kỹ lấy:

Thứ nhất, các ông hỏi ta *Niết-bàn* rồi thì ai là thầy cho các ông nương: hãy nương vào Ba La Đề Mộc Xoa.[1]

Thứ hai, các ông hỏi ta *Niết-bàn* rồi thì nên an trụ vào đâu: hãy an trụ vào *Tứ niệm xứ*.

Thứ ba, các ông hỏi ta *Niết-bàn* rồi thì làm sao điều phục người hung ác: nên im lặng tách xa họ ra.[2]

Thứ tư, các ông hỏi ta *Niết-bàn* rồi thì làm sao cho người ta tin vào kinh điển: Phải đặt bốn chữ "*như thị ngã văn*"[3] ở ngay đầu tất cả mọi bộ kinh.

---

[1] Ba-la-đề-mộc-xoa: tức toàn bộ giới luật do Phật chế định, về sau được kết tập thành Luật tạng.

[2] Trong giáo pháp gọi biện pháp đối trị này là "mặc tẫn", tức là không còn được tiếp xúc, chuyện trò hay sinh hoạt chung với bất cứ ai trong đại chúng.

[3] Như thị ngã văn: nghĩa là "Tôi nghe như thế này". Điều này nhằm khẳng định những điều ghi chép trong kinh là được nghe từ chính kim khẩu đức Thế Tôn, không phải do người đời sau tự đặt ra.

A Nan, các ông nên thường xuyên nhớ nghĩ đến chỗ Phật sinh ra, chỗ Phật giác ngộ, chỗ Phật thuyết pháp và chỗ Phật *Niết-bàn*. Điều cần thiết là thân phải từ, miệng phải từ và ý phải từ, chuyện khác không cần quan tâm đến. Hôm nay không nên bi lụy, hãy mau vì ta mà đến giữa hai gốc cây Sa La mà sắp đặt chỗ nằm.

Đây là nguyên do vì sao ở đầu tất cả kinh điển đều có bốn chữ "*như thị ngã văn*".

NHỮNG CHUYỆN TIỀN THÂN ĐỨC PHẬT

1. Đại Y vương

Trong đời quá khứ, lúc đức Phật còn hành đạo Bồ Tát, đã có nguyện từ bi cứu thế rất thâm sâu. Ngài thấy con người trên thế gian bị tâm bệnh rất nặng, như thể đó là một cơn bệnh dịch lan tràn, ai cũng mắc phải, chỉ khác nhau ở chỗ nặng hay nhẹ mà thôi.

Trị tâm bệnh thì cũng khó khăn như trị cái đau đớn của thân xác vậy. Rất nhiều người, trên thửa ruộng tâm, cần phải nhổ tận rễ của căn bệnh, rồi gieo xuống những hạt giống thiện lành mới. Muốn làm như thế, trước hết phải làm sao cho mọi người phát khởi lòng tin.

Vì chúng sinh nào cũng mắc phải hai chứng bệnh rất ngặt nghèo là *ngã kiến* và *ngã chấp*, ai cũng thương và tiếc thân mạng của mình, cho nên muốn trị tâm bệnh, phải tùy bệnh mà cho thuốc.

Đức Phật đã phát đại nguyện như sau:

- Nguyện tôi ở lâu dài trên thế gian để trị hai căn bệnh lớn là tâm bệnh và thân bệnh cho chúng sinh, làm vua thuốc cho họ, khiến tất cả các loại bệnh đều được chữa lành.

Có một quốc gia nọ, vua tên là Ma Hy Tư Na, thống lãnh một cõi nước to rộng, gồm tám vạn bốn ngàn tòa thành lớn. Vua trị quốc rất anh minh, việc nước không bao giờ rối loạn, nên danh tiếng lẫy lừng và được dân chúng rất tôn sùng.

Hoàng hậu cũng là một người phụ nữ tốt bụng, hiền thục, thông minh và thương dân. Vì thế mà Bồ Tát đã chọn nhà của vua Ma Hy Tư để thác sinh. Có điều kỳ lạ là, lúc hoàng hậu mang thai, tuy trước đó không biết chút gì về y thuật, nay bỗng có tài chữa bệnh cho người khác. Cách chữa bệnh của bà cũng rất đặc biệt, bà không cần dùng thuốc, chỉ cần dùng tay xoa lên chỗ đau của người bệnh là bệnh tức khắc lành ngay.

Vì thế trong hoàng cung, bất kỳ ai dẫu lâm phải một chứng bệnh nguy kịch đến đâu, thầy thuốc bó tay, trăm phương nghìn thuốc đều vô hiệu chỉ còn chờ chết, thì đều đến cầu cứu hoàng hậu, và không ai không được chữa lành. Chuyện hoàng hậu ra tay chữa bệnh vì thế đã thành một giai thoại lưu truyền khắp nơi.

Khi hoàng tử mới sinh ra đã biết nói! Ngài nói những gì? Ngài nói mỗi một câu rằng:

- Ta không có sở trường nào khác, chỉ biết chữa bệnh. Ai có bệnh hãy mau đến nơi này, ta sẽ chữa cho.

Nói xong câu này, hoàng tử trở lại giống như tất cả các hài nhi khác, không biết nói câu nào nữa.

Chư thiên và quỷ thần trên thế giới cũng bí mật loan tin này ra, chỉ dẫn cho người trong lúc họ nằm mộng, bảo rằng vua Ma Hy Tư Na vừa sinh được một vị đại y vương, ai có bệnh cứ đến xin chữa.

Một vị thầy thuốc bình thường khi khám bệnh xong, nhất định phải cho thuốc uống, chỉ có đại y vương chữa bệnh mới không cần cho người ta uống thuốc. Người nào có bệnh, chỉ cần tiếp cận với hoàng tử là tự nhiên lành bệnh. Chỉ cần có ngón tay của hoàng tử chạm đến là người mù sẽ thấy được, người điếc nghe được và người què đi được.

Chuyện hoàng tử dùng ngón tay trị bệnh cho tất cả mọi

người được loan truyền đi khắp nước. Từ đó, hoàng tử được tôn xưng là "Nhân Dược" (người thuốc). Có người còn bán tín bán nghi, hoàng tử bèn gọi những ai có bệnh hãy lần lượt đến chữa.

Ngoài dùng bàn tay để trị bệnh, hoàng tử còn dùng thân nữa. Chỉ cần được hoàng tử chạm đến là bệnh cũng được lành ngay.

Bệnh tật dù có nguy kịch tới đâu hoàng tử cũng trị được, làm cho mọi người được an ổn, hết khổ được vui, danh tiếng truyền xa, nên người nào ở đâu hễ có bệnh là đến xin chữa. Hoàng cung từ trước vốn là nơi nghiêm cấm, bỗng trở nên đông đảo tấp nập mỗi ngày, không khác gì một bệnh viện lớn!

Hoàng tử Nhân Dược sinh trong nhân gian chữa bệnh được chừng mười năm, trị cho không biết bao nhiêu người rồi. Đại nguyện trị bệnh của ngài đã hoàn mãn, nay ngài phải hóa thân đi nơi khác. Mọi người nghe tin bỗng như những đứa con mồ côi, không ai là không khóc thương bi thảm, họ nói từ nay về sau sẽ không còn ai chữa bệnh khổ cho họ.

- Tuy hoàng tử Nhân Dược không còn ở với chúng ta nữa, nhưng di cốt của ngài vẫn còn đây, chắc chắn di cốt của ngài cũng có năng lực chữa bệnh cho chúng ta!

Một người tương đối có trí huệ nhất nói như vậy. Thế là khi tìm được di cốt của hoàng tử, họ bèn lấy lửa đốt cháy, nghiền thành phấn, và những người có bệnh chỉ cần lấy chút phấn ấy chấm vào chỗ đau cũng được lành bệnh như trước.

Nhưng vật gì dùng mãi cũng có ngày hết, loại phấn thuốc thần hiệu này cũng vậy. Những người bị bệnh bèn rủ nhau đi đến chỗ đã thiêu di cốt hoàng tử, rồi trong lòng chuyên chú niệm tưởng tên ngài, như vậy cũng được lành bệnh. Vì vậy, trong phạm vi ấy, người nào dù xa hay gần, cứ niệm tưởng tên ngài là được khỏi bệnh.

Hoàng tử Nhân Dược nay đã thành đạo, chính là Bậc Đại Y Vương *Thích-ca Mâu-ni* Phật vậy!

2. Tiên nhân ngũ thông

Lúc đức Phật *Thích-ca* còn ở cõi người, có một thời sinh ra làm một vị tiên nhân chứng được năm phép thần thông, tu hành trong một quả núi hoang.

Ngài công phu tu hành rất tinh tấn, trong tâm không còn chút quái ngại, đối với tất cả mọi vinh hoa phú quý của thế gian ngài không còn chút ham thích, hằng ngày chỉ hái trái cây ăn qua bữa trong những năm cuối của cuộc đời.

Chỗ ngài tu có một con rắn độc, mỗi ngày nhìn vị tiên nhân ngũ thông tu hành, nó cảm động nên xin quy y với ngài.

Con rắn độc quy y rồi thì ở lại phục dịch hầu hạ ngài, mỗi ngày miệng ngậm nước sạch phun xuống đất và lấy rễ cỏ quét bụi, làm những thứ lặt vặt trong nhà cho ngài. Nó cứ luẩn quẩn bên cạnh vị tiên nhân ngũ thông nghe pháp, không chịu rời xa nửa bước.

Ngày lại ngày qua, mùa hạ, mùa thu qua đi, bước sang mùa đông lạnh lẽo, vị tiên nhân ngũ thông nghĩ rằng hoa quả không còn nữa, nay phải xuống núi tìm thức ăn thôi!

Khi rắn độc thấy vị tiên nhân ngũ thông sắp bỏ đi, liền buồn bã nước mắt tuôn ràn rụa. Vị tiên nhân ngũ thông thấy thế động lòng, an ủi:

- Con là rắn độc, nếu ta đem con đi với ta, người ta thấy con thì sẽ muốn giết hại. Thôi con hãy ở đây yên tĩnh tu hành, thế nào ta cũng sẽ trở về, con hãy an tâm đừng đi đâu hết, thầy trò mình sẽ còn gặp nhau!

Tiên nhân nói xong lên đường ngay. Con rắn độc khóc hoài

không ngừng, nó bò lên một ngọn cây cao chót vót để có thể nhìn thật xa, ngóng trông tiên nhân trở về. Nhưng chờ hoài không thấy ngài về, nó buồn tủi cho thân phận mình, bỗng nhiên từ trên cây rớt xuống, chưa chạm đất đã rơi xuống một cành cây giữa đường và bị cắt đứt làm hai đoạn chết mất.

Rắn độc vừa chết liền sinh lên cung trời Đâu Suất, và vừa tái sinh là đã nhớ ngay đến kiếp trước của mình.

Nhớ ơn kiếp làm rắn, vị thiên nhân này mới đưa một số thiên nữ tay cầm hoa hương xuống chỗ cũ rắc hoa lên thân rắn, và đem hoa hương đến chỗ của tiên nhân ngũ thông cúng dường để báo đáp ân đức của ngài đối với mình.

Có thiện tâm, chịu học pháp, ngay một con rắn độc mà còn có thể sinh lên cõi trời huống chi là con người.

Người nào cũng thế, đừng thấy việc thiện nhỏ rồi chê mà không làm, vì một niệm tâm thiện là hạt giống của sự thành Phật trong tương lai. Trừ ác, tu thiện chính là phương pháp để thoát khổ vậy.

3. Không phân biệt kẻ oán người thân

Ngày xưa có một vị Đại Bồ Tát tên gọi là Tiên Thán, là một người giàu có không ai so sánh được. Tuy gia đình ông rất đỗi giàu sang sung túc, nhưng trong cuộc sống ông không hề xa xỉ vì thường được nghe lời giáo huấn của đức Phật. Ông hiểu rằng thế gian là vô thường, giác ngộ rằng tài sản không thể trường tồn, chỉ có công đức bố thí mới là cái gia tài mà ta có thể nương nhờ được.

Tiên Thán thường nói với người khác rằng:

- Nếu có người nào sống một đời sống khó khăn hoặc thiếu thốn nghèo nàn, tôi sẵn sàng hoan hỉ giúp đỡ người ấy.

Tuy Tiên Thán muốn làm việc thiện, muốn thực hành bố thí, nhưng lúc ấy thiên hạ thái bình, muôn dân an lạc, cuộc sống mọi người đều sung túc, nên Tiên Thán không tìm ra đối tượng cho ông bố thí.

Về sau, ông nghĩ rằng muốn bố thí không nhất thiết phải trực tiếp dùng đến tiền bạc. Bấy giờ trời đang nóng bức, có rất nhiều người ngã bệnh, thì săn sóc bệnh nhân, cung cấp thuốc men cho họ là việc đáng làm nhất.

Từ đó về sau, hễ chỗ nào có bệnh nhân rên siết, xa xôi tới đâu Tiên Thán cũng không ngại lao khổ mà đến tận nơi để an ủi săn sóc họ. Hơn nữa, ông còn phát tâm cung cấp hết mọi thứ thuốc thang. Năm này sang năm khác, nhiều năm rồi mà tinh thần phụng sự chúng sinh của Tiên Thán trước sau vẫn như một, không lười biếng, không than thở. Vì thế cả nước đều nghe nói tới đức độ của ông và mọi người đồng thanh khen ngợi rằng:

- Tiên Thán thật là một người hiếm có trên thế gian, ông là đại ân nhân của chúng ta, ông như cha mẹ đã sinh chúng ta ra đời lần thứ hai vậy!

Họ còn nói:

- Công đức của Tiên Thán cao hơn trời, dày hơn đất!

Rất nhiều người bệnh nhờ được Tiên Thán ân cần chăm sóc nên hồi phục sức khỏe mau chóng. Vì thế, những người bệnh từ bốn phương tám hướng đổ về tìm đến cầu cứu ông, ngày càng thêm đông.

Vì Tiên Thán bố thí một cách rộng rãi như thế nên tài sản của ông càng ngày càng suy giảm, và tới một lúc thì cạn kiệt hẳn. Không những không có một lời than thở, ông còn vui vẻ đi xứ khác làm ăn, phát nguyện rằng khi nào có tiền trở lại thì sẽ tiếp tục bố thí.

Đi được nửa đường thấy có rất nhiều cỗ xe đầy cả người

bệnh, ông thấy điều lạ lùng bèn hỏi:

- Quý vị đi đâu vậy?

- Chúng tôi bệnh hoạn, muốn tìm tới ông Tiên Thán để cầu xin ông cứu giúp!

Tiên Thán nghe thế, không suy nghĩ gì thêm mà quay trở về, vay mượn nhà vua 5 trăm lượng vàng để chữa bệnh cho những chúng sinh đau khổ ấy. Nhờ Tiên Thán chân thành chữa trị cho nên tất cả những người ấy đều hoàn toàn bình phục.

Để tự sinh sống và để cung cấp thuốc men cho người khác, Tiên Thán tháp tùng rất nhiều nhà buôn cùng nhau ra nước ngoài làm ăn buôn bán. Lúc đi qua một con đường dài trên sa mạc, không có nước uống nên nhiều người trong đoàn ngã quỵ bất tỉnh, nhưng thật là không thể tưởng tượng được, ở trong cái sa mạc mênh mông không có một bóng người, Tiên Thán lại kiếm ra được một nguồn nước ngọt. Mỗi lần kiếm ra được nguồn nước ngọt mát mẻ trong trẻo như thế, Tiên Thán lại nhất định nhường cho mọi người uống thỏa thuê xong mới đến phần mình uống một chút.

Với đạo đức và phúc báo của mình, Tiên Thán làm ăn buôn bán rất thành công và dễ dàng. Các nhà buôn kia cũng nương vào phúc báo ấy mà kiếm được khá nhiều tiền.

Nào ngờ trên đường về, họ thấy Tiên Thán kiếm được tiền lời nhiều gấp mấy lần họ nên sinh lòng đen tối, sau khi bàn tính với nhau, họ quyết định đến một cái giếng cổ nọ sẽ đoạt lấy tiền của Tiên Thán và ném ông xuống cái giếng ấy.

Về tới bổn xứ, người ta lấy làm lạ không thấy Tiên Thán về chung với đoàn nhà buôn này. Nhà vua cũng hỏi họ:

- Không phải các ông cùng với Tiên Thán rời khỏi nước để ra xứ ngoài làm ăn hay sao? Sao Tiên Thán lại chưa về tới?

- Chúng tôi không biết, vừa ra khỏi xứ là ông ta tách ra khỏi đoàn chúng tôi rồi.

Thấy các nhà buôn trả lời một cách ấp úng, gượng gạo thì nhà vua đã hiểu rõ hết mọi sự, ông bèn bắt giữ những nhà buôn ấy lại và mặt khác sai người đi tìm kiếm mọi nơi.

Tuy bị xô xuống giếng nhưng người thiện luôn luôn có sự giúp đỡ của chư Phật, nên khi ở dưới đáy giếng trong ánh sáng lờ mờ, Tiên Thán thấy bên cạnh có một đường hầm. Ông ép mình lần theo đường hầm ấy mà bò ra, nhờ vậy ông thoát khỏi giếng sâu và thấy lại ánh sáng mặt trời.

Trải qua bảy ngày đêm, Thiên Thán về tới nước của mình, dân chúng rất mừng rỡ. Ông tay không đến gặp nhà vua, vua hỏi:

- Tại sao ông lại trì trệ như vậy mà không về nước liền? Và tại sao lại còn về tay không?

Tiên Thán khiêm tốn trả lời:

- Thần rất hổ thẹn, vì thần vô đạo đức, không có phúc báo nên làm ăn thất bại.

Nhà vua thừa biết Tiên Thán là người từ bi vị tha, không bao giờ nói ra lời nào có thể gây thiệt hại cho người khác. Vì thế vua cho triệu mấy nhà buôn kia tới, muốn dùng hình phạt tàn khốc bắt họ khai:

- Nếu các ông không thành thật thú tội, ta sẽ thẳng tay trừng trị. Người nào biết mình đã tạo lỗi lầm và biết nhận lỗi, ta có thể giảm nhẹ hình phạt cho người đó.

Khi thấy những dụng cụ tra tấn, người nào cũng hồn xiêu phách lạc,không ai dám giấu giếm gì nữa, họ đem chuyện mưu hại Tiên Thán ra khai hết đầu đuôi. Vua nổi giận ra lệnh đem tất cả ra chém chết. Tiên Thán biết được, vội vàng đến cung điện khấu đầu cầu xin nhà vua tha tội cho họ và thả họ ra khỏi tù. Nhà vua trả lời:

- Làm sao có thể khoan thứ cho phường ác độc xấu xa như thế? Nhất định phải trừng phạt kẻ ác để cảnh giác người khác.

Lời của vua không phải là không có lý, nhưng Tiên Thán vẫn một mực van nài:

- Thỉnh cầu bệ hạ, hãy thương xót những người ấy đã trong một giây phút mù quáng mà phạm tội. Tốt hơn hết là tha thứ cho họ và sau đó dạy họ sám hối sửa lỗi.

Tiên Thán như cha mẹ của mọi người, nên đối với mỗi cá nhân ông đều dùng tâm từ bi che chở mà đối đãi, không nỡ thấy họ phải chịu khổ. Tuy đó là những người tàn ác đã từng hại chính ông, nhưng ông cũng không suy tính so đo, cứ thế mà lo lắng cho họ. Tất cả kẻ oán hay người thân ông cũng đều coi bằng nhau, vì muốn cho họ có cơ hội sám hối và sửa đổi.

Những người lái buôn ấy tuy tội rất lớn và tâm địa cực kỳ ác độc, nhưng nếu biết sám hối thì cũng được cứu thoát. Mỗi người chỉ cần sửa lỗi thì bao giờ cũng còn có hy vọng vươn lên hướng thiện.

4. Bạch tượng thuần hóa

Mỗi khi đức Phật *Thích-ca* đi tới nơi nào thuyết pháp thì luôn có rất nhiều các vị đệ tử đi theo vây quanh Ngài.

Một hôm, đức Phật ở núi Linh Thứu và những tín đồ của Ngài cũng đến tụ tập tại nơi ấy. Trong số đó có các vị *tỳ-kheo, tỳ-kheo* ni xuất gia, có các vị *ưu-bà-tắc, ưu-bà-di*[1] tại

[1] Ưu-bà-tắc, ưu-bà-di: tức hai chúng cư sĩ nam và cư sĩ nữ, là hàng đệ tử tại gia của Phật.

gia và còn có các vị quốc vương, đại thần v.v... cũng đến xung quanh đức Phật, cung kính cúng dường, nghe Ngài thuyết Pháp giảng Kinh.

Trong pháp hội thù thắng ấy có rất nhiều vị đệ tử trong lòng có điều thắc mắc, họ muốn biết nhân duyên nào đã thúc đẩy đức Phật xuất gia học đạo lúc ban đầu. Tuy họ muốn thỉnh xin đức Phật nói cho họ biết, nhưng không ai dám mở miệng thưa hỏi.

Lúc ấy, tôn giả A Nan biết tâm niệm của mọi người nên từ tòa ngồi đứng dậy, cung kính chắp tay vấn an đức Phật rồi mới thay mặt mọi người mà thưa hỏi rằng:

- Bạch Thế Tôn, bậc cứu chủ của chúng con! Nay chúng con có một điểm thắc mắc, đó là lúc Thế Tôn chưa xuất gia, hãy còn là một vị thái tử cao quý, vì sao lại xả bỏ vương vị, xả bỏ những thứ hoa lệ phú quý của hoàng cung mà đột nhiên vào núi tu hành, rồi sau sáu năm khổ hạnh ngồi dưới cây Bồ Đề thành Đẳng Chính Giác, hiển hiện ứng hóa thân độ hóa chúng sinh, làm thầy của Trời Người. Chúng con không biết lúc ban đầu do những nhân duyên gì mà Thế Tôn đã phát tâm Đại Bồ Đề như thế, thẳng đến địa vị Phật? Chúng con đây đều là đệ tử của Phật, đều phải phát tâm rộng lớn như Phật, phải hướng theo con đường của Phật đã đi mà cất bước tiến lên hầu thừa kế giáo pháp của Như Lai. Xin nguyện Thế Tôn từ bi tuyên thuyết để khuyến khích tất cả chúng sinh.

Đức Phật khen ngợi A Nan:

- Hay thay! Hay thay! Điều mà ông hỏi hôm nay cũng là điều mà ta muốn nói đến. Các ông hãy yên tĩnh lắng nghe.

Khi đức Phật nói như thế, tất cả Bồ Tát và thánh chúng đều yên tịnh không một tiếng động, chú ý lắng nghe pháp âm của Phật.

Từ miệng đức Phật phóng ra một đạo hào quang ngũ sắc,

ánh sáng chiếu rọi khắp đại thiên thế giới, vỗ về thân tâm của mọi loài chúng sinh, khiến cho họ có cảm giác mát mẻ, giải thoát.

Đức Phật đoan nghiêm ngồi trên tòa báu và nói:

- Từ vô lượng kiếp trong quá khứ về trước, trong thế giới *Ta-bà* này có một vị Chuyển Luân Thánh Vương tên gọi là Đại Quang Minh. Vua là người rất phúc đức và trí huệ, nhân từ và rộng lượng đối với người khác, thích cứu giúp kẻ bần cùng, danh tiếng lẫy lừng truyền rộng khắp nơi.

Vua của nước láng giềng xưa nay vẫn giữ tình giao hảo với vua Đại Quang Minh, hai người đối xử với nhau không khác gì hai anh em ruột thịt. Khi nước này gặp lúc thiếu hụt lương thực hay vật dụng, vua Đại Quang Minh thường cứu giúp cho họ bớt khổ trong những năm đói kém.

Cũng có lúc vua láng giềng đem sản phẩm của nước mình đến hiến tặng vua Đại Quang Minh để báo ân.

Có một hôm, một số người vào núi săn được một con voi trắng, một con voi rất đẹp đẽ đoan chính, thân nó đẹp không khác gì bạch ngọc, trên thế gian thật là hiếm có. Vị vua nhỏ nọ muốn đem voi trắng cống hiến vua Đại Quang Minh, nên thu thập một ít châu báu trang sức cho voi rồi sai người đem voi qua nước láng giềng. Vua Quang Minh được voi trắng rất hoan hỉ, bèn mời một người dạy voi rất giỏi tên là Tôn Nhược về cung, giao voi trắng cho vị này nuôi nấng và dạy dỗ.

Voi trắng thông minh, đoán biết ý muốn của thầy, thầy chỉ bảo gì cũng đều làm theo được, chẳng bao lâu sau nó đã hoàn toàn thuần thục. Tôn Nhược bèn trang sức cho nó bằng rất nhiều ngọc quý, và dẫn nó đến trước mặt vua Quang Minh thưa rằng:

- Đại vương! Voi đã thuần thục, xin vua hãy thử voi.

Vua nghe thế rất vui lòng, ra lệnh cho thị giả đánh trống vàng, triệu tập các vị đại thần cũng những người có danh tiếng trong thành đến xem voi biểu diễn. Ít lâu sau mọi người đều tụ tập ở ngoài thành, vua Quang Minh cưỡi lưng voi trắng bước từng bước chậm chạp, trông chẳng khác nào mặt trời vừa mới mọc, ánh sáng chói lọi, ai thấy cũng phải vui mừng tán thán.

Đến một bãi săn, vua muốn bắt voi biểu diễn. Nhưng con voi trắng ôn hòa kia lúc ấy bỗng trở nên hung bạo trăm phần như đang bước vào chiến trường, điên cuồng vừa chạy vừa nhảy loạn xạ. Vua ngồi trên lưng voi không có cách nào chế ngự nó được.

Nguyên do chỉ vì con voi trắng mà vua đang cưỡi là một con voi đực, nó nghe tiếng kêu của một con voi cái ở núi bên cạnh nên dục niệm nổi lên, khiến nó điên cuồng muốn chạy tìm voi cái.

Tôn Nhược ở phía sau thấy thế kêu to lên:

- Đại vương! Ngài hãy bám vào một nhánh cây để rời khỏi thân voi rồi nhảy xuống đất, có thế mới an toàn thân mệnh được!

Lúc ấy voi đã chạy về phía rừng sâu, nhà vua bèn cấp tốc bám vào một nhánh cây mà rời khỏi lưng voi. Vua thoát thân rồi, voi trắng chạy như bay không quay đầu trở lại.

Vua Quang Minh từ thân cây trèo xuống ngồi bệt dưới đất, lúng ta lúng túng không biết làm sao, áo mũ rơi rớt rách nát, toàn thân thương tích máu chảy dầm dề, tức giận run cả người.

Không lâu sau Tôn Nhược chạy tới, thấy vua bèn khấu đầu trấn an rằng:

- Xin đại vương đừng phiền não, voi điên ngu si, có lẽ chỉ vì niệm dâm dục phát lên mà nên cơ sự, không có cách nào chế ngự nó được. Chẳng bao lâu niệm dâm của nó lắng xuống, nó sẽ chán cỏ dại nước dơ của núi rừng mà trở về vương cung.

Nhà vua tức giận trả lời:

- Ta không muốn con voi đó nữa, suýt nữa nó đã làm cho ta mất mạng! Nhà ngươi cũng hãy cút đi, từ nay về sau ta không còn muốn thấy ngươi dạy voi nữa!

Cũng ngay tại lúc đó, các vị đại thần và dân chúng cũng vừa đến nơi, họ tưởng rằng vua đã bị voi giết chết rồi vì trên đường đi có người thì nhặt được mũ vua, có người thì nhặt được vương bào nên ai cũng kinh hoàng khủng khiếp. Tìm mãi mới thấy được vua, người thì mau mau đem y áo tới cho vua mặc, người thì dắt một thớt voi khác thuần thục hơn cho vua ngồi lên an toàn rồi trở về hoàng cung. Người trong thành thấy vị vua hiền đức của họ bị voi trắng làm cho nguy hại nên cũng bực tức đối với Tôn Nhược.

Chẳng bao lâu, đúng như Tôn Nhược đã nói, voi trắng không quen sống nơi núi rừng hoang dã, niệm dâm cũng đã lắng xuống, nó bèn trở về hoàng cung. Tôn Nhược thấy voi về bèn báo cho vua biết nhưng vua từ chối không tiếp, cho người ra trả lời rằng:

- Ta không cần voi trắng và cũng không cần đến người dạy voi nữa.

Tôn Nhược ba lần xin gặp, muốn tự mình cưỡi voi trắng và chứng tỏ cho vua thấy voi đã thuần thục như thế nào. Cuối cùng vua đành phải chấp thuận. Thế là họ trải chỗ ngồi tại một khoảng đất bằng phẳng, vua và tất cả dân chúng đều đến xem.

Tôn Nhược đem voi trắng tới chỗ biểu diễn, bắt đầu sai khiến voi làm tất cả những việc khó làm. Voi trắng nhất nhất vâng theo mệnh lệnh của Tôn Nhược, chẳng khác nào một người làm xiếc điều khiển những con thú thuần thục nhất của mình. Cuối cùng, Tôn Nhược còn ra lệnh cho voi trắng đến trước mặt voi, quỳ mọp sát đất và gật đầu ba lần để tạ tội. Tất cả mọi người đứng xem đều vỗ tay tán thưởng tài dạy voi của Tôn Nhược.

Vua rất hài lòng, liền hỏi Tôn Nhược:

- Khanh đã có tài dạy voi như thế, sao lúc trước lại để cho nó nổi cơn điên bất trị như vậy?

Tôn Nhược tâu rằng:

- Tâu đại vương! Tôi tuy giỏi dạy voi, nhưng chỉ điều phục được thân voi chứ không thể điều phục tâm của nó. Nếu lửa dục vọng cháy lên phừng phục trong tâm nó thì tôi không có cách nào chế ngự được.

Vua Quang Minh lại hỏi:

- Vậy trên thế gian này có ai điều phục được cả thân lẫn tâm chăng?

- Thưa có. Các đức Như Lai Thế Tôn, Bậc Chánh đẳng giác có thể điều phục được cả thân lẫn tâm của tất cả chúng sinh, nên trong mười Thánh hiệu của chư Phật Như Lai có một hiệu là "*Điều Ngự Trượng Phu*".

Vua Đại Quang Minh nghe được danh hiệu Phật, biết rằng chỉ có Phật Như Lai mới có đầy đủ sức oai thần đó thì hết sức mừng rỡ, gạn hỏi thêm rằng:

- Vị mà ông gọi là Như Lai đó, có những đức tính gì?

- Phàm là Như Lai Thế Tôn, có hai đức tính: một là trí huệ, hai là đại bi. Đức Phật thường thực hành lục độ, có nghĩa là bố thí, trì giới, nhẫn nhục, tinh tấn, thiền định và trí huệ, còn gọi là sáu pháp *ba-la-mật*, vì cả phúc đức lẫn trí huệ đều đầy đủ nên được tôn xưng là Phật. Ngài vừa có thể điều phục được chính mình mà còn điều phục được tất cả chúng sinh.

Vua Đại Quang Minh nghe thế, vui mừng lập tức nhanh nhẹn trở về cung, dùng nước thơm tắm gội, mặc y phục mới, lên lầu cao hướng về bốn phương lễ bái, khởi đại bi tâm đối với tất cả chúng sinh, thắp hương thề nguyện rằng:

- Nguyện tôi có bất cứ công đức nào trong quá khứ, hiện tại hay vị lai cũng đều hồi hướng Phật đạo, thành tựu Phật đạo để điều phục tâm mình và cũng để điều phục tất cả chúng sinh.

Nếu có một chúng sinh nào tạo tội trọng mà phải trải qua một kiếp trong địa ngục A Tỳ, tôi sẽ vào ngay trong địa ngục để làm lợi ích cho chúng sinh ấy, và không hề xả bỏ tâm Bồ Đề.

Lúc ông phát thề nguyện lớn như vậy, quả đất rúng động sáu cách, trong không trung hoa trời rơi xuống dày đặc như mưa, vô lượng chư thiên tấu nhạc trên không, âm thanh vi diệu ấy chính là để tán thán công đức của vị Bồ Tát mới phát đại tâm.

Đức Phật nói xong về nhân duyên như trên rồi, lại nói tiếp:

- Con voi trắng thuở ấy nay chính là *A-la-hán* Nan Đà. Vị thầy dạy voi nay là Đại Trí *Xá-lợi-phất*, và vua Đại Quang Minh chính là ta đây. Lúc ấy, ta thấy việc điều phục thân voi nên muốn tìm cách điều phục tâm, do đó mới phát tâm Đại *Bồ-đề* lúc ban sơ, tìm cầu Phật đạo.

Những người trong đại hội nghe Phật thuyết ai cũng đạt ngộ, người thì đắc được bốn thánh vị, người thì phát tâm đạo rộng lớn, người thì phát nguyện xuất gia, không ai là không hoan hỉ kính vâng theo lời Phật dạy.

5. Trâu nước cao thượng

Trong một khu rừng lớn ở Ấn Độ, có một con trâu nước vốn là một vị Bồ Tát hóa thân.

Con trâu nước này không giống đồng loại của nó. Với một màu lông đen xanh, nó có một thái độ nghiêm túc và trang trọng, lại có bản tính nhân từ và hiền hậu, giàu lòng thương người, biết chịu đựng và nhẫn nhục.

Vì thế có những con thú nhỏ nghịch ngợm hay phá quấy nó bằng những trò đùa ác độc, hay ức hiếp, làm nhục nó, để xem nó có chịu đựng được hay không.

Có một con khỉ xấu tính và ngu đần, thấy con trâu nước này dễ bắt nạt nên thường hay cưỡi lưng nó nhảy múa đùa giỡn không một chút sợ hãi. Hơn nữa, nó còn kiêu mạn mắng trâu rằng:

- Con trâu già xấu xí kia, ta không sợ mi đâu! Mi có khác gì cục đá ngu si bị vất bỏ bên bờ ao cho thiên hạ đánh đập chửi rủa, vậy mà sao cứ đứng chết tiệt, đực mặt ra đó không có phản ứng gì cả!

Không cần biết trâu đang ăn cỏ hay đang làm việc, con khỉ càng ngày càng phóng túng, lộng hành. Có lúc nó cưỡi lên đầu, lên sừng trâu mà phóng uế, có lúc nó khoa chân múa tay trên lưng trâu, thậm chí lấy cây thọc vào tai trâu, động đậy không ngừng. Trong lúc trâu đang ngâm mình trong ao tắm, thì nó lấy hai tay bịt mắt trâu lại không cho thấy đường đi, làm đủ cách ngăn không cho trâu hưởng cái vui thú của sự tắm mát.

Trâu nước nhẫn chịu mọi sự nghịch quấy của khỉ, tuy khỉ càng ngày càng lộng hành, một khắc cũng không tha nhưng trâu từ đầu chí cuối không một lần thốt ra lời oán than hay chửi rủa độc ác.

Không hiểu bằng cách nào mà chuyện trâu nước nhẫn nhục này lại đến tai trời Đế Thích. Có một hôm, trong lúc con khỉ đang quấy phá trên lưng trâu nước, trời Đế Thích bỗng hiện ra trước mặt trâu thở dài nói:

- Trâu nước! Với sức mạnh của ngươi, ngươi chỉ búng một cái là con khỉ hung hăng kia chết toi. Tại sao ngươi lại cứ nhẫn nhục chịu đựng cho nó bắt nạt đủ mọi bề như thế? Không lẽ ngươi không biết sức mạnh của chính mình hay sao? Tại sao không dạy cho nó một bài học đích đáng?

- Chính thế, tôi biết sức mạnh của của tôi có thể đập chết một con khỉ, nhưng tôi không muốn dùng sức mạnh ấy mà đối phó với một con vật nhỏ yếu. Giá như nó mạnh bằng tôi hay hơn tôi thì tôi đã không nhẫn nhục với nó như thế.

Trời Đế Thích lại khuyên trâu nước:

- Ngươi nhẫn nhục như thế tuy rất cao thượng, nhưng ngươi lại sẽ bị cái bọn vô lại ấy ngược đãi hoài, không có ngày nào thoát được tay chúng.

- Tôi đang tu thiện pháp, chỉ sợ không tu được, làm sao dám làm hại một con vật khác? Tôi muốn đem hạnh nhẫn nhục ấy mà đánh thức lương tâm của chúng nó. Mặc dù con khỉ này không hiểu được bài học không lời của tôi, nhưng khi nó bị người khác xử phạt đích đáng thì tự nhiên nó sẽ hối cải và hiểu ra.

Trời Đế Thích nghe thế, rất lấy làm kính phục, lớn tiếng tán thán:

- Trâu nước cao thượng kia! Thực hành nhẫn nhục với một nghị lực kiên cố chính là cái tâm của Bồ Tát dùng để hành đạo, chính loài người cũng phải tôn ngươi lên làm thầy. Nhẫn nhục được thì không có tâm sân hận; mà không sinh tâm sân hận thì giữ được trí tuệ; mà có trí huệ thì không có gì là không làm được. Hạnh nhẫn nhục của ngươi đã làm cho Trời, Người phải tôn kính.

Nói xong trời Đế Thích thuận tay nắm cổ con khỉ trên lưng trâu, giận dữ mà mắng rằng:

- Này con khỉ ngu si, quả báo đau khổ sẽ giáng xuống đầu mi, còn chưa chịu hiểu ra nữa hay sao?

Nói xong trời Đế Thích rời trâu nước nhẫn nhục mà trở về thiên cung.

Về sau trâu nước được hưởng hạnh phúc, và cuộc đời của con khỉ thì vô cùng bi thảm!

Dùng nhẫn nhục đối xử với người không có nghĩa là chịu thua họ, mà là chiến thắng họ một cách chân chính.

6. Chết vì việc nghĩa

Ngày xưa, Ấn Độ có một khu rừng rậm to lớn, vô cùng rậm rạp, có hàng ngàn hàng vạn chim chóc, thú rừng sống ở trong ấy. Đây là thế giới của loài động vật, từ đời này sang đời khác, chúng sinh sôi nẩy nở trong khu rừng này.

Mùa xuân, mầm lá non mềm mại xuất hiện trên mỗi cành cây, trăm hoa tỏa hương ngào ngạt, chim con theo mẹ tập bay, thú con theo bố tập chạy, giống như một cảnh thiên đường, hài hòa và tràn ngập hạnh phúc.

Có một hôm, khu rừng bỗng nhiên bốc lửa. Chim chóc, thú rừng nào bay nào chạy, tìm đường thoát tử trong một khung cảnh hỗn loạn, trong tiếng khóc than thảm thiết.

Những ngọn lửa không khác gì những chiếc lưỡi rắn cuộn tròn bay lượn khắp mọi nơi thiêu đốt, ánh lửa rực trời, sức nóng mãnh liệt.

Lúc ấy trong rừng có một con chim trĩ, cứ bay đi bay lại giữa khu rừng cháy với dòng nước sông, nhúng mình trong nước sông để thấm ướt lông cánh rồi bay về rừng rùng mình cho nước rơi xuống, những mong dùng những giọt nước ấy để dập tắt lửa.

Nhưng làm sao có thể dập tắt được biển lữa dữ dội mênh mông ấy với một lượng nước nhỏ bé như thế? Thế mà chim trĩ vẫn cứ bay đi bay về, như thể không hề thấy đó là một điều mệt mỏi khổ nhọc.

Trời Đế Thích thấy được việc ấy bèn hỏi:

- Này chim trĩ, ngươi đang làm gì thế?

- Tôi đang cứu lửa trong khu rừng cháy!

- Thôi ngừng lại đi, đừng có ngu si như thế, với cái sức bé nhỏ yếu ớt của ngươi thì làm sao dập tắt được ngọn lửa kia để mà cứu rừng được chứ! Ngươi có thể bay ra khỏi đây mà thoát thân, như thế chưa đủ cảm thấy mình may mắn lắm rồi sao?

Chim trĩ không đồng ý, trả lời rằng:

- Khu rừng này đã nuôi nấng tôi, có rất nhiều bà con thân hữu của tôi sống trong đó, nhà cửa của họ, con cái của họ, tất cả đều nương dựa vào khu rừng này mà sinh sống an lạc, tôi có sức khoẻ, làm sao tôi có thể thấy nạn mà không cứu? Làm sao tôi có thể khoanh tay mà đứng nhìn được? Tôi không thể ích kỷ và lười biếng! Tôi phải cứu hỏa!

- Vậy thì với cái sức bé nhỏ yếu ớt của ngươi, ngươi tính chừng nào thì dập tắt được lửa?

- Tới chết mới thôi!

Con chim trĩ trả lời không chút do dự.

Trời Đế Thích nghe thế, hết sức kinh ngạc lại cũng hết sức bội phục. Vua của trời Tịnh Cư biết chim trĩ có thệ nguyện và tâm từ bi rộng lớn như thế bèn dập tắt lửa trong rừng giùm nó.

Về sau, khu rừng ấy vĩnh viễn xanh tươi, rậm rạp, dầu mùa thu gió có thổi hay mùa đông trời có tuyết, nhưng sinh khí trong rừng vẫn tràn trề như thể đang giữa một mùa xuân trường cửu.

Các loại chim bay, thú chạy vẫn từng đời, từng đời sinh sôi nảy nở, và nạn cháy rừng không bao giờ xảy ra nữa.

Con chim trĩ có tinh thần Bồ Tát ấy được các loài cầm thú trong rừng tưởng niệm muôn đời.

Biết trước rằng có những việc mình không thể làm được nhưng vẫn quyết tâm làm tới chết mới thôi, đó thật là một tinh thần cao cả!

Với cái tinh thần cúc cung tận tụy, tới chết mới thôi ấy, thì ai cũng có thể thành tựu được Phật đạo!

7. Hóa hình cứu bạn

Trong khu vực náo nhiệt nhất của thành Xá Vệ có một cửa tiệm bán hàng rất đặc sắc, lớn rộng thênh thang, trong ấy hàng hóa chất cao như núi, người mua kẻ bán vào ra nườm nượp, thật là một quang cảnh phồn thịnh, ai cũng biết đây là một cửa tiệm rất giàu sang phát đạt.

Mỗi ngày bà chủ tiệm chưng diện diêm dúa để tiếp khách, thái độ của bà kiêu sa đài các khiến cho trong hàng nữ lưu rất nhiều người hâm mộ bà.

Hôm đó, có một người khách hàng kỳ quái bước vào cửa,

không nói không rằng, tự tay bưng một cái ghế đến sát gần bà chủ ngồi xuống. Tuy không vui nhưng đối với khách bà đâu dám chểnh mảng, vì thế bà vẫn phải cúi thấp người xuống chào. Có ai ngờ khách chẳng trả lời tiếng nào, chỉ chăm chăm nhìn bà mỉm cười. Bà chủ cảm thấy hơi bất mãn, và cũng sợ đây là một người thô lỗ có tâm bất thiện không biết từ đâu lại, nên nghiêm sắc mặt mà hỏi:

- Thưa ông đến đây có việc gì?

Khách vẫn chẳng trả lời, mà còn nhìn bà một cách thân thiện hơn, nụ cười mang một ý nghĩa sâu sắc hơn, giống như nụ cười đồng lõa giữa hai người đã từng quen biết nhau nhiều.

Trong lúc bà chủ đang lo lắng tìm cách đối phó, cặp mắt của khách bỗng thình lình hướng về một đứa bé đang đứng bên cạnh bà và mỉm cười lễ độ gật đầu chào. Đó là con trai của bà, mới lên sáu tuổi, tay cầm một chiếc trống nhỏ chơi đùa say sưa.

Lúc ấy từ bên ngoài vọng vào tiếng chiêng, tiếng trống, cùng tiếng người cười nói huyên náo ầm ĩ. Thì ra đó là một đoàn người hàng ngũ chỉnh tề đi ngang qua cửa tiệm, tay đánh trống miệng thổi kèn, và ở hàng cuối là một con lợn lông lá bị cạo nhẵn nhụi sạch sẽ, cổ đeo giải lụa đỏ, được khiêng lên cao. Khách trong tiệm ai cũng chạy ra xem, người khách quái lạ ban nãy cũng đưa mắt ra ngoài nhìn, rồi bỗng buông một tiếng thở dài ai oán. Những người khách khác xem xong thì trở vào, đồng thanh trầm trồ khen ngợi.

Nguyên do là cách đó không xa, có một người con chí hiếu, nhân sinh nhật cha mới đặc biệt giết ba con thú vật cúng tế thần linh, cầu nguyện cho cha được sống lâu mạnh khoẻ. Vị quái khách nghiêng tai lắng nghe mọi người bàn tán, rồi bỗng nhiên phá lên cười to như điên như cuồng, khiến mọi con mắt đều đổ dồn về ông. Đến đây thì bà chủ không chịu nổi nữa, gằn giọng hỏi:

- Ông là ai?

- Sao? Bà không nhận ra tôi ư? Tôi là bạn thân của bà đây! Bà thật sự quên tôi rồi sao?

Quái khách vừa hỏi vừa cười ha hả. Bà chủ nghe thế thì tim gan đã muốn nổ tung lên rồi, sắp nổi cơn lôi đình thì người quái khách lại cười to hơn và nói:

- Ha ha! Thật là vui! Các người toàn là cố nhân gặp nhau, vui quá thì thôi, ha ha!

Quái khách lại cười một tràng dài, rồi bỗng nghiêm mặt nói rằng:

- Đúng rồi, bà không thể nhận ra tôi được, cha của bà mà bà còn không nhận ra nữa là, nói gì đến tôi! A! Người đời thay đổi đảo điên, thật đáng thương xót...

Ông thở một hơi dài rồi nói bằng một giọng bi ai:

- Chắc chắn bà không thể tưởng tượng nổi rằng đứa bé đang đứng bên cạnh bà là người cha quá cố của bà. Lúc còn sống, cha bà không biết gì về nhân quả, chẳng rõ việc đạo lý nên đã tạo rất nhiều ác quả, chết rồi sinh vào thai trâu, sống 16 năm chịu đòn roi nhục nhã nhưng vẫn chưa tiêu trừ hết nghiệp tội, nên sau đó còn bị lột da làm trống cho người ta đánh, lúc ấy mới coi như đã trả xong nợ tội. Khi làm súc sinh không tạo nghiệp chướng nên được sinh lại trong loài người, chính lúc đó bà hoài thai và cũng vì hai người còn chút duyên nghiệp với nhau nên ông mới sinh vào nhà của bà. Bà xem kìa, cái trống trong tay đứa bé, chính là làm bằng tấm da trâu của cha bà lúc trước!

Người quái khách nói tới đây thì ngừng lại nhìn bà chủ. Bà vẫn chưa nguôi giận, song nghe những lời khách nói thì cũng cảm thấy bán tín bán nghi.

- Tôi không hề có chút ác ý nào cả. Trong đời quá khứ

bà và tôi là đôi bạn rất thân, nhưng vì tôi hạ thủ công phu nhiều hơn bà nên kiếp này có được chút thần thông. Chúng sinh trong lục đạo thật quá là đáng thương, thí dụ như bà và đứa bé con của bà, hoặc con của bà và tấm da trâu làm trống cho nó chơi, hoàn cảnh nào cũng quá sức thương tâm! Hay là như vị hiếu tử mà lúc nãy ai cũng khen ngợi, giết một con lợn để cầu cho cha thêm tuổi thọ, nhưng có ngờ đâu rằng mình đã trồng cho cha gốc rễ của tội ác sâu dày? Con lợn sẽ chết vì cha của ông ta, thì sẽ có một ngày nào đó cha ông ta sẽ vì con lợn mà chết. Mạng phải thường mạng, như vậy thì hiếu hạnh tìm đâu ra trong việc đó? Chúng sinh ngu si không hiểu lý đạo nên mới tạo thành những quan hệ kỳ dị điên đảo với nhau như thế. Vì tình bạn xưa kia giữa bà và tôi, tôi đặc biệt đến đây nói với bà rằng, vinh hoa phú quý trên thế gian như lửa xẹt, như ánh chớp, trong nháy mắt đã không còn, không nên tham luyến những thứ ấy. Trái lại hãy tu trì Ngũ giới, Lục độ, mau thoát ra khỏi sáu đường ô trược.[1] Tôi đi đây, có lẽ chúng ta còn có duyên gặp lại nhau một lần nữa, mong bà hãy suy nghĩ cho chín chắn.

Quái khách nói thao thao bất tuyệt như thế xong, không ai thấy ông bước ra ngoài đường, chỉ thấy ông đứng dậy tiến ra phía cửa rồi thì chẳng còn thấy bóng dáng đâu nữa.

Bà chủ ngây người ra tại chỗ, như bị rơi xuống một vùng sương mù dày đặc.

Từ đó, bà chủ thay đổi thái độ hoàn toàn, bà không còn thích chưng diện như xưa, mặc thì quần áo không làm cho kẻ khác chú ý, ăn thì chỉ ăn rau cải, sáng tối tự giam mình thật lâu trong một điện Phật nhỏ. Người làm công trong tiệm cũng như bạn bè thân thích của bà ai cũng ngạc nhiên trước

[1] Sáu đường ô trược: chỉ sáu cảnh giới mà tất cả chúng sinh do nghiệp lực phải trôi lăn trong đó, gồm cõi người, cõi trời, cõi a-tu-la, địa ngục, ngạ quỷ và súc sinh.

những thay đổi ấy. Vì ngu si nên họ tự hỏi, không hiểu sao bà lại biến thành một người quá xuẩn ngốc như thế, có tài sản mà không chịu hưởng thụ!

Một tháng sau, người làm công trong tiệm nói với bà rằng có một người ăn mày rất xấu xí, tự xưng là bạn thân của bà đến xin gặp. Bà chủ nghĩ rằng người quái khách đã trở lại, vội bước ra xem, nhưng không phải là người ấy.

- Không! Tôi không biết ông!

Nói xong bà xoay lưng bỏ đi. Người kia cười lớn:

- Ha ha! Mới có một tháng thôi mà đã không nhận ra tôi rồi, huống chi là cách nhau một kiếp tái sinh! Được! Chỉ cần bà tiếp tục tinh tiến như vậy hoài thì việc liễu sinh thoát tử có thể trong tầm tay!

Bà chủ đang toan bước vào trong tiệm, nghe những lời ấy thì vội vàng xoay lại, nhưng người hành khất xấu xí đã biến mất tự bao giờ, chỉ còn âm thanh lời nói như còn vang vọng lại.

Khoảng hơn 10 năm sau, bà chủ bỏ nhà ra đi, chỉ đem theo đứa con trai của mình, bỏ lại rất nhiều tài sản cũng như rất nhiều người thương tiếc, ngậm ngùi. Nhưng người đời không ai biết rằng chính bà đã thực sự tỉnh ngộ và chọn đi theo con đường giải thoát.

Thật ra, người khách quái dị ấy là ai vậy? Đó chính là một trong những tiền thân của đức Phật Thích Ca, lúc còn trên đường tu tập chưa chứng được Phật quả.

8. Hoa sen trong ngục lửa

Trong đời quá khứ, đức Phật *Thích-ca Mâu-ni* có lần ứng thân làm một vị thương nhân.

Vị thương nhân này làm ăn phát đạt, hưng thịnh, tài sản danh vọng ngày càng phát triển. Vì ông từ bi và luôn luôn bố thí giúp đỡ người cô cùng nghèo khổ nên được mọi người thương mến kính trọng. Nhà vua cũng ngưỡng mộ đức độ, học vấn và tài sản của ông nên đã kết bạn thâm giao với ông.

Một buổi trưa hôm đó, thương gia đang sửa soạn dùng cơm trưa, thì bỗng nhiên có một vị *tỳ-kheo* rất trang nghiêm đến đứng tại ngưỡng cửa, chờ ông cúng dường thức ăn, cho ông có cơ hội tạo thêm phúc báo.

Khi ma vương thấy vậy thì sinh tâm ganh tị, bèn vận dụng ma lực để ngăn cản không cho thương nhân cúng dường. Với ma lực ấy, ma vương tạo ra một địa ngục lửa, trong đó những ngọn lửa dữ ngùn ngụt cháy, có những ngạ quỷ hình thù quái dị đang bị lửa thiêu đốt, khóc la kêu gào thảm thiết.

Nhưng lúc ấy trong nhà của thương nhân không hề thấy nghe những cảnh huống bi thảm ấy, mà chỉ thấy một vị *tỳ-kheo* trang nghiêm đang ôm bát đứng tại ngưỡng cửa và chỉ nghe tiếng vị ấy nói:

- Thí chủ! Nếu ông bố thí cho tôi, một *tỳ-kheo* đang khất thực hóa duyên, thì tôi sẽ chúc phúc cho ông được hạnh phúc vô cùng.

Nghe những lời nói trang nghiêm ấy, phu nhân lập tức đem ra rất nhiều cao lương mỹ vị ra cửa, nhưng đột nhiên bà cảm thấy toàn thân như bị điện giật, bèn run lẩy bẩy mà quay trở vào nhà.

Vị thương nhân không biết sự kiện gì đang xảy ra bèn bước ra cửa xem xét, thì trước mắt ông bỗng xuất hiện một cảnh địa ngục rất khủng khiếp. Nhưng người thương nhân này có trí huệ nên biết ngay đây là quỷ thuật của ma vương. Ma vương thấy thương nhân bước ra thì nói một cách thân thiện rằng:

- Này tài chủ! Ông nhìn xem cái địa ngục lửa khủng khiếp

này, đây là chỗ đọa lạc của những kẻ thích làm việc thiện, thích bố thí. Những tội nhân đó là những người đã đem rất nhiều tiền của, vật dụng ra bố thí cho kẻ nghèo khổ vô dụng thay vì đem tiền ấy cúng tế thần linh. Thần linh cảm thấy bị xúc phạm nên đã trừng phạt họ, đày họ xuống địa ngục chịu khổ. Nay ta nghĩ tới tương lai của ông, để sau này ông khỏi đọa địa ngục chịu khổ nên đặc biệt đến đây khuyên can ông đừng bố thí nữa, mà hãy tuân theo lời chỉ thị của thần linh.

Thương nhân trí huệ thừa biết tâm ác độc của ma vương nên hỏi lại:

- Người thích bố thí làm việc thiện thì bị thần linh trừng phạt đày xuống ngục chịu khổ, vậy những người nhận bố thí thì tương lai sinh về đâu?

Ma vương đáp:

- Những người nhận thí thì được lên thiên đường, hưởng thọ phúc lạc của cõi trời.

Thương nhân trí huệ bèn trả lời với một nét mặt thản nhiên:

- Những lời khuyên can chân thành của ông đến với tôi đã quá muộn, vì tôi biết cái tâm ham bố thí làm việc thiện của tôi không có thuốc nào chữa trị được. Nếu người ta có tiền mà bảo người ta đừng nên bố thí mới đúng chính đạo, thì những người dầu ít trí huệ tới đâu cũng không tin. Như ông nói người bố thí sẽ bị đọa địa ngục, và người nhận thí được lên thiên đường thì tôi còn muốn bố thí thêm cho nhiều người hơn nữa, để những người này nhờ sự bố thí của tôi mà được lên thiên đường, được hưởng hạnh phúc vĩnh viễn. Quyết không phải vì sợ tai nạn cho mỗi một thân mình mà trốn tránh.

Ma vương căm giận nhắc lại:

- Hãy nghĩ kỹ đến lợi ích của chính mình mà xét lại! Tiêu

xài rất nhiều tiền để rồi chịu khổ vô hạn thì đúng là ngu si nhất đời!

- Tôi bằng lòng bị đọa xuống địa ngục lửa chịu thiêu chịu đốt, nhưng tôi không bỏ việc nhân nghĩa, bố thí.

Nói xong thương nhân nhảy vào ngọn lửa đang phừng phực cháy. Nhưng kìa, một đóa hoa sen trắng bỗng nở ra dưới chân ông, nâng người ông từ từ lên cao, rời xa ngọn lửa đỏ. Thì ra vị *tỳ-kheo* ban nãy vô cùng hoan hỉ, muốn báo đáp ân đức cúng dường của thương nhân nên mới đằng vân giá võ, hiện đại thần thông, biểu thị lời chúc phúc vô hạn của mình cho vị thương nhân nhân từ bằng cách ấy.

Ma vương thấy uy đức không thể nghĩ bàn của vị *tỳ-kheo*, và cũng thấy ma thuật của mình không lừa dối được vị thương nhân nọ, bèn xấu hổ mà biến đi cùng với cái địa ngục giả tạo.

Vì thế, với người có nghị lực và lòng tin kiên cố thì dẫu có thế lực ác độc nào áp đảo cũng không thể bức bách và làm hại họ được.

9. Sát sinh cúng tế người chết

Ngày xưa, để cúng tế người thân quá cố, người ta hay giết rất nhiều dê, cừu v.v.. gọi là "vật tế người chết". Chư *tỳ-kheo* thấy ai cũng làm như thế bèn hỏi đức Phật:

- Thế Tôn! Thiên hạ giết rất nhiều thú vật để cúng tế người chết. Làm như thế thì có công đức nào?

Đức Phật dạy:

- Này chư *tỳ-kheo*, sát sinh để cúng tế người chết không hề có một công đức nào hết. Từ xưa đã có người hiền ngồi trong hư không mà thuyết pháp, nói tới các tội chướng của việc sát sinh, khiến cho người trong cõi Diêm Phù bãi bỏ việc sát sinh để cúng tế. Thế mà chuyện quá khứ nay lại xuất hiện nữa rồi!

Đức Phật nói xong, tiếp tục kể chuyện xưa:

- Trong quá khứ, ở nước Ba La Nại có một vị giáo sư *bà-la-môn* danh tiếng, tinh thông ba tạng Vệ Đà, muốn cúng tế người chết nên đi bắt một con dê và dặn dò mấy người học trò rằng:

- Đem con dê này ra bờ sông tắm rửa, đeo hoa lên cổ cho nó, mua 5 đồng tiền thức ăn cho nó ăn, sửa soạn cho nó xong rồi dẫn nó về.

Mấy người học trò tuân lệnh đem dê ra bờ sông tắm rửa, và sửa soạn cho nó ngay tại đấy. Con dê thấy được nghiệp kiếp trước của mình, biết rằng hôm nay đã đến ngày mình thoát khỏi mọi khổ đau, mừng vui cười lớn, phát ra những âm thanh như tiếng bình vỡ. Nhưng nghĩ tới ông *bà-la-môn* kia sắp đem mình ra giết và sẽ phải chịu quả báo đau khổ, bất giác sinh tâm thương xót cho ông ta, bèn lớn tiếng oà lên khóc. Những học trò của ông *bà-la-môn* liền hỏi:

- Dê này, khi thì mi cười lớn, khi thì mi lại khóc to, là tại sao vậy?

- Xin dắt tôi về gặp thầy của các người rồi hãy hỏi lại tôi câu ấy.

Đám học trò bèn dắt dê về, đem mọi sự kể lại cho thầy nghe. Thầy *bà-la-môn* nghe kể xong hỏi dê:

- Tại sao mi cười rồi lại khóc?

Dê moi trong ký ức để hồi tưởng lại túc nghiệp của mình, đáp lời ông *bà-la-môn* rằng:

- *Bà-la-môn*, ngày xưa tôi cũng là một vị *Bà-la-môn*, đọc tụng tinh thông quyển kinh "Ma Nô Pháp điển" như ông vậy.

Vì muốn tế người chết nên tôi giết dê đem cúng, và trong 499 đời tôi đã phải chịu quả khổ chết đứt đầu. Bây giờ là kiếp cuối cùng thứ 500, hôm nay tôi sẽ thoát hết mọi đau khổ, vì thế tôi mới vui mừng mà cười to. Tôi lại khóc ngay sau đó, là vì tôi giết một con dê mà 500 đời phải bị cái nạn đầu lìa khỏi cổ, tuy hôm nay tôi sẽ thoát tai ách đó rồi, nhưng nghĩ tới ông, *bà-la-môn*, ông giết tôi rồi lại sẽ chịu cái khổ chết đứt đầu trong 500 đời như tôi, tôi xót thương ông mà khóc.

- Dê ơi đừng sợ, ta sẽ không giết mi đâu.

- *Bà-la-môn*, ông nói gì thế? Ông giết hay không giết tôi, hôm nay tôi cũng không thể thoát chết được.

- Dê đừng sợ, ta sẽ bảo vệ mi, sẽ đi cùng đường với mi.

- *Bà-la-môn*! Sức bảo vệ của ông rất yếu, mà tội ác của tôi đã tạo lại rất lớn!

Bà-la-môn đem dê đi thả, và ra lệnh không ai được giết nó, rồi sai bọn học trò cùng đi chung đường với dê. Dê được tự do, chạy vào khu rừng cây rậm ở dưới một mõm đá cao, vươn cổ lên gặm lá cây mà ăn. Đúng ngay sát na ấy, trên đỉnh mõm đá bỗng vang lên một tiếng sấm, một góc của tảng đá bị nẻ ra, rơi trúng ngay cổ con dê đang vươn lên lúc ấy, thế là dê bị đứt đầu mà chết. Có rất nhiều người bèn chạy đến tập trung xung quanh.

Lúc ấy, ta là thần cây chỗ ấy, thấy mọi người như thế bèn dùng thần lực ngồi ngay ngắn giữa hư không. Để cho những chúng sinh ấy biết quả báo của ác nghiệp mà không sát sinh nữa, ta thuyết pháp để cảnh giác họ cái khổ ghê rợn dưới địa ngục. Mọi người nghe pháp ấy, quá kinh sợ việc bị đọa địa ngục, từ đó ngưng bặt việc sát sinh. Ta cũng dạy mọi người thọ trì giới hạnh, và ai cũng nghe lời ta dạy, tích tụ những việc thiện như bố thí v.v... nên cuối cùng ai cũng được sinh lên cõi trời.

Sát sinh để cúng tế không hề có phúc báo mà còn là một việc tội lỗi, những người thích sát sinh cúng tế hãy mau hồi tỉnh.

Những người thích sát sinh tế tự, nếu nghe được những lời này của đức Phật thì hay biết bao!

10. Vua Nhất Thiết Thí

Ngày xưa ở Ấn Độ có một vị quốc vương được tôn xưng là Nhất Thiết Thí. Ngài là một ông vua rất mực nhân từ, thực hành đạo Bồ Tát. Bất kỳ người nào đến cầu xin với ngài điều chi đều được toại ý, nên dẫu xa xôi mấy người ta cũng nghe biết đến tên ngài.

Tại một quốc gia lân cận, có một thằng bé thuộc dòng Bà-la-môn, từ bé đã mất cha, sống với mẹ già và một người chị. Không có cha, nhà lại nghèo nên cuộc sống của ba mẹ con thật vô cùng khốn khổ.

Một hôm người mẹ gọi con đến bảo rằng:

- Mẹ nghe nói ông vua nước láng giềng là người rất mực nhân từ, ai đến cầu xin điều chi cũng được ông giúp đỡ, do đó mới được người ta tôn xưng là vua Nhất Thiết Thí. Mẹ nghĩ con có thể tìm đến đó xin đức vua ấy một số tiền để ba mẹ con mình sinh sống, không biết con có bằng lòng đi hay không?

- Thưa mẹ, con rất muốn đi qua bên ấy, nhưng thật tình con không có hiểu biết gì cả, lại không có chút học vấn nào, vì vậy con sợ không có khả năng đi xa như vậy. Con muốn ở đây cầu học trước cho có chút hiểu biết, có chút vốn liếng tri thức, thông hiểu đôi chút việc đời việc người rồi sẽ đi.

Người mẹ nghe thế, suy nghĩ một hồi lâu, cân nhắc kỹ càng điều con mình yêu cầu rồi bằng lòng đi mượn tiền để sinh sống trong một năm. Thời gian đó người con đi tìm thầy cầu học.

Thời gian đi vùn vụt, mau như nước chảy, ngoảnh đi ngoảnh lại một năm đã trôi qua mà đứa bé kia chẳng học được là bao. Về nhà, nó bàn với mẹ xin mẹ tìm cách khác, nhưng người mẹ lại thôi thúc phải con mau đi gặp vua Nhất Thiết Thí, không nên chần chờ nữa. Vì thế nó đành nghe theo lời.

Ngày đứa con lên đường, trong nhà không còn gì cả, bà mẹ lại đi tìm người chủ nợ năm ngoái để xin mượn thêm tiền, nhưng lần này ông chủ nợ không bằng lòng mà đưa ra điều kiện, buộc người mẹ và người chị phải đến nhà ông làm công thì ông mới chịu cho mượn thêm tiền.

Ngay lúc ấy, đức vua Nhất Thiết Thí phải đương đầu với một hoàn cảnh vô cùng khó khăn. Vị vua một nước láng giềng vốn tàn bạo bất nhân, lòng tham không đáy, đã đem một đội binh mã lớn rầm rộ kéo đến đánh phá biên giới của vua Nhất Thiết Thí, với ý định thôn tính nước này.

Nghe tin, vua Nhất Thiết Thí không hề lấy làm ngạc nhiên hay lo lắng, cứ thản nhiên như không hề có chuyện chi xảy ra, cũng không chuẩn bị bất cứ điều chi để ứng chiến.

Vì sao có chuyện lạ như vậy? Vì vua Nhất Thiết Thí vốn luôn nghĩ rằng đời sống con người vô cùng ngắn ngủi và tạm bợ, vinh hoa phú quý đều không có thật, nên ông đã từng nghĩ đến việc một ngày nào đó sẽ đem quyền cai trị đất nước của mình bố thí cho người nào mong muốn có được nó. Chỉ cần dân chúng được sống bình yên không phải khổ sở vì chiến tranh là ông mãn nguyện rồi, nên ông không hề nghĩ đến chuyện xuất binh chống cự để bảo vệ vương quyền.

Các quan đại thần trong triều lấy làm lo lắng trước tình cảnh ấy, lại thấy nhà vua cứ thản nhiên như thể không có gì xảy ra, vẫn cư xử, làm việc vui vẻ như bình thường, ai nấy ruột gan như lửa đốt, nên đồng xin yết kiến vua để hỏi ngài tại sao không lo việc ứng chiến.

Vua Nhất Thiết Thí im lặng không đáp, đợi cho các vị đại thần thưa thỉnh ba lần mới nói lên nỗi khổ tâm của mình:

- Này các hiền khanh, nếu chỉ để bảo vệ quyền lực, danh dự và địa vị riêng của mỗi mình ta, thì ta nghĩ không cần phải đối phó với sự tranh chấp ấy. Ta không muốn mọi người dân phải vì một cá nhân ta mà hy sinh tính mạng một cách vô nghĩa. Các khanh thử nghĩ xem, cuộc sống của một con người, chẳng qua mỗi ngày ăn vài chén cơm, mặc một hai thước vải, ở thì sáu bảy thước đất là đủ rồi. Người có trí huệ cần gì phải lao tâm khổ trí vì những thứ đồ vật ngoài thân như vậy? Ta không muốn đánh nhau với kẻ địch là chỉ vì muốn bảo vệ cho sinh linh cả nước. Nếu quốc vương nước láng giềng thật tình muốn đến đây, ta sẽ đem ngai vàng này tặng không cho ông ta, chỉ cần ông ta đừng làm tổn hại đến sinh mệnh của trăm họ là được rồi. Các khanh có tán đồng những điều ta nghĩ hay chăng?

Các vị đại thần từ lâu vốn đã được đức tính nhân từ của nhà vua cảm hóa, nên hôm nay nghe vua nói như thế thì không ai phản đối.

Thế là, nửa đêm hôm ấy, vua Nhất Thiết Thí để lại ấn ngọc, thay thường phục, không đem theo người tùy tùng nào, cưỡi một con ngựa khoẻ lặng lẽ rời hoàng cung, đi ra khỏi thành.

Ngày hôm sau, vua nước láng giềng dẫn một đội quân tiên phong nhanh chóng tiến thẳng vào thành, không gặp bất cứ một sự kháng cự nào, cứ thế mà thênh thang tiến vào. Thành trên thành dưới, cổng trong cổng ngoài đều không có một sự ngăn trở hay phản đối nào cả!

Dân chúng trong thành từng đoàn từng lớp vẫn qua lại nhộn nhịp buôn bán, chuyện trò rộn ràng, họ không hề biết rằng ngay trong lúc ấy đã diễn ra một sự thay ngôi đổi chủ.

Lòng tham và dục vọng của con người như biển sâu không đáy, dường như không có gì có thể lấp đầy! Vị bạo vương kia đã không tốn chút công sức nào để cướp đoạt một thành trì to lớn, một đất nước giàu có, lẽ ra đã có thể tự thấy toại nguyện mà hưởng thụ, thì lại không thấy như thế là đủ. Ông sinh ra nghi ngờ vì sự thành công quá dễ dàng, và lo lắng vì không hiểu được dụng ý sự ra đi lặng lẽ của vua Nhất Thiết Thí. Ông nghĩ, tốt nhất là nhổ cỏ thì phải nhổ cho tận gốc mới có thể tránh được mọi điều phiền phức về sau. Thế là, ông liền treo một giải thưởng rất lớn cho bất cứ ai bắt được vua Nhất Thiết Thí đem về.

Vua Nhất Thiết Thí rời hoàng cung rồi cứ nhắm hướng vùng hoang dã mà đi. Đi mãi được đến năm sáu trăm dặm, tới một chỗ nọ thì gặp đứa bé nhà nghèo vâng lời mẹ đi tìm ông để mong được giúp đỡ. Nhưng vua Nhất Thiết Thí không hề biết điều đó nên hỏi đứa bé:

- Này em bé, em đi đâu một mình vậy? Sao không có người lớn nào đi với em?

- Cháu đi tìm gặp ông vua nhân từ, xin ông ấy giúp đỡ gia đình cháu.

Rồi đứa bé đem hoàn cảnh gia đình mình nhất nhất kể cho vị vua nhân từ này nghe:

- Từ khi cháu còn rất nhỏ, cha cháu đã qua đời rồi, bỏ lại cháu với người chị và một mẹ già. Mẹ cháu là phận đàn bà yếu đuối, cha cháu lại không để lại gia sản nào nên đời sống rất là khốn khó. Gần đây, cũng vì cháu muốn cầu học, mẹ cháu phải vay mượn tiền của người ta. Vì thế nên bây giờ mẹ cháu và chị cháu phải đến nhà làm công cho họ để trừ nợ.

Hoàn cảnh gia đình cháu vô vàn khó khăn như thế, nên cháu muốn đi tìm đức vua nhân từ kia để xin ngài giúp tiền cho cháu đi chuộc mẹ và chị về.

Vua Nhất Thiết Thí nghe xong thở dài, trả lời:

- Em bé ơi, ta chính là vua Nhất Thiết Thí mà em đang muốn tìm đây!

Nghe rằng người đứng trước mặt mình, với một vẻ ngoài hết sức bình thường mà lại tự xưng là vua Nhất Thiết Thí, đứa bé vô cùng kinh ngạc, hầu như không sao tin được là sự thật lại có thể như thế!

Vua Nhất Thiết Thí liền đem chuyện mình ra kể hết cho đứa bé nghe. Nghe xong, đứa bé rất cảm động, nước mắt ràn rụa, bi thương quá không tự chủ được.

Nhà vua dịu dàng khuyên đứa bé không nên quá thương tâm, và hứa sẽ có cách giúp cho nó được toại nguyện. Đứa bé hoài nghi hỏi lại:

- Đại vương! Hiện nay ngài không còn cai trị đất nước, trong người hầu như không còn một vật gì đáng giá, ngài định lấy gì mà giúp cháu đây?

Vua Nhất Thiết Thí thản nhiên đáp:

- Ông vua nước láng giềng tuy đã chiếm được đất nước của ta nhưng trong lòng vẫn chưa thỏa mãn. Vì ta bỏ đi lánh nạn, nên bây giờ ông ta đang treo một giải thưởng rất lớn cho ai bất cứ bắt được ta đem về. Nếu em giết ta và đem thủ cấp của ta về lãnh thưởng, thì lúc ấy không phải là em sẽ được toại nguyện hay sao?

Đứa bé từ chối vì không thể nhẫn tâm làm việc ấy. Nhà vua bèn dạy nó cắt mũi, cắt tai của mình đem về cũng có thể lãnh thưởng, nhưng đứa bé nhất quyết không làm những chuyện như thế. Cuối cùng, nhà vua liền nói:

- Em không muốn giết ta, lại cũng không muốn làm cho ta bị thương, vậy bây giờ chỉ có một cách này mà thôi: Em hãy trói ta lại rồi đưa về, em làm được việc này không?

Đứa bé còn chần chừ chưa quyết định thì nhà vua đã hết lời thúc giục, còn tự mình chạy đi tìm dây trói mang lại, nên nó đành phải nghe theo kế sách của nhà vua.

Vua Nhất Thiết Thí và đứa con của nhà *bà-la-môn* nọ bèn cùng nhau hướng về phía kinh thành mà đi. Khi còn cách kinh thành khoảng hai dặm, nhà vua bảo đứa bé trói ông lại rồi mới đi tiếp.

Lúc ấy, nhân dân trong thành nam nữ già trẻ đều kéo ra xem, nhìn thấy đức vua nhân từ của mình bị trói đưa vào thành thì không một ai không thương tâm bật khóc, thậm chí có những người quá sầu đau đến mức ngã lăn xuống đất bất tỉnh, như thể nhìn thấy cha mẹ mình chết vậy! Bầu không khí đau thương lan rộng khắp kinh thành, mọi người đều u sầu áo não không còn thiết gì đến chuyện làm ăn buôn bán...

Đến cửa cung điện liền có người nhanh chóng vào trong thông báo. Vị bạo vương nghe nói có người bắt được kẻ thù của mình đem về thì mừng rỡ bước ra xem và lập tức truyền lệnh đưa ngay vào cung.

Các vị đại thần nhìn thấy đức vua nhân từ trở về liền phủ phục cả xuống đất mà khóc lóc thảm thiết. Tình cảnh vô cùng bi thương khiến cho chính vị bạo vương cũng không khỏi động tâm, ông bèn hỏi các đại thần:

- Vì sao các ông lại khóc lóc thê thảm đến như vậy?

Các đại thần đồng thanh tâu lên rằng:

- Đại vương, xin ngài tha lỗi cho chúng thần đã thất lễ! Nhưng chúng thần thấy đức vua nhân từ này không những đã bỏ cả vương vị mà còn đem chính thân mình ra bố thí cho người khác, lại chẳng có chút gì là tiếc rẻ ân hận! Đại vương, hành động như vậy thật quá ư cao cả, vì thế chúng thần không thể không thật lòng cảm động!

Vị bạo vương nghe các vị đại thần nói như thế thì lòng hung hăng bạo ngược bỗng chốc như tan biến. Ông bèn hỏi đứa bé con nhà *bà-la-môn* xem nó đã bắt được nhà vua kia như thế nào. Đứa bé thật tình đem chuyện gia đình mình và việc gặp gỡ nhà vua nhân từ giữa đường ra sao, kể lại rõ ràng từng chi tiết cho bạo vương nghe.

Sau khi nghe đứa bé kể lại đầu đuôi mọi chuyện, vị bạo vương liền được cảm hóa, trong lòng thấy vô cùng xúc động, nước mắt bất giác trào ra không sao ngăn lại được. Ông lập tức truyền lệnh cởi trói cho vị vua nhân từ kia, sai người đưa đi tắm gội sạch sẽ rồi mời ngồi lên vương vị, đem ấn ngọc trao trả lại. Ông còn quỳ xuống đất mà tâu lên đức vua nhân từ rằng:

- Tiểu vương này đã nghe tiếng nhân đức thánh thiện của đại vương từ lâu, nhưng không tin là thật có những chuyện như thế, nên mới nghĩ đến việc thôn tính đất nước của ngài. Nào ngờ khi vào được lãnh thổ của ngài, không hề gặp phải bất cứ một sự kháng cự nào. Nhưng lúc ấy tôi vẫn nghĩ rằng đại vương chẳng qua chỉ chạy theo danh thơm tiếng tốt mà thôi. Cho đến hôm nay tôi mới tận mắt được thấy hành vi cao cả và đức độ của ngài, tôi thật vô cùng khâm phục. Cúi xin ngài tha thứ cho những việc làm đã qua của một kẻ tiểu nhân ngu si, và tôi nguyện từ nay về sau nghe theo lời đại vương chỉ dạy, hướng dẫn, để không còn đi theo con đường tội lỗi nữa.

Quả thật là, dùng sức mạnh để đối địch và đàn áp không bao giờ có thể thu phục được người khác một cách đúng nghĩa; chỉ có đạo đức mới khiến cho người ta quy phục một cách chân chính.

Sau khi kể cho mọi người nghe câu chuyện trên, Đức Phật bảo các đệ tử rằng:

- Vua Nhất Thiết Thí chính là tiền thân của ta, bạo vương ngày đó nay chính là *Xá-lợi-phất*, còn đứa con nhà *bà-la-môn* nay chính là *Đề-bà-đạt-đa*. Cho nên, ta sở dĩ thành tựu được sáu *ba-la-mật*, có đủ 32 tướng tốt, mười loại Phật lực, viên mãn tất cả mọi công đức, đều là nhờ ơn của *Đề-bà-đạt-đa*. Vì thế, *Đề-bà-đạt-đa* là thiện tri thức của ta, cũng là người bạn tốt của ta.

Có thể xem một người đệ tử phản bội như *Đề-bà-đạt-đa* là thiện tri thức, là bạn tốt, quả thật nhân cách của Đức Phật quá sức cao quý!

11. Chim gõ kiến

Trong khu rừng nọ, có một con chim gõ kiến thực hành tâm từ bi và đạo Bồ Tát.

Con chim gõ kiến này khác với những con chim khác, bẩm sinh đã thông minh sáng láng, lại có lông cánh tuyệt đẹp. Khi nó bay, trông nó uy nghi trang trọng, thật là vua của loài chim rừng!

Trong rừng có những thân cây bị mọt ăn thủng lỗ, thì loài chim gõ kiến hay đi tìm bắt sâu mọt trong những lỗ thủng ấy ăn để sống. Nhưng con chim gõ kiến này nhân từ quá nên chỉ ăn các mầm chồi non mềm hay uống nước các thứ trái cây, chứ không nỡ mổ những con mọt nhỏ bé kia để nuôi thân. Đồng thời, nó cũng mà một vị y sĩ rất thông minh, có thể trị bệnh cho loài chim và cho cả loài thú đi trên mặt đất nữa.

Có một lần, chim gõ kiến bay qua cánh rừng, gặp một con sư tử nằm dài bên vệ đường, lớn tiếng kêu rống, rên rỉ đau đớn. Chim gõ kiến ngừng xuống hỏi:

- Hỡi vua của loài thú! Ai làm cho bạn đau đớn như thế? Có phải là bị tên của thợ săn bắn trúng? Hay mắc phải một chứng bệnh nguy ngập? Hay là mới gây hấn với loài voi? Hay tại đói quá nên đau đớn? Xin bạn hãy nói cho tôi biết, không chừng tôi có thể giúp bạn được!

- Hỡi vua của loài chim! Tôi không phải bệnh, cũng không phải gây hấn với voi, mà chỉ tại tôi mắc xương ngang cổ họng. Cái đau đớn cùng cực này, so với cái đau bị trúng tên cũng không thấm gì. Nó làm cho tôi không nuốt vào được, nhổ ra cũng không được, nếu bạn có thể giúp tôi thì xin bạn hãy ra tay làm phúc!

- Tôi có thể giúp bạn, miễn là bạn nghe lời tôi dặn bảo.

Sư tử gật đầu ưng thuận, chim gõ kiến bèn đi tìm một cành cây thật chắc chắn, bảo sử tử há miệng thật to, to đến mức không há nổi nữa mới thôi, rồi mới kê nhánh cây vào miệng sử tử. Xong đâu đó, chim mới bay vào miệng sư tử, khôn khéo làm cho hai đầu miếng xương nông ra một chút, rồi dùng hết sức lực ngậm xương trong mỏ kéo ra. Sau đó, nó từ từ xê dịch khúc cây ra khỏi miệng sư tử. Con chim gõ kiến hoàn thành sứ mạng trong lòng rất khoan khoái, lúc ấy mới cáo biệt sư tử mà bay đi.

Sư tử không còn đau đớn nữa, trong lòng cũng rất cảm khái, tạ ơn chim gõ kiến rồi cũng từ biệt mà quay về.

Một thời gian sau, chim gõ kiến kiếm không được thức ăn nữa vì mấy ngày trước đó trời khô hạn, không có lấy một giọt mưa, chồi cây và hoa quả cháy sém khô cằn... Chim gõ kiến đói quá, ngày một gầy mòn, nếu cứ thế này mãi thì chỉ mấy ngày nữa chắc là chết đói mất!

Toàn thân rã rời, nó mệt mỏi tìm kiếm cái gì ăn thì đột nhiên thấy dưới một gốc cây to, con sư tử mới được cứu hôm nọ đang mải miết ăn một con cừu béo mập săn được. Nó ngấu nghiến nhai nhai nuốt nuốt, không màng tới bất cứ chuyện gì khác.

Con chim gõ kiến bay xuống, khép nép đứng bên cạnh sư tử, nhìn nó bằng cặp mắt cầu khẩn như xin ăn mà không mở miệng nói một lời nào. Nhưng con sư tử vô tình vẫn nhồm nhoàm nhai nuốt miếng thịt cừu của mình, không thèm ngó ngàng gì tới con chim gõ kiến, giả vờ như không thấy.

- Chắc anh chàng này không nhận ra mình.

Chim gõ kiến nghĩ như thế, bèn tiến tới gần con sử tử, cầu cứu một cách khiêm tốn:

- Hôm nay tôi đến gặp bạn như một kẻ ăn mày, xin bạn cho tôi một chút gì ăn, tôi đói quá rồi bạn ạ. Nếu bạn thuận lòng thí xả một chút thức ăn cho kẻ sắp chết đói, thì công đức của bạn rất lớn!

Con sư tử hung dữ gầm lên:

- Mi to gan thật, trong lúc ta đang dùng bữa thì mi táo bạo dám đến gần, ý mi muốn hiến thân làm thức ăn cho ta phải không? Cái lúc mi bay vào miệng ta lấy miếng xương ra khỏi họng, là vì ta cho phép mi làm, chẳng có gì đáng kể công hết! Ta không có lòng nhân từ, mi có cút đi không!

Con chim gõ kiến không nói không rằng, lặng lẽ ôm nỗi thất vọng trong lòng, sửa soạn bay đi.

Thần cây thấy con sư tử vong ân bội nghĩa như thế, trong lòng hết sức bất bình, bèn hỏi chim gõ kiến:

- Tại sao bạn không mắng vào mặt cái phường vong ân ấy? Không lẽ bạn không đủ sức đối phó với hắn hay sao? Bạn là ân nhân của hắn mà hắn lại đối xử vói bạn một cách hung dữ như thế, tại sao bạn không mổ vào hai con mắt của hắn, mà lại chấp nhận cho hắn tàn nhẫn ngược đãi bạn?

- Đừng nhắc tới hắn nữa. Xử phạt con sử tử vong ân bội nghĩa ấy không phải là việc của tôi. Trong tương lai, hắn sẽ tự nhiên lãnh lấy hậu quả của sự vong ân bội nghĩa ấy. Nếu có một ngày nào đó hắn gặp nạn, sẽ không ai đến cứu hắn nữa. Nhưng tôi không bao giờ ân hận vì đã thi ân cho hắn. Nếu như tôi nghĩ đến sự báo đáp rồi mới thi ân, thì đó là một việc mua bán vay trả, chứ không phải là một hành động đạo đức cao cả.

Nghe chim gõ kiến nói như thế, thần cây cảm động mà khen ngợi rằng:

- Bạn thật là một người nhân từ, đạo đức cao thượng. Bạn không giống như một con chim, mà giống một con người khoác lên một bộ lông cánh tuyệt đẹp. Trí huệ phúc đức của bạn sẽ vĩnh viễn không bao giờ thiếu sót!

Tán thán xong, thần cây cáo biệt mà đi. Con chim gõ kiến cũng rời bỏ con sử tử vong ân bội nghĩa.

Vài ngày sau, con sư tử bị thợ săn bắn chết.

Không bao lâu, trời rưới xuống một trận mưa cam lồ, làm cho khắp mặt trái đất được tưới nhuần tươi tốt, hoa nở, lá non, và con chim gõ kiến nhân từ kia được cả trái đất ca tụng, khen ngợi.

12. Rắn trả ơn

Lúc đức Phật *Thích-ca* còn ở nhân địa tu đạo Bồ Tát, Ngài đã từng sinh ra làm một vị đại phú ông rất giàu có. Cây gỗ trong rừng và mỏ khoáng trong núi đều thuộc sở hữu của ông, dùng suốt đời cũng không hết. Còn nói về tiền bạc thì phải đếm lên tới cả ngàn vạn ức tiền vàng, tha hồ sử dụng chi tiêu.

Ông là người từ bi, hỷ xả, thường thường bỏ ra cả ngàn vạn lượng vàng để bố thí mà không chút tiếc nuối. Ông cũng thường lui tới những chốn chợ búa, chờ thấy con vật đáng thương nào sắp gặp nạn, sắp bị giết thịt thì vội vàng chạy tới mua về phóng sinh.

Phóng sinh là tâm nguyện duy nhất của ông phú hộ nhân từ này, nên được người đời đặt tên cho ông là Thiện Nhân.

Có một hôm, vị phú ông nhân từ ấy thấy ngoài chợ có một con rùa rất lớn, đang mở to hai mắt chăm chú nhìn ông. Con rùa có vẻ thống khổ vô hạn, nước mắt trào ra, như thể đang cầu xin ông cứu giúp.

Thấy thế ông rất buồn, vội vàng tiến đến xin mua con rùa. Người bán rùa, dĩ nhiên là muốn bán con rùa đi, nhưng khi thấy Thiện Nhân đến hỏi giá tiền, thì cố ý làm khó dễ, trả lời là không muốn bán. Thiện Nhân từ bi tha thiết muốn cứu mạng con rùa nên nài nỉ xin mua. Người bán rùa nói:

- Nếu ông nhất định muốn mua thì phải trả cho tôi một vạn đồng tôi mới chịu bán, bằng không thì tôi đem nó về giết làm thuốc uống!

Thiện Nhân không chút do dự, đưa ra một vạn đồng mua rùa mang về.

Người bán rùa lòng dạ đen tối ấy tuy có một vạn đồng bỏ túi nhưng sau đó nhà bị trộm, rồi lâm bệnh nặng, cuối cùng còn bị cháy nhà, khiến cho một vạn đồng tiền bị thiêu rụi, xơ xác lại hoàn xác xơ.

Thiện Nhân mang con rùa lớn về nhà, đem những món ăn ngon lành nhất cho ăn, rồi thấy miệng rùa có vết thương, vội lấy thuốc bôi cho nó. Không lâu sau, vết thương trên miệng rùa đã lành, ông cho xe chở rùa ra bờ biển thả xuống nước, trả tự do cho nó về với trời đất.

Cách đó không lâu sau, vị phú ông từ bi đang ngồi tham thiền thì bỗng nhiên có tiếng gõ lạch cạch ở cửa sau. Ông mở cửa xem, thì ra đó là con rùa được ông cứu lúc trước. Con rùa lên tiếng nói với ông rằng:

- Ân nhân, không lâu nữa ngôi thành này sẽ gặp nạn lớn. Dân chúng ở thành này nghiệp tội rất nặng, bây giờ nghiệp đã đến thời phải trả, không thể nào tránh khỏi tai họa. Chỉ có hai nhà là không nằm trong số người phải trả báo, một là nhà của ngài, hai là nhà của vua. Ngày đó tháng đó, nguyên ngôi thành này sẽ chìm dưới nước sau một trận lụt rất lớn. Xin ân nhân cùng vua sớm chuẩn bị mướn người đóng tàu, hẹn nhau khi thấy nước lớn vừa dâng lên thì mau lên tàu, thuận theo dòng nước mà đi, tự nhiên sẽ tìm được nơi nương náu.

Con rùa lớn nói xong quay đầu đi mất. Thiện Nhân rất ngạc nhiên, nhưng được một con rùa biết nói báo nguy trước, không thể không tin. Hôm sau ông bí mật báo cho vua biết chuyện đêm qua, cấp tốc chuẩn bị mọi sự. Đúng y như rằng, không bao lâu sau, nạn lụt xảy ra trong thành. Khi một con nước lũ vừa ập đến là con rùa kia cũng xuất hiện, thôi thúc họ lên tàu mà đi. Con rùa bơi phía trước, bảo họ rằng:

- Xin đi theo tôi, đừng để lạc mất phương hướng!

Khi con tàu đang lướt trên dòng nước lũ, bỗng phía sau có một con rắn lớn bơi đến, ngóc đầu lên nhìn, dáng vẻ như xin được cứu mạng. Thiện Nhân từ bi bèn ra lệnh ngừng tàu lại vớt con rắn lên. Con rùa phía trước nói:

- Ân nhân! Con rắn này có duyên với ngài, sau này ngài sẽ hiểu.

Cách đó không xa, ông lại cứu một con cáo, và lại được rùa khen ngợi. Rồi đến phiên một người đang vùng vẫy trong dòng nước lớn, la hét kêu cứu, Thiện Nhân từ bi cũng muốn cứu y nhưng con rùa ngăn lại nói rằng:

- Đây là một người có tâm địa xấu xa, tốt nhất là đừng cứu y. Nếu hôm nay cứu y, sau này y sẽ hại ân nhân.

Thiện Nhân trả lời:

- Bất cứ người nào chúng ta cũng phải cứu. Nếu chúng ta ích kỷ mà không cứu là phản bội lời chư Phật dạy rằng phải xem tất cả bình đẳng như nhau. Dầu sau này có xảy ra chuyện gì đi nữa, ta cũng phải cứu người này.

Rồi không màng tới lời ngăn cản của rùa, ông vớt người nọ lên khỏi nước, cứu cho khỏi chết chìm.

Đi một đỗi nữa thì con rùa lớn lại mở miệng ra nói:

- Trời quang mây tạnh, thiên tai đã qua rồi. Tôi xin tạm thời cáo biệt.

Nói xong nó bỏ đi ngay. Rắn và cáo cũng từ giã mà đi.

Đoàn người lênh đênh trên mặt nước một thời gian thì khám phá một hòn đảo nhỏ. Họ lên bờ, thấy hòn đảo này có rất nhiều tài nguyên, chỉ tiếc là không có bao nhiêu dân cư trú. Họ quyết định lưu lại trên đảo ở tạm.

Có một hôm, con cáo xuất hiện một cách bất ngờ, nói với Thiện Nhân rằng:

- Ân nhân! Ngài đã cứu tôi thoát nạn, hôm nay tôi xin báo đáp ơn cứu mạng to lớn ấy. Vừa rồi tôi mới khám phá ra một kho tàng trong một cái huyệt giữa núi. Kho tàng này không nằm trong mộ phần của ai, cũng không phải do tôi cướp giật, tức là của trời cho tôi. Nay tôi muốn đem kho tàng này dâng tặng cho ân nhân để báo đáp ơn sâu, xin ân nhân vui lòng nhận.

Thiện Nhân nghĩ rằng nếu không nhận và nếu chẳng may kho tàng này rơi vào tay một kẻ bất lương thì không phải là đáng tiếc lắm sao? Chi bằng ta vui lòng nhận, rồi đem bố thí cho người nghèo, và giúp đỡ tất cả những chúng sinh khốn cùng. Nghĩ như thế rồi, ông bằng lòng nhận kho tàng của con cáo dâng tặng.

Khi ông đi lấy kho tàng về, thì người được ông cứu khỏi chết chìm lúc trước, không những không nghĩ tới chuyện đền ơn cứu mạng mà còn dùng lời dọa nạt và thủ đoạn bắt Thiện Nhân phải chia cho mình phân nửa kho tàng. Thiện Nhân cho hắn mười cân vàng nhưng con người tâm địa đen tối ấy từ chối không nhận, dọa rằng:

- Nếu ông không chia cho tôi phân nửa, tôi sẽ tố cáo ông đã quật mồ cướp của.

Thiện Nhân đáp:

- Thiên tai vừa qua chắc chắn đã làm cho rất nhiều người bị tán gia bại sản, tôi muốn đem số vàng này cứu giúp họ. Nếu ông lấy đi, hẳn không phải để làm điều tốt, tức là phản bội lương tâm, cho nên tôi không cho ông toại nguyện tà ý đó.

Người kia ôm mối hận, bí mật tố cáo với quan, vu khống Thiện Nhân đã quật mồ cướp của. Vì thế Thiện Nhân tốt bụng bị bắt, nhưng lòng không chút oán hận kẻ xấu xa đã vu khống mình, chỉ thấy rằng mình đã tạo nghiệp tội trong kiếp trước nên kiếp này mới bị quả báo xấu như thế này.

Ông không hề oán hận, chỉ cầu nguyện sao cho tất cả chúng sinh sớm thoát tai nạn, đừng kết oán với người khác để đừng bị giam trong tù ngục như mình hôm nay.

Vua rắn và vua cáo là những con vật có tánh linh, chúng bèn họp nhau bàn bạc làm cách nào để cứu ân nhân đã bị giam trong ngục tù một cách oan uổng. Vua rắn nói với vua cáo rằng:

- Tôi có một cách này, nhất định cứu được ân nhân thoát nạn.

Nói xong vua rắn bèn cáo biệt vua cáo mà đi. Vua rắn một mình bò lên núi tìm cỏ thuốc, đây là một loại thuốc có một không hai, có thể giải độc và xoa dịu mọi đau đớn trong chớp nhoáng. Vua rắn ngậm cỏ thuốc trong miệng bò vào ngục, nói với Thiện Nhân rằng:

- Đây là một loại cỏ thuốc có năng lực giải độc. Không lâu nữa thái tử sẽ bị bệnh, không có thầy thuốc nào cứu được, chỉ có loại thuốc này mới có thể cứu thái tử thoát hiểm. Lúc đó ân nhân hãy nói với tên cai ngục là mình có thuốc thần trừ độc, chắc chắn hắn sẽ loan tin ấy ra, và như thế ngày ân nhân ra khỏi tù không còn xa nữa!

Vua rắn từ giã Thiện Nhân rồi, lén bò vào vương cung cắn chân thái tử một cái. Tức thời chất độc lan đi rất nhanh, tất cả thầy thuốc danh y đều bó tay chịu thua, nhìn thái tử chờ chết. Ông vua già chỉ có một đứa con trai duy nhất ấy thôi nên tâm can còn nóng nảy hơn đàn kiến trong chảo nóng. Ông ra lệnh cho các đại thần dán bảng yết thị khắp nơi, cấp tốc kiếm tìm một vị thần y. Nếu có ai cứu được thái tử khỏi bệnh thì sẽ được phong làm thừa tướng, còn nếu ai giới thiệu thần y đến thì sẽ được thưởng một vạn lượng vàng.

Đúng như rắn chúa tiên đoán, tên cai ngục biết tin này bèn báo cho Thiện Nhân trong tù biết. Thiện Nhân nói:

- Tôi có thuốc thần trong người.

Vua nghe tên cai ngục báo tin, lập tức vời Thiện Nhân vào cung bôi thuốc cho thái tử. Thuốc vừa bôi xong, thái tử lập tức hết đau và vết sưng cũng xẹp xuống ngay, được bình an thoát hiểm. Vua thấy chân thái tử lành lặn, vui mừng khôn kể xiết, bèn hỏi nguyên do tại sao Thiện Nhân bị vào tù. Khi biết thiện nhân bị tù oan, vua tự trách rằng:

- Ta là vua thất đức, và quan quân đại thần cũng thiếu sáng suốt nên để cho kẻ ác lừa bịp, người hiền bị phỉ báng!

Vua ra lệnh bắt con người vong ân bội nghĩa kia về chịu khổ hình, phong Thiện Nhân làm thừa tướng và đại xá tất cả tội nhân khiến cho mọi ngục tù đều trống không trong khoảnh khắc.

Thiện Nhân hiểu biết Phật pháp một cách thâm sâu, nên vua cung kính thỉnh ông khai thị. Thiện Nhân bèn tuyên thuyết giáo nghĩa cứu khổ của đức Phật cho vua nghe khiến vua được tỉnh ngộ, quy y Tam Bảo, tôn kính thọ trì giới luật thanh tịnh, phát tâm từ bi rộng lớn, mở các kho vựa của quốc gia cứu giúp người nghèo khổ, chỉnh đốn việc giáo dục, xây cất viện dưỡng lão và viện mồ côi, thương xót tất cả hữu tình.

Về sau, đất nước này trở nên hòa bình an lạc, được từ quang của đức Phật chiếu rạng khắp nơi.

NHỮNG CHUYỆN THUỘC NHIỀU GIAI ĐOẠN KHÁC

1. Năm loại bất tử

Kinh *A-di-đà* có nói tới 16 vị đại đệ tử của đức Phật, trong số ấy có tôn giả Bạc Câu La. Ngài cao lớn tráng kiện, nghi dung trang nghiêm đẹp đẽ, đó là vì trong những đời quá khứ ngài không hề sát hại một sinh linh nào. Nhờ thiện nghiệp ấy nên trong 91 đời ngài không bệnh hoạn, từ nhỏ tới già không ngã bệnh một lần nào. Không những thế, ngài còn có cái phúc đức là không bao giờ chết vì năm loại tai họa, cũng gọi là có được "năm loại bất tử". Thế nào là năm loại bất tử?

- Một là không vì thiên nhiên biến chuyển như núi lở hay đất sụp mà chết.
- Hai là không bị lửa dữ thiêu cháy, không bị nước lớn nhận chìm mà chết.
- Ba là không bị giặc cướp làm hại mà chết.
- Bốn là không bị chết bởi lệnh vua.
- Năm là không bị đao binh, chiến tranh làm thiệt mạng.

Tôn giả Bạc Câu La có thiện nghiệp và phúc báo ấy, ai được thấy ngài hay nghe nói đến ngài đều phải cung kính và tán thán.

Ngài tu hành tinh tiến, thường ngồi kiết già, đoan nghiêm bất động. Khi ngài tọa thiền dưới gốc cây, không bao giờ cảm thấy mệt mỏi mà tựa vào thân cây. Cũng thế, trong các phòng thất, ngài cũng không bao giờ ngồi tựa vào các vách tường.

Trên phương diện chuyên cần tu tập cũng không ai bằng ngài, và khó hơn nữa, ngài có đầy đủ biện tài vô ngại, có thể thuyết giảng cặn kẽ tất cả các diệu pháp.

Thế nhưng ngài không thường thuyết pháp cho đại chúng, luôn luôn giữ thái độ tĩnh mặc, vô ngôn. Điều ấy khiến cho nhiều người lấy làm kỳ dị. Đã có tài thuyết pháp thì tại sao lại không thuyết? Vì thế một hôm tôn giả A Nan mới hỏi ngài rằng:

- Tôn giả Bạc Câu La! Tại sao ngài lại không tuyên thuyết diệu pháp cho đại chúng nghe?

Tôn giả Bạc Câu La bèn trang trọng trả lời rằng:

- Nói nhiều chưa chắc đã được người ta tin nghe. Dẫu cho mình nói câu nào cũng đáng giá ngàn vàng, nhưng thế nào cũng có người cho rằng lời mình nói ra làm nhiễu động tâm họ. Tôi thường đắc được Pháp lạc trong cảnh tịnh tĩnh, cho nên tôi muốn mọi người cũng được như tôi, hưởng Pháp lạc trong sự tĩnh lặng.

Tôn giả Bạc Câu La không những rất chuyên tâm trong việc an tọa tham thiền, mà trong việc tu trì công đức nhẫn nhục thì lại càng vượt bực hơn: bị người đánh đau, ngài không những không trả đũa mà còn không khởi tâm sân hận. Bị người hãm hại, đã không phục thù, ngài cũng không hề oán trách người. Cũng như bị người chửi mắng, ngài cũng có thể nhẫn nhục chịu đựng. Được lợi, bị suy thoái, bị hủy báng, được danh dự, được khen ngợi, bị chế nhạo, được sung sướng hay khổ đau, tám loại "gió" (bát phong) ấy không thể làm cho ngài động tâm hay phiền não. Công phu tu dưỡng của ngài thật xứng đáng cho chúng ta muôn đời kính phục và tôn trọng.

2. Nghiệp giết hại

Có một vị vua luôn được xem là đức độ và tài giỏi nhất của Ấn Độ từ xưa đến nay, đó là vua *A-dục*. Ông có một hoàng tử tên là *Câu-na-la*. Hoàng tử *Câu-na-la* rất khôi ngô tuấn tú, tướng mạo như tranh vẽ, khuôn mặt như trăng rằm, vì thế có rất nhiều cô gái muốn được gần gũi với chàng.

Lúc đó, trong cung điện có một nàng vương phi trẻ tuổi tên là *Đê-xá-la Hy-đa*. Cô gặp hoàng tử lần đầu đã đem lòng yêu thương, thường tìm đủ mọi cơ hội để được gặp gỡ, gần gũi.

Một hôm, nhân tìm được một cơ hội tốt, vương phi liền đi tìm gặp hoàng tử, đem hết tâm sự tha thiết bày tỏ với chàng, hy vọng hoàng tử sẽ chấp thuận tình cảm của mình. Nhưng hoàng tử *Câu-na-la* xưa nay vốn tin theo Phật pháp, luôn giữ gìn phẩm hạnh thanh cao, đạo đức. Đối với một vương phi của phụ hoàng, tuy còn trẻ tuổi nhưng về phương diện vai vế là ngang với mẹ mình, chàng làm sao có thể sinh lòng tà vạy? Chàng tuyệt đối không bao giờ có thể làm một chuyện vô luân điên đảo như thế, nên trước những lời êm ái dịu ngọt của vương phi chàng vẫn không hề động lòng.

Khi người vương phi nhan sắc mỹ miều kia đem tình ái ra bày tỏ với chàng mà không được chấp thuận, ngược lại còn phải nghe những lời lẽ khuyên răn dịu dàng nhưng cương quyết của chàng thì cô ta quả thật không sao chấp nhận được.

Người vương phi quá si tình ấy vì không đạt được ý nguyện nên vừa buồn vừa xấu hổ, sinh tâm oán hận, liền bất chấp tất cả, sai người độc ác đến khoét mắt hoàng tử trước khi giết chàng đi.

Khi câu chuyện này vỡ lở ra, mọi người nghe tin đều hết sức kinh hoàng. Làm sao một người hiền lành, đáng yêu như hoàng tử lại phải chịu một số phận bất hạnh đến như thế? Vì quá thắc mắc, mọi người bèn tìm đến một vị *tỳ-kheo* đã chứng đắc thần thông để thưa hỏi. Vị tôn giả này trả lời rằng:

- Trong một tiền kiếp rất lâu xa về trước, tại thành *Ba-la-nại* có một người thợ săn, quanh năm săn thú để sinh sống. Một năm nọ, tiết trời lạnh giá, người thợ săn lên núi săn bắn, tình cờ phát giác ra một hang động với rất nhiều nai đang trú lạnh trong ấy. Từ đó, mỗi ngày ông ta đều đến cửa động để bắt lấy một con nai đem về nhà, trước hết móc mắt nai, sau mới đem ra giết thịt. Cứ như thế trong suốt hơn một năm trời, bầy nai đáng thương kia cứ từ từ bị giết hết, không còn một con nào. Do nhân duyên giết hại ấy, từ đời này sang đời khác người thợ săn kia phải chịu quả báo luôn bị khoét mắt đau đớn trước khi bị giết. Hoàng tử *Câu-na-la* ngày nay chính là người thợ săn độc ác thuở ấy.

Tôn giả nói xong, mọi người vẫn còn chưa hết nghi hoặc, liền gạn hỏi:

- Bạch tôn giả, đã là một người thợ săn độc ác như thế thì làm sao lại được sinh ra làm hoàng tử trong một gia đình hoàng tộc cao quý? Xin tôn giả từ bi thuyết giải cho chúng tôi được hiểu.

Vị tôn giả ôn tồn trả lời:

- Điều đó lại là do một nhân duyên khác. Thuở xưa, sau khi đức Phật *Ca-la-ca* diệt độ rồi thì vua của nước ấy cho người điêu khắc tôn tượng của Như Lai để tỏ lòng tôn kính Tam bảo, lại còn xây bảo tháp cúng dường tôn tượng. Nhưng về sau có một hôn quân không tin Tam bảo, ra lệnh hủy hoại pho tượng Như Lai. Trong nước ấy có một người thợ điêu khắc tượng, thấy vua vô đạo như thế rất buồn khổ, nên phát nguyện đem pho tượng Phật vỡ nát về tu sửa lại trang nghiêm như cũ. Người thợ điêu khắc thuở ấy cũng chính là một tiền kiếp của hoàng tử *Câu-na-la*, nhờ công đức tu sửa tượng Phật mà nay được sinh vào hoàng tộc, lại do kết duyên với Phật pháp từ thuở ấy nên đến nay sinh ra cũng được nghe biết và tin tưởng, thực hành theo Chánh pháp. Nhưng vì nghiệp giết hại ngày trước chưa hết nên vẫn phải chịu quả báo như vậy.

Những lời giảng giải của vị tôn giả đã làm tăng thêm lòng tin vào nhân quả của mọi người, rằng có nhân như thế thì sẽ thọ nhận quả báo như thế, mọi việc xảy ra ở đời đều là tự làm tự chịu. Đó là một chân lý, vì không ai có thể chịu khổ thay cho người khác cả!

3. Tài sản chân thật

Thuở xưa, có hai anh em cha mẹ mất sớm, để lại một gia sản to lớn. Không hiếu dưỡng được song thân, họ đều rất lấy làm buồn tiếc.

Thời gian vùn vụt trôi qua, hai anh em cùng lớn lên nhưng khác biệt nhau rất xa, từ chí hướng đến ý thích. Người anh thì mến đạo nghĩa, thường làm việc thiện như bố thí của cải, do đó gia sản ngày càng tổn giảm; còn người em thì say mê tích lũy tài sản, thường dùng đủ mọi mánh khóe làm ăn buôn bán nên gia sản ngày càng tăng thêm. Người em rất bất mãn lối sống của anh mình, nên một hôm, không chịu đựng được nữa, người em đến gặp anh và lên mặt dạy dỗ:

- Anh em chúng ta bất hạnh nên cha mẹ mất sớm. Cha mẹ để lại gia tài cho chúng ta, phận làm con phải nhớ nghĩ đến công ơn của cha mẹ, mau mau phải nỗ lực làm ăn buôn bán để giữ gìn và phát triển cái vốn gia sản sẵn có ấy, khiến hương hồn cha mẹ ở suối vàng cũng được an ủi, như thế mới đúng đạo làm con. Đằng này anh lại từ sáng đến tối cứ lo chạy theo mấy ông *sa-môn* xuất gia để nghe kinh Phật, không lẽ mấy ông ấy có thể cho anh áo quần tiền của hay sao? Gia đình anh càng ngày càng nghèo khó, gia sản cha mẹ để lại ngày càng hao hụt, không những có lỗi với hương hồn cha mẹ mà còn khiến cho lối xóm phải chê cười.

Người anh hiền từ nhã nhặn đáp lại:

- Những gì chú nói anh đã biết rõ hết, nhưng đó chỉ là những ý nghĩ thiển cận của thế tục. Chú nghĩ rằng mình phải giữ gìn và khuếch trương sản nghiệp của cha mẹ để lại mới là tận hiếu, nhưng anh thì hoàn toàn không nghĩ như chú. Làm như thế chẳng qua chỉ giúp chú có thêm điều kiện hưởng thụ, chứ vong hồn cha mẹ nào được lợi ích gì? Còn anh chỉ muốn lo giữ theo Năm giới một cách nghiêm chỉnh, chuyên cần thực hành Mười điều thiện, cúng dường Tam bảo, nương theo Chánh đạo mà hồi hướng mọi công đức để cứu vớt cha mẹ, nguyện cho hương hồn cha mẹ được xa lìa Ba nẻo khổ mà sinh về đường thiện, dần dần tiến đến chỗ được giải thoát khỏi luân hồi sinh tử. Đây mới thật là con đường báo hiếu chân chính. Đạo và đời vốn khác biệt nhau, cái mà đạo cho là sung sướng và quý giá thì người đời lại cho là vô nghĩa, không thể hiểu được. Những gì chú cho là khoái lạc hôm nay chính là gốc rễ của phiền não về sau. Anh không muốn chạy theo những khoái lạc huyễn ảo như thế. Sự khoái lạc mà người có trí huệ mong cầu phải là một sự khoái lạc chân chánh và thường tồn!

Người em nghe anh nói, cảm thấy mình không có lý lẽ gì để tranh cãi thêm nữa, nhưng trong lòng không phục, bèn nén giận cúi đầu ra về.

Người anh biết em mình không thể nói một lần mà hiểu, bèn nêu rõ tâm chí muốn cầu học đạo của mình. Người em biết anh mình lòng đã cương quyết hướng về đạo nên dù bực tức vẫn im lặng không phản đối.

Không lâu sau đó, người anh vì muốn cho việc học đạo được chuyên tâm nên lìa bỏ gia đình, khoác y ôm bình bát làm *sa-môn*, ngày đêm tinh tiến tu thiền, cẩn thận từng lời nói, từng ý nghĩ, về sau chứng được quả *A-la-hán*.

Người em nghe tin này không những không vui mừng mà lòng phiền não giận hờn anh càng tăng thêm. Vì si mê nên từ sáng đến tối anh ta chỉ biết lo làm ăn để tích lũy tài sản, cho đến mức đầu óc phải choáng váng, còn việc nhân sinh giải thoát thì anh ta không mảy may chú ý đến.

Cuối cùng, tài sản kếch sù mà anh ta có được cũng không giúp kéo dài mạng sống vốn có giới hạn. Quả thật, khi chết đi là không đem theo được bất cứ vật gì, chỉ có nghiệp lực đã tạo là vẫn luôn theo sát bên mình.

Trong lúc sống người em quá ư tham dục nên sau khi chết liền bị đọa vào loài súc sinh, đầu thai làm thân trâu. Con trâu này sinh ra mạnh khoẻ mập mạp, liền bị một người nhà buôn mua về để kéo xe muối.

Vì phải kéo xe trèo dốc đường dài, lao khổ không phút nào ngừng nghỉ, nên con trâu mất sức, gầy mòn, mỗi lần lên dốc thở phì phò mà vẫn bị roi vọt, trông thật là thê thảm, thương tâm. Vừa đúng lúc ấy, người anh đi ngang qua dùng đạo nhãn quán sát con trâu, biết đây là em mình ngày trước nên nói để khai mở trí huệ cho em:

- Chú ơi, một đời chú khổ cực, gia tài sản nghiệp chú gom góp được tính ra không biết bao nhiêu mà kể, bây giờ tài sản ấy đâu rồi? Trước kia chú nói việc tu đạo là vô dụng vì không đem lại quần áo, tiền của, chỉ có việc tích lũy tài sản mới đáng quý vì nó giúp chú thỏa mãn mọi dục lạc. Bây giờ đạo pháp đã giúp anh giải thoát được luân hồi, chứng được quả thánh, còn tài sản mà chú quý trọng sao lại không cứu chú thoát khỏi kiếp trâu mà sinh về cõi lành?

Nói xong, người anh vận dụng thần thông khiến con trâu tự thấy được kiếp trước của mình. Con trâu tuy không nói được nhưng đau khổ rơi nước mắt, biết mình kiếp trước có được thân người nhưng lại làm nhiều điều bất thiện, tham lam, ganh ghét, không tin Phật pháp, khinh chê Thánh chúng, không nghe lời khuyên bảo thiện lành của anh, cho đến nỗi bây giờ đọa làm thân trâu, hối tiếc thì đã quá muộn.

Người anh biết em mình đã có tâm niệm hối hận và tự trách, liền xin với người chủ mua lại con trâu này, và đem mối quan hệ giữa mình với con trâu kể cho người chủ nghe. Người chủ trâu nghe xong tóc gáy dựng đứng, rùng mình ghê sợ, không dám nhận tiền mà đem trâu dâng tặng cho người anh. Người anh dắt trâu về chùa, cho nó quy y Tam Bảo và dạy nó niệm Phật. Không lâu sau, con trâu chết đi, sinh lên cõi trời *Đao-lợi*.

Về sau, người chủ con trâu nghĩ đến vấn đề sinh tử luân hồi cũng xả bỏ tất cả, chuyên tâm học đạo, cuối cùng cũng được mãn nguyện, chứng được Thánh quả, giải thoát phiền não.

Nỗ lực kiếm tiền cho chính bản thân mình thì tiền ấy không hề thuộc quyền sở hữu của mình; còn dùng tiền tài để đem lại hạnh phúc cho xã hội, ích lợi cho chúng sinh, thì tiền tài ấy mới chính thật thuộc về mình. Có nhân thì tất nhiên phải có quả, đây là một đạo lý bất di bất dịch.

4. Tâm an thì đất bằng

Vào đời quá khứ, Bồ Tát Trì Địa sinh đúng vào thời đức Như Lai Phổ Quang xuất thế. Ngài mới nghe qua Phật pháp liền phát tâm xuất gia, và phát nguyện rằng hễ ngài còn sống đời nào thì trong đời sống ấy ngài sẽ dùng hết sức lực vì chúng sinh mà xây cầu đắp đường. Phàm thấy có chỗ nào nguy hiểm thì ngài gia công tu sửa cho con đường giao thông được thuận lợi an toàn. Trong nhiều đời như thế, Bồ Tát Trì Địa cứ một lòng làm việc khổ nhọc, không giải đãi, không mệt mỏi, không than vãn, không khoe khoang.

Ngoài việc xây cầu và đắp đường, cứ thấy người già hoặc trẻ con phải xách vác cái gì nặng nề cồng kềnh là Bồ Tát Trì Địa vội vàng chạy đến vác hộ, không cần biết đường xa hay gần, và tuyệt đối không nhận một sự đền ơn báo đáp nào. Vì thế ngài được rất nhiều người kính ngưỡng.

Có một lần, quốc vương lập đàn cúng dường Như Lai, Bồ Tát Trì Địa biết được liền vội vàng cẩn thận tu sửa con đường mà Như Lai sắp bước qua cho được bằng phẳng, rồi cung kính đứng chờ Như Lai giáng lâm.

Đến thời đức Như Lai Tỳ Xá, đức Phật lại đi ngang qua con đường ấy. Ngài hết lời khen ngợi Bồ Tát Trì Địa có tinh thần làm việc vì người, và đưa cánh tay ra xoa đỉnh đầu của Bồ Tát mà nói rằng:

- Ông phát tâm tu sửa tất cả mọi con đường khiến đâu đâu cũng được bằng phẳng. Đất bằng thì tâm cũng bằng, trong tương lai ông sẽ chứng quả rất mau chóng.

Bồ Tát Trì Địa nghe Như Lai khai thị xong, lập tức đốn ngộ, biết rằng thân mình cùng thế giới và tất cả mọi sự mọi vật không hề có một sự sai khác nào, ngài biết bổn tính của mình vốn tịch lặng vô nhiễm, không có cái "ngã" nào tồn tại. Vì thế ngài chứng đắc quả *A-la-hán.*

Đó là chuyện tiền kiếp của ngài Bồ Tát Trì Địa.

5. Con chó biến thành bà hoàng

Vào thời Phật pháp thịnh hành ở Trung Ấn Độ, trong một toà thành nọ, có vị đệ tử tại gia của đức Phật phát tâm cúng dường một vị *tỳ-kheo*, đi tìm hỏi khắp nơi mới gặp được một vị *tỳ-kheo* đã chứng quả *A-la-hán*, bèn thỉnh vị này mỗi ngày đến nhà mình để cúng dường.

Trong nhà vị cư sĩ nói trên có nuôi một con chó, khi vị *tỳ-kheo* dùng cơm thì con chó ngồi xổm bên cạnh bàn. Vị *tỳ-kheo* thuận tay nắm một viên cơm cho con chó ăn. Con chó được ăn nên có rất nhiều thiện cảm với vị *tỳ-kheo.*

Vị *tỳ-kheo* mỗi ngày đến ăn cơm, thì con chó cũng mỗi ngày được ngài cho ăn. Con chó nhớ tưởng đến vị *tỳ-kheo*, vị *tỳ-kheo* cũng biết được tâm niệm của con chó nên cứ tới giờ là cho nó một nắm cơm. Do đó con chó càng thêm thiện cảm đối với vị *tỳ-kheo.*

Cứ thế trong suốt một năm trời, con chó đến lúc chết, đầu thai trong hoàng cung của vua nước An Tức làm công chúa.

Sinh ra, cô đã biết kiếp trước của mình, lúc còn làm chó trong nhà một vị cư sĩ và ngày ngày chia cơm với vị *tỳ-kheo*, sự việc ra sao cô đều nhớ rõ ràng.

Một hôm, vua nước Nguyệt Đê phái Sử Tiết đến nước An Tức. Vua nước An Tức thấy Sử Tiết là người hiền lại có tài và rất thông minh nên gả công chúa cho Sử Tiết, bảo đưa công chúa về nước Nguyệt Đê.

Công chúa theo chồng về nước Nguyệt Đê, mỗi lần gặp một vị *tỳ-kheo* xuất gia là trong lòng cô rất vui mừng. Cô hồi tưởng lại lúc trước còn mang thân chó, nhờ được một vị *tỳ-kheo* cho ăn cơm, có thiện cảm đối với ngài, nên kiếp này mới được thân người. Để tỏ lòng tri ân báo ân, cô nghĩ tốt nhất là nên lập đàn trai thật lớn để cúng dường tăng chúng.

Phật pháp tại nước Nguyệt Đê rất hưng thịnh, *tỳ-kheo* xuất gia rất đông. Mỗi ngày công chúa đem thức ăn đến cúng dường cho từ 400 đến 500 vị, tất cả đều một tay cô lo liệu, tuyệt đối không mượn ai khác làm thay. Lo việc cúng dường hoàn tất rồi, cũng chính tay cô lo việc chùi rửa dọn dẹp. Người hầu, nô tỳ trong nhà đều một lòng tán thán cô, và đặt cho cô danh hiệu là "vương thí":

- Công chúa tới chỗ này mà còn mỗi ngày tự tay lau chùi sạch sẽ thì chúng ta cũng nên gia công nỗ lực!

Sau đó, bọn nô tỳ lén dấu chổi đi, nghĩ rằng họ sẽ tự lo việc chùi rửa, không nên để công chúa làm những việc như thế nữa. Công chúa đòi lại chổi mãi không được, bèn lấy từ trong rương một chiếc áo mới mặc hôm trước, cuộn tròn lại làm cái chổi quét đất. Người chồng thấy công chúa lấy áo làm chổi quét đất bèn nói:

- Tại sao nàng không dùng chổi lại dùng áo quét đất, như thế không uổng phí lắm sao?

Công chúa trả lời:

- Trong tiền kiếp thiếp không hề có lấy một vật gì có thể dùng để bố thí, chỉ có thiện tâm đối với một vị *tỳ-kheo* thôi mà kiếp này được hưởng phúc báo, sinh ra làm công chúa. Thiếp chưa bao giờ phải lo mưu cầu sinh sống, tự nhiên có được áo, thì dùng nó làm chổi có gì đâu là uổng phí?

- Tuy nàng lễ kính Phật pháp, cúng dường *tỳ-kheo*, nhưng ta chưa hề thấy mấy ông *tỳ-kheo* cho nàng được một đồng nào, trong khi đó áo nàng mặc là do ta lao lực kiếm tiền mà có.

Người chồng nói như thế để khuyên bảo công chúa. Công chúa bèn giải thích cho chồng hiểu:

- Thiếp còn nhớ được rằng kiếp trước thiếp là một con chó, được nuôi trong nhà một vị đệ tử của đức Phật. Mỗi ngày có một vị *tỳ-kheo* đến nhà người này dùng cơm, thiếp bèn ngồi ở dưới bàn đợi vị *tỳ-kheo* nọ bốc một nắm cơm cho thiếp ăn. Thiếp rất có thiện cảm với *tỳ-kheo*, do nhân duyên ấy mà kiếp này đầu thai vào trong nhà quốc vương. Thiếp xin hỏi chàng, tất cả những gì thiếp có hôm nay không phải là do vị *tỳ-kheo* ấy ban cho thiếp hay sao?

Người chồng nghe xong, thấy vợ nói rất có lý, bèn nói:

- Nàng chỉ có mỗi một sự là đem thiện tâm đối xử với một vị *tỳ-kheo* mà được phúc báo to lớn như vậy, Phật pháp quả là không thể nghĩ bàn!

Sự thật thì người chồng này hơi có chút bủn xỉn, nhưng khi được công chúa kể cho nghe chuyện nhân quả phúc báo thì tâm liền biến chuyển, từ đó biết bố thí cho người nghèo, cúng dường chư tăng mà không sinh lòng tiếc rẻ, giúp cho Phật pháp được hoằng dương trong dân gian.

6. Công đức cúng dường

Nghiệp chướng của người nữ so với người nam vẫn luôn nặng hơn. Sinh ra làm một người đàn bà, dầu trên bất cứ phương diện nào cũng không thắng được một người đàn ông. Vì thế, người đàn bà nào trên thế giới này cũng phải sinh tâm tàm quý đã sinh làm thân nữ.

Thời quá khứ có một cô gái, vì muốn sám hối nghiệp chướng của mình và muốn các đời sau không còn thọ thân nữ nữa, mới đem một bó hoa tươi thắm và thơm ngào ngạt đến chùa dâng cúng đức Phật. Cô chí thành đảnh lễ tượng Phật và sau đó, ra khỏi chùa đến cửa lớn thì vừa vặn gặp một vị *tỳ-kheo*. Cô hỏi:

- Bạch thầy, đem một bó hoa cúng Phật được bao nhiêu phước báo?

Vị này đáp:

- Tôi là người mới xuất gia tu học, chưa rõ lắm về điều cô muốn hỏi. Nhưng tôi có thể đưa cô đến gặp một vị đã chứng quả *A-la-hán*, và cô có thể hỏi ngài.

Vị xuất gia sơ học bèn đưa cô gái đến gặp vị *A-la-hán*, và đem vấn đề cô gái hỏi ra thưa thỉnh ngài. Vị *A-la-hán* trả lời:

- Công đức cô đem một bó hoa cúng Phật, khiến kiếp tới cô sẽ không sinh làm thân nữ nữa, được sinh lên cõi trời hưởng phúc suốt một vạn kiếp mà phước báo vẫn chưa hết. Sau đó, còn phước báo nào nữa thì tôi không đủ sức biết được.

Vị *A-la-hán* không trả lời được cho cô gái một cách hoàn mãn khiến cô vẫn còn bất an. Vị *A-la-hán* bèn nói:

- Cô ở đây chờ một chút, tôi lên cung trời Đâu Suất thỉnh giáo Bồ Tát Di Lặc.

Vị *A-la-hán* nói xong, lập tức đằng không lên cung trời Đâu Suất, hỏi Bồ Tát Di Lặc:

- Có một tín nữ cúng Phật một bó hoa và sám hối nghiệp chướng trong quá khứ. Công đức của cô như thế, nói cho đến cùng tận thì được bao nhiêu?

Nhưng ngài Bồ Tát Di Lặc cũng không thể biết hết được tường tận vấn đề này, ngài bảo khi nào ngài chứng quả Phật thì mới biết rốt ráo được!

Xem thế mới biết, cúng Phật một bó hoa thôi mà được công đức vô lượng, không thể nghĩ bàn, không thể so sánh. Chỉ cần mọi người chịu phát tâm tu công đức cho nhiều, bố thí cho nhiều, thì không những có thể làm cho nghiệp chướng tiêu trừ, mà phước báo đạt được thì không thể nào hiểu cho tận cùng được!

7. A-la-hán gặp nạn

Ngày xưa ở nước Kế Tân, vùng Tây Vực, có một vị cao tăng tên gọi là Ly Việt, lúc trẻ xuất gia, ở trong hang động trên một đỉnh núi hoang vắng học đạo, công phu tu hành thiền định rất chuyên cần, chứng được quả *A-la-hán* và sáu phép thần thông. Vì thế nên người người xa gần biết tiếng, tìm đến theo ngài đạo.

Dưới sự chỉ dẫn khéo léo và từ bi của ngài, đệ tử ngài cũng chứng quả *A-la-hán* rất mau, chứng quả xong họ phân tán khắp nơi để lo việc hoằng pháp.

Tuy ngài Ly Việt đã chứng thánh quả nhưng vẫn không ngừng tinh cần tu trì, rất ít khi nghỉ ngơi. Một hôm có chút giờ nhàn rỗi, ngài mới nhân đó dọn dẹp hang động, chợt thấy tấm y màu xám mà ngài thường mặc đã theo thời gian mà ngả sang màu bạc trắng.

Không biết tại sao ngài lại chợt có ý muốn lên núi hái rễ cỏ và vỏ cây làm thuốc nhuộm rồi đem tấm y trăm mảnh ra nhuộm lại. Bỏ tấm y trong nồi thuốc nhuộm rồi, ngài dùng một nhánh dương liễu khuấy nước để trộn thuốc nhuộm cho đều, thì quái lạ thay, tấm y bỗng dưng biến thành một tấm da trâu! Chưa hết, thuốc nhuộm trong nồi đang đen như mực, bỗng biến thành màu đỏ như máu, và mấy cái rễ cỏ, vỏ cây lại biến thành những miếng thịt trâu. Quái dị hơn nữa là mùi thịt trâu còn bốc ra từ cái nồi đang sôi, khiến ngài cứ trố mắt ra nhìn một cách kinh ngạc.

Đúng lúc ấy một người nông phu từ chân núi chạy lên, thấy ngay miếng thịt trâu trong nồi, bèn la hét giận dữ:

- A, ông thật là to gan! Hôm nay ông khai giới sát nên mới đem con trâu của tôi ra giết phải không! Sáng sớm tôi dắt trâu lên núi ăn cỏ, mấy phút sau không thấy nó nữa, đi tìm khắp nơi mà tìm không ra, may mà có mùi thịt dẫn đường nên tôi mới tìm được tới đây! Thì ra là ông, một kẻ xuất gia, đã bắt trộm con trâu của tôi đem ra làm thịt! Bây giờ ông còn gì để nói nữa không? Đi! Đi với tôi đến gặp vua ngay!

Người nông phu nóng nảy không chịu nghe lời phân trần, lôi Ly Việt xềnh xệch đi đến gặp vua. Thời ấy không có toà án, không có pháp đình, hễ có việc gì bất bình là dân chúng kéo nhau đi gặp vua, nhờ vua phân xử.

Khi người nông phu kể lể hết sự tình cho vua nghe, vua bèn hỏi Ly Việt có lời nào biện bạch không? Chứng cớ đã rành rành ra đó, còn có gì để nói nữa, do đó vua xử Ly Việt ngồi tù 12 năm.

Mười hai năm, tức là bốn ngàn ba trăm tám chục ngày hơn chứ có phải ít đâu! *A-la-hán* Ly Việt trong suốt thời gian tù tội phải đảm nhiệm công việc quét dọn nhà lao và chùi rửa cầu xí cho sạch sẽ. Mặc dù vậy, buổi tối ngài chăm chỉ chuyên cần tu thiền định, không bao giờ nằm xuống. Ngài từ bi nhẫn nại như thế nên đến cả mấy người cai ngục, người nào cũng hết sức cảm động và kính phục.

Thời gian 12 năm tù đã mãn, những người đệ tử ngày xưa tham thiền với ngài bỗng không hẹn mà cùng một lúc nhớ nghĩ đến sư phụ trong núi, tất cả bèn dùng thần thông quan sát, biết là sư phụ bị tù oan trong 12 năm trường.

Họ cưỡi gió bay về cung vua, từ trên không trung khua trống pháp để tỏ sự bất bình. Nhà vua nghe thế hết sức kinh ngạc, vội vàng tự tay phóng thích *A-la-hán* Ly Việt ra khỏi nhà giam.

Sau 12 năm tù đày, Ly Việt tóc thì dài, râu thì trắng, nhưng khi ngài vừa bước chân ra khỏi cửa ngục thì râu tóc tự nhiên rụng cả xuống đất, rồi còn bay lên không trung, biến hiện vô lượng hóa thân, mỗi hóa thân phóng ra ánh sáng rực rỡ. Thái độ an nhiên của ngài không giống một người mới được thả ra khỏi tù chút nào.

Lúc ấy, chư vị *A-la-hán* muốn ra tay trừng phạt nhà vua vì sự không công minh, nhưng ngài Ly Việt ngăn lại:

- Các con không được ra tay, đây là nghiệp chướng của ta, không thể oán trách bất cứ ai khác.

Trong một kiếp quá khứ, ta là một người nông phu, có một con trâu đi lạc. Ta lên núi tìm nó, đi cùng hết núi tìm cũng không ra, mà lại gặp một vị xuất gia tu hành. Không suy nghĩ gì thêm, ta liền nghi ngờ chính vị này bắt trộm trâu của ta. Trong suốt ngày hôm đó, trong tâm ta khởi đầy vọng niệm. Ta muốn đuổi vị ấy ra khỏi núi, ta muốn bắt vị ấy đưa lên vua để vị ấy bị giam cầm vào ngục tối... Ta đã tạo nghiệp ác nên kiếp này phải chịu đủ 12 năm tù oan.

Giống như chuyện cho vay ăn lãi, thời gian càng lâu thì tiền lãi càng cao, quả báo ta phải chịu đựng đã lên tới tám ngàn lần số "nợ" ta đã vay mượn.

Ta chỉ tiếc là tại sao lúc đó không làm được gì ích lợi cho người khác, không phát tâm bố thí rộng rãi, có phải là kiếp này đã tiêu trừ được nghiệp chướng rồi không?

Các vị mới chứng quả *A-la-hán*, nhà vua và các đại thần nghe Ly Việt kể lại chuyện xưa như vậy, ai nấy đều tỉnh ngộ và đều hiểu rằng nguyên tắc nhân quả là một nguyên tắc bất di bất dịch, không một ai có thể đứng ngoài nguyên tắc này.

8. Nai biết trọng chữ tín

Trong một khu rừng thẳm trên núi cao có một bầy nai cùng nhau chung sống, con số lên tới cả trăm con. Chúng đi theo những cánh đồng xanh mơn mởn, vừa ăn vừa đùa giỡn, chẳng mấy chốc tiến dần đến chốn thị thành có người ở.

Hôm ấy, nhà vua dẫn đầu một đoàn tùy tùng ra khỏi thành hướng về phía thôn dã săn bắn. Người ngựa khắp nơi, đoàn nai kinh hãi chạy tán loạn. Có một con nai đang mang thai bị bỏ lạc lại phía sau, không cách nào chạy kịp. Trong lúc vừa đói lại vừa mệt, nó sinh hạ được hai con nai con.

Nai mẹ đem hai con nai con giấu vào một nơi kín đáo rồi vội vàng nghĩ tới chuyện kiếm ăn. Vì trong lòng đang khủng hoảng, nó bất cẩn sa xuống hố. Lo lắng cho hai đứa con, nai mẹ sốt ruột tìm đủ cách thoát ra khỏi hố nhưng không thoát được, nó bèn kêu khóc thảm thiết. Thợ săn nghe tiếng khóc, chạy đến xem thấy một con nai lớn, vui mừng vô cùng định đem nai ra giết. Nai mẹ quỳ xuống, khấu đầu van xin, dáng điệu như muốn nói:

- Tôi vừa mới sinh được hai con nai con, lâu lắm rồi chưa có gì vào bụng, xin các ông làm phúc thả cho tôi ra một lúc thôi, để tôi về thăm các con và chỉ cho chúng nó chỗ nào có nước có cỏ, để chúng nó có thể tự kiếm sống một mình, rồi sau đó tôi sẽ trở lại chịu chết. Tôi thề không sai lời hẹn ước.

Thợ săn thấy nai mẹ quỳ xuống với dáng điệu van nài như thế, vừa kinh dị vừa quái lạ, bèn nói:

- Làm người trong đời ai cũng tham sống sợ chết, huống chi mi là loài thú vật! Bây giờ mi đã đến tay ta, ta bắt được mi rồi, làm gì có chuyện thả mi ra?

Họ không hề có ý định thả nai mẹ về. Nai mẹ khóc nước mắt ướt cả mặt, liên tục khấu đầu cầu khẩn như muốn nói:

- Mạng sống của tôi hiện thời đang nằm trong tay các ông. Tôi không hề tiếc chút thân tàn này, chỉ thương xót hai đứa con thơ dại. Nếu các ông bằng lòng thả cho tôi về thì hai đứa con của tôi mới còn sống sót được, bằng không chúng nó chỉ còn có nước chết mà thôi!

Thợ săn thấy nai mẹ van nài với những tình cảm không khác gì loài người, không thể không cảm động nên cuối cùng thả cho nai mẹ ra đi.

Nai mẹ chạy về chỗ giấu mấy đứa con, vừa buồn vừa vui, chỉ cho chúng biết ở đâu có nước uống và ở đâu có cỏ ăn, xong rơi lệ mà nói:

- Lúc nãy mẹ ra ngoài, không cẩn thận nên bị rơi vào tay thợ săn, chút xíu nữa thì không về gặp các con được. Vì mẹ lo nghĩ cho các con nên xin họ thả cho ra trong chốc lát để về thăm các con. Các con thật là bất hạnh đáng thương! Từ nay các con sẽ không có mẹ săn sóc nữa. Mẹ hy vọng các con sẽ sống sung sướng sau này.

Nai mẹ nói tới đây, bỏ các con ở lại mà đi. Hai con nai con thấy mẹ đi rồi trở về, mừng rỡ vô cùng, bây giờ lại nghe mẹ nói sẽ đi nữa, bèn theo bén gót, vừa đi vừa kêu khóc. Nai mẹ quay đầu lại nói:

- Các con không thể nào theo mẹ được, nếu không mẹ con chúng ta sẽ bị giết hại cả nhà! Mẹ được về thăm các con một lúc như thế, có chết cũng cam lòng! Chúng ta nghiệp chướng sâu dày nên sinh ra làm súc sinh, nay còn gặp thảm trạng bị bắt bị giết. Mẹ chết đi rồi, mong các con lập nguyện vững chải là không bao giờ tái sinh làm thú vật nữa!

Nhưng nai con nào có nghe lời nai mẹ, nhất định theo mẹ cho đến chỗ có cái hố. Thợ săn thấy nai mẹ về, theo sau có hai chú nai con, trong lòng lại càng thấy bất nhẫn nên thả cho mấy mẹ con nhà nai về hết.

Họ bèn đem chuyện này lên tâu với nhà vua. Nhà vua cũng thấy loài nai mà biết trọng chữ tín còn hơn loài người, bèn hạ lệnh cấm săn bắn nai, cho nên từ đó bầy nai mới gọi bạn kết lũ mà sống tự do, đi lại chơi đùa tự tại trên những cánh đồng cỏ.

Sinh làm nai mà có chữ tín lại biết thương con như thế, thật không khác gì con người.

Đức Phật nói chúng sinh trong vũ trụ, ai ai cũng có trí huệ và đức độ của Như Lai, điều đó quả thật không sai!

Chỉ cần có tâm từ bi là ngay trong kiếp này đã được quả báo tốt. Lừa gạt người khác chính là tự lừa gạt lấy mình, giữ chữ tín với người khác tức là tự giúp đỡ lấy mình.

Chuyện con nai mẹ biết trọng chữ tín, thật đáng làm bài học cho loài người biết bao!

9. Thời và vận

Tại Ấn Độ ngày xưa, vua nước Ba La Nại tên là Phạm Đạt Ma. Một hôm, vua và quần thần lên núi thẳm rừng sâu săn bắn, đến chiều tối thì trú đêm trong một căn lều cỏ dưới ngọn cây cao. Sau một ngày chạy nhảy săn đuổi, vua Phạm Đạt Ma rất mệt mỏi nên vừa đặt lưng xuống là ngủ say như chết.

Lúc ấy, trong ngoài tĩnh mịch, cái yên tĩnh của ban đêm như có gì rờn rợn. Bỗng nhiên xa xa có tiếng gọi:

- Bệ hạ! Bệ hạ! Vua Phạm Đạt Ma!

Vua Phạm Đạt Ma đang ngủ say bị tiếng gọi ấy đánh thức dậy thình lình, ông mở to hai mắt nghiêng tai lắng nghe.

- Bệ hạ! Bệ hạ!... Bệ hạ!

Trong đêm đen, ai là người gọi nhà vua? Vua Phạm Đạt Ma cho rằng thần kinh của mình quá ư nhạy cảm nên không thèm tìm hiểu gì thêm, nhắm mắt ngủ tiếp.

Ngày hôm sau, đoàn người lại tiếp tục săn bắn, cho đến khi mặt trời ngả về tây họ mới mệt nhoài kéo nhau về. Suốt một ngày săn bắn hào hứng, nhà vua đã quên khuấy tiếng gọi trong đêm vừa qua. Đêm hôm ấy, y như đêm trước, ông lại ngủ rất say. Đến nửa đêm, tiếng gọi quái dị lại vang lên:

- Bệ hạ! Bệ hạ!... Bệ hạ!

Nhà vua lại bị tiếng gọi đánh thức, hơi cảm thấy bực bội nhưng đồng thời cũng lấy làm lạ, làm sao mà hai đêm liền lại có người gọi mình như thế? Vua sai cận vệ ra ngoài nhìn xem là ai, nhưng không hề có bóng dáng của một người lạ nào.

Qua đêm thứ ba, sự thể lại diễn ra như trước. Lần này vua bắt đầu cảm thấy sợ, ông không còn hứng thú gì trong việc săn bắn nữa, tuy đó là thú vui mà ông ưa thích nhất từ trước đến nay. Trời vừa hừng sáng, vua không dám nấn ná lại chỗ ấy, truyền lệnh cho quần thần trong vòng một giờ phải nhổ trại và thu dọn tất cả để tức khắc hồi cung.

Về tới hoàng cung, vua vẫn còn phiền não vì chuyện này nên triệu tập đông đủ các đại thần trong triều để cùng nhau thảo luận. Mọi người đoán chắc rằng đây là yêu ma quỷ mị tác quái, và phải tìm cách trừ khử ma quỷ ngay.

Nhưng khi nói đến ma quỷ thì ai cũng run sợ, văn võ đại thần tướng sĩ trong triều chẳng ai dám đảm nhận trọng trách một mình vào chốn rừng sâu quyết đấu với ma quỷ.

Cuối cùng, chỉ còn cách là dán yết thị, chiêu mộ người can đảm dũng lược và có sức mạnh đi bắt quỷ.

Bảng yết thị nói rằng, người nào trừ được quỷ sẽ được thưởng 500 lượng vàng.

Yết thị dán lên chưa được bao lâu thì có một người nghèo khổ cùng đinh nhưng lại rất gan dạ đến xin đi trừ quỷ để lãnh thưởng.

Vua thấy người này thân thể cường tráng, rất lấy làm vừa ý, bèn đem đầu đuôi câu chuyện kể cho người này nghe. Trời vừa chạng vạng tối, người cùng đinh này lên đường.

Màn đêm từ từ buông xuống, người này vào tận trong rừng sâu ngồi yên chờ đợi. Từng phút, từng phút chầm chậm trôi qua. Đến khoảng nửa đêm, tiếng gọi quái dị nọ lại vang lên:

- Bệ hạ! Bệ ha!... Bệ hạ!

Người cùng đinh nhắm hướng tiếng gọi vọng lại mà tiến tới, khám phá ra tiếng gọi này từ trong một hang động vọng ra. Ông đứng trước hang động, lớn tiếng gọi vào:

- Ê! Mi là người hay là quỷ? Mau ra đây! Nếu không ta sẽ lấy dao bén đâm chết mi!

Thật lạ lùng, ông vừa nói xong thì trong động lại vọng ra âm thanh trả lời:

- Tôi không phải là quỷ, cũng không phải là người. Tôi là kho tàng bị chôn trong hang động này. Thật đáng tiếc, mấy đêm liền tôi gọi nhà vua đến mang tôi về, nhưng vua không thèm màng tới. Anh đến thật đúng lúc, bây giờ toàn thể tài sản này chúng tôi hiến tặng cho anh hết! Chẳng qua tôi có 7 người bạn, và chúng tôi đi đâu cũng muốn đi cùng. Bây giờ tôi bày cho anh phải làm những gì: ngày mai anh về chùi dọn nhà cửa cho sạch sẽ, xong chuẩn bị sẵn chút sữa bò và chút nước nho. Đến trưa, chúng tôi sẽ cải trang thành 8 nhà tu đến nhà anh. Anh đợi chúng tôi ăn uống xong, lấy một cây gậy phang vào đầu người trưởng đoàn của chúng tôi, xong đem ông ấy đặt vào góc nhà, lúc đó kho tàng sẽ về tay anh.

Người cùng đinh nghe những lời ấy thì quá đỗi mừng rỡ, vội vàng chạy về nhà. Trời chưa sáng, ông đã lo chùi dọn nhà cửa thật sạch sẽ, xong đến gặp nhà vua, ba hoa khoác lác bịa ra một câu chuyện trừ quỷ. Nhà vua không chút nghi ngờ, sai đem 500 lượng vàng ra thưởng cho ông. Ông vui mừng trở về nhà sửa soạn cơm nước và sữa, rồi còn gọi một người thợ hớt tóc về nhà hớt tóc tươm tất.

Thời gian quá cấp bách nên ông vừa hớt tóc xong thì có 8 nhà tu đã đến trước cửa. Ông lễ độ mời họ vào nhà ngồi, xong đem các thứ đã chuẩn bị sẵn ra khoản đãi họ. Xong, như đã đồng ý với nhau trước, ông đem tới một cây gậy và nhắm đầu nhà tu trưởng đoàn phang vào một cái thật mạnh.

Thật là quái lạ, ông vừa mới phang xuống, tám ông thầy tu bỗng biến thành tám cái bình bằng vàng sáng choang, óng ánh. Ông mừng quýnh mừng quáng, bây giờ ông không còn là một anh chàng cùng đinh nữa mà đã trở thành một ông nhà giàu.

Nhưng mọi sự đã bị một người khác thấy rõ ngọn nguồn. Số là người thợ hớt tóc ban nãy, chưa kịp đi thì khách đã đến nên đành phải trốn trong một căn phòng khác nhìn trộm và vô tình thấy hết tất cả.

Ông này vừa kinh ngạc vừa khoái chí, lòng tham nẩy sinh, tuy không biết ất giáp gì nhưng cũng muốn bắt chước theo điều mình mới nhìn thấy để phát tài:

- Ta cũng có thể làm giàu bằng cách này vậy!

Ông về nhà, một mặt nhờ người đi tìm 8 ông thầy tu mời

về, một mặt dọn dẹp nhà cửa sạch sẽ, mua thật nhiều thức ăn ngon lành dọn sẵn, đợi 8 ông thầy tu tới rồi, ông chân thành mời họ vào cỗ, đợi cho họ ăn no rồi mới bắt chước anh chàng cùng đinh kia, vác gậy ra phang lên đầu một trong 8 ông thầy tu.

Nhưng thật là luống công, vì 8 ông thầy tu chẳng những đã không biến thành 8 cái bình vàng, mà người bị đánh thì bể đầu chảy máu kêu la bài hãi, vì thế người ngoài đường bu đến xem rất đông.

Vô cớ hành hung người tu hành, thật là tội đã rành rành không chối vào đâu được, người thợ hớt tóc lập tức bị bắt giải vào phủ quan chịu tội.

Khi bị quan tòa hỏi tại sao lại đánh người, ông thợ hớt tóc mới đem đầu đuôi ngọn ngành câu chuyện kể lại cho quan nghe. Quan tòa lại mang chuyện này trình tâu lên vua. Nhà vua nổi giận, sai người đến nhà người cùng đinh tịch thu hết mấy cái bình vàng, nhưng quái lạ thay, bình vàng mới đặt trước mặt nhà vua đã biến thành những con rắn độc ghê rợn. Vua hốt hoảng vội sai người mang trả tất cả về cho chủ cũ.

Câu chuyện trên đây muốn nói rằng: nếu ta không đủ nhân duyên có được vật gì, thì không thể cưỡng ép cho có. Nếu cưỡng ép nhân duyên cho có thì chỉ tự gây tổn hại mà thôi.

Cổ nhân có nói "mưu tài hữu đạo". Nếu mưu cầu điều gì mà không đúng phép tắc, đạo đức thì chẳng khác gì ép cát tìm dầu hay đục băng đá tìm sữa, hoàn toàn phí công vô ích.

Nhưng mọi sự được mất của thế gian xét cho cùng cũng đều là vô thường. Tiền của, tài sản quý báu cuối cùng rồi cũng sẽ bỏ ta mà đi, vì khi nhắm mắt xuôi tay chẳng ai mang theo được gì cả. Cho nên, đức Phật có dạy rằng: "*Chỉ có sự trì giới mới là tài sản chắc chắn nhất, bảo đảm nhất.*"

10. Tôn kính người già

Ngày xửa ngày xưa, nước Ba La Nại có một phong tục rất tàn nhẫn. Dân chúng nước ấy cho rằng những người già chỉ sống bám vào xã hội, rằng họ sống trên đời là vô ích vì chỉ biết tiêu xài lãng phí chứ không thể làm việc. Họ nghĩ, những người như thế thì có ích lợi gì trên thế gian này đâu? Xét lại, nếu lấy lương thực dùng để nuôi người già đem nuôi một đứa bé, không phải là hợp lý hơn sao?

Vì thế, ở nước Ba La Nại có một điều luật quái dị rằng: "Không ai được nuôi dưỡng người già trong nhà, nếu trái luật thì cả nhà sẽ bị xử tử hình."

Một phần là để tôn trọng luật pháp, một phần cũng vì vấn đề sinh kế gia đình nên nhà nào cũng như nhà nấy, nói đúng hơn là cả nước đều coi thường người già. Hễ trong nhà cha mẹ bắt đầu lớn tuổi là con cái liền đem bỏ giữa núi sâu, làm mồi cho hổ beo hay dã thú.

Điều luật vô nhân đạo như thế về lâu về dài đã trở thành một tập quán, một phong tục. Tuy nhiên thiên tính của nhân loại không thể hoàn toàn bị tiêu diệt, nên có một số người không tán đồng chút nào cách xử sự ấy. Nhưng họ sợ bị trừng phạt, không dám phản kháng nên chỉ biết cam chịu, khổ tâm đem cha mẹ già lên núi sâu làm mồi cho dã thú.

Lúc ấy trong nước có một vị trưởng giả hạ sinh được một đứa con trai, cha hiền con hiếu, gia đình rất hòa thuận êm ấm. Những ngày vui trôi mau, vị trưởng giả từ từ tóc đã điểm sương. Đứa con trai không thể nào nhẫn tâm tuân theo điều luật vô lương tâm như thế, nên cả nhà cùng nhau tìm ra một giải pháp. Đứa con lén đào một cái hầm trong nhà, che mắt quan quân địa phương và hàng xóm, đưa cha mẹ già xuống dưới hầm ở, và mỗi ngày đưa thức ăn vật dụng xuống cho cha mẹ dùng.

Ngày lại ngày từ từ trôi qua, người con luôn luôn cẩn thận giữ gìn nên không ai phát giác được bí mật của chàng. Vị trưởng giả lớn tuổi sống dưới hầm, suốt ngày tụng kinh niệm Phật cho qua thì giờ.

Không lâu sau, một biến cố xảy ra trong nước làm cho nhà vua và nhân dân lo lắng bất an. Số là các nước láng giềng thấy Ba La Nại là một nước không mấy gì có thực lực, trên phương diện chính trị và quân sự không có gì vững chắc, nên mới có ý định đem quân xâm chiếm nước này.

Cho đến nay, sự giao hảo giữa Ba La Nại và các nước láng giềng rất tốt đẹp, họ đã từng hợp tác liên minh, không ai xâm lấn ai. Nhưng lần này họ trở mặt, mà nguyên nhân lớn nhất là họ không chấp nhận được cái điều luật phế bỏ người già của nước Ba La Nại. Vì thế họ nghĩ ra một cách, trước hết họ gởi một bản chiến thư, trong đó đặt bốn câu hỏi. Nếu không ai trả lời được bốn câu hỏi ấy, thì các nước sẽ khởi binh khai chiến với nước Ba La Nại.

Khi nhà vua nhận được bản chiến thư ấy, trong lòng rất lấy làm lo lắng vì cả một triều đình văn võ đại thần không ai trả lời được bốn câu hỏi này. Cuối cùng chỉ còn cách chép lại bốn câu hỏi, dán khắp các nẻo đường, hy vọng có người học sĩ nào trong nước giải đáp được. Nếu có người nào giải đáp được bốn câu hỏi ấy thì sẽ được vua trọng thưởng vô cùng hậu hĩ. Bốn câu hỏi ấy là:

- Trên thế gian này, điều gì đáng trân quý nhất?

- Trên thế gian này việc gì làm cho con người sung sướng nhất?

- Trên thế gian này, hương vị nào tuyệt diệu nhất?

- Trên thế gian này, mạng sống nào kéo dài nhất?

Bản câu hỏi được dán khắp nơi, nhưng một ngày, hai ngày trôi qua rồi mà chưa có ai giải đáp được. Qua tới ngày thứ ba, bỗng có một chàng thanh niên trẻ tuổi đến trình diện, nói là mình biết câu trả lời. Sau đó, trước mặt công chúng, chàng cầm bút viết:

- Thứ nhất, lòng tin là điều trân quý nhất.

- Thứ hai, Chánh pháp làm cho con người sung sướng nhất.

- Thứ ba, lời nói thật có hương vị tuyệt diệu nhất.

- Thứ tư, trí huệ có mạng sống dài lâu nhất.

Viết xong, những người đang đứng xem tại chỗ nhiệt liệt vỗ tay tán thưởng. Những vị quan sứ đang đứng canh gác ở đấy lập tức đem các câu trả lời này trình lên vua. Vua xem rồi lấy làm vui mừng, xuống chỉ cho vời người thanh niên trẻ tuổi ấy vào cung.

Vua hỏi ai dạy cho chàng các câu trả lời ấy, chàng thanh niên đáp:

- Chính cha của hạ thần đã dạy cho hạ thần.

Vua ngạc nhiên hỏi:

- Cha của khanh hiện giờ ở đâu?

- Xin bệ hạ xá tội cho hạ thần trước, hạ thần mới dám tâu lên.

Vua liền chuẩn y lời cầu xin, hứa sẽ không bắt tội chàng vì bất cứ chuyện gì. Khi ấy, chàng thanh niên mới nói:

- Tâu bệ hạ! Cha của hạ thần tuổi đã cao, nhưng hạ thần không nhẫn tâm đem cha già vứt trên núi hoang. Bốn câu trả lời mới được trình lên bệ hạ là do cha của hạ thần dạy cho, hiện thời cụ đang sống dưới hầm nhà của hạ thần.

Nghe những lời nói thành thật của người thanh niên, nhà

vua suy nghĩ một lúc và tỏ vẻ hối hận mà nói:

- Ta bậy quá! Ta bậy quá! Mau truyền lệnh cho toàn dân không ai được đem người già bỏ lên núi nữa, đó là một hành động không hợp ý trời! Lương tri ta ám độn nên đã hại không biết bao nhiêu người có trí huệ rồi!

Từ đó trở đi, dân chúng nước Ba La Nại trở nên những người hiếu thảo bậc nhất, biết hết lòng tôn kính những người lớn tuổi già nua.

11. Chuyện kiếp xưa

Bảy trăm năm sau khi đức Phật nhập *Niết-bàn*, tại nước Kế Tân ở miền Bắc Ấn Độ có một long vương hung ác tên là A Lợi Na xuất hiện, thường nổi gió to sóng lớn nhiễu hại dân chúng, gây ra những tai họa rung trời chuyển đất. Lúc đó có hai ngàn vị *A-la-hán* phát tâm vận dụng tất cả thần lực của mình để đuổi long vương A Lợi Na ra khỏi bờ cõi.

Một ngàn vị *A-la-hán* sử dụng thần lực cao nhất của mình làm cho đại địa chấn động, năm trăm vị phóng ra những tia sáng cực kỳ mãnh liệt, năm trăm vị còn lại thì nhập định, vận dụng thiền lực mạnh mẽ. Các vị này hợp tác với một sức mạnh vĩ đại như thế nhưng vẫn không làm cho long vương kia suy chuyển chút nào.

Trong lúc mọi người đang khổ não, có một vị tôn giả tên là Kỳ Dạ Đa xuất hiện. Ngài tiến đến ven bờ hồ, búng ngón tay ba lần chỉ long vương mà gọi to:

- Này con rồng kia! Ta truyền lệnh cho mi phải đi nơi khác ngay, không được phép ở lại chốn này!

Long vương A Lợi Na nghe thế, không dám trì trệ, lập tức bay bổng đi mất.

Hai ngàn vị *A-la-hán* đều không hiểu được tại sao lại có một sự kiện lạ lùng như thế, làm sao lại có thể đuổi rồng đi một cách dễ dàng giản dị đến dường ấy! Họ liền cử ra một số vị đến thưa hỏi tôn giả Kỳ Dạ Đa:

- Chúng tôi cũng chứng đắc một quả vị như ngài, cũng đoạn tận phiền não, cũng giải thoát sinh tử không có gì sai khác, chúng ta nhất loạt bình đẳng, thế mà chúng tôi cùng nhau hợp sức, dùng tận cùng năng lực mà không sao làm cho con rồng nhúc nhích, còn tôn giả chỉ búng ngón tay ba lần mà nó riu ríu ngoan ngỗn phục tòng rời khỏi đất này là vì lý do gì?

Tôn giả đáp:

- Từ khi tôi còn là phàm phu, luôn luôn nghiêm trì cấm giới, thân khẩu ý không bao giờ dám tạo ác nghiệp nào, dùng tâm bình đẳng không phân biệt để tu trì tất cả các pháp. Các vị không làm cho rồng lay chuyển là vì công đức tích tập không đồng với tôi vậy.

Hàng phục long vương A Lợi Na rồi, tôn giả Kỳ Dạ Đa dẫn đoàn đệ tử tiếp tục con đường vân du về phía bắc.

Con đường dài hun hút, có khi chạy ngang những miền đồng bằng rộng lớn, có khi thì đi vòng qua những sườn núi chập chùng, hai bên đường có những ngọn cây cao vút nghênh đón gió nam lay động cành lá. Tôn giả một mình đi bộ dưới tàn cây bóng mát, bỗng nhiên dừng bước, ngước đầu nhìn lên cành cây nơi có một con quạ đen đang đậu. Tôn giả nhìn kỹ nó rồi nhẹ mỉm cười, gật gật đầu.

Các vị đệ tử đi theo sau mấy bước, thấy thế không khỏi ngạc nhiên, hỏi ngài:

- Bạch Tôn giả, vì sao ngài lại mỉm cười với con quạ đen?

Tôn giả đáp:

- Đúng lúc đúng thời ta sẽ nói.

Đoàn người lại tiếp tục hướng về phía trước mà đi, tới một tòa thành bằng đá. Vừa mới bước qua cổng thành, tôn giả bỗng biến sắc mặt, lộ vẻ vô cùng buồn rầu. Mọi người đều lo lắng nhưng không ai dám hỏi.

Lúc ấy là giờ cơm trưa, họ vào thành khất thực. Dùng cơm xong họ ra khỏi thành, tới cửa thành, tôn giả lại biến sắc mặt, buồn rầu như lúc mới tiến vào cửa thành ban nãy. Các vị đệ tử không chờ được nữa, họ quỳ xuống khẩn khoản hỏi:

- Bạch Tôn giả, thỉnh ngài giải nghi cho chúng con, tại sao ngài lại cười với con quạ đen, và tại sao ngài lại hai lần biến sắc mặt tại nơi này?

Tôn giả thở dài một tiếng, lộ vẻ âu sầu mà trả lời rằng:

- Chín mươi mốt kiếp trước, lúc Phật Tỳ Bà Thi nhập *Niết-bàn* rồi, ta sinh làm con một vị trưởng giả. Khi ta nói ra chí nguyện xuất gia học đạo, cha mẹ già ngăn lại rằng: "Khoan đã, con phải biết là trong đời người, không có con nối dõi là tội bất hiếu lớn nhất. Con đi rồi, ai sẽ là người nối dõi tông đường nhà ta đây? Con hãy cưới vợ trước đã rồi nói chuyện sau."

Ta bận bịu chuyện gia đình một thời gian, cưới vợ xong xuôi ta lại đem chuyện xuất gia ra thưa với cha mẹ, nhưng cha mẹ lại nói: "Nếu con sinh được một đứa con thì ta sẽ không ngăn cản con nữa."

Không lâu sau, ta sinh được một đứa con trai. Khi đứa bé bập bẹ biết nói, ta lại không chờ được nữa, xin với cha mẹ rằng:

- Bây giờ thì cha mẹ có thể để cho con thành đạt nguyện vọng xuất gia của con rồi chứ?

Cha mẹ ta không nghĩ ra lý do nào để ngăn trở ta được, bèn lén xúi con ta đến kêu khóc van nài như sau:

- Cha ơi, cha không thể đi, nếu không hãy mang mẹ con con đi theo, cha không thể bỏ mẹ con con được, ôi...

Làm cha, nghe con khóc kể van xin như thế, ý chí xuất gia bị rung chuyển, ta sinh lòng quyến luyến cốt nhục thân tình, nên vỗ về con mà nói một cách thương yêu:

- Cha sẽ không đi đâu cả, cha sẽ ở mãi với con!

Nhân duyên này đã khiến ta phải tiếp tục lưu lạc trong đường sinh tử. Hôm nay ta dùng thần thông nhìn lại họ hàng thân thích trong quá khứ, thấy rằng lúc sống thì cùng nhau thương thương mến mến, nhưng một khi chết rồi thì đường ai nấy đi, rất khó mà gặp lại nhau, tuy vẫn cùng luân lạc trong lục đạo. Con quạ đen ban nãy trên ngọn cây chính là con trai ta trong đời quá khứ, không ngờ nó lại đến nỗi này. Coi như còn có duyên nên hơn mười kiếp qua rồi mà còn gặp mặt nhau.

Tôn giả nói tới đây thì ngừng lại, có vẻ như vô cùng xúc động.

- Và chuyện gì đã xảy ra ngoài tòa thành?

Một vị đệ tử xen vào hỏi.

- Ta biến sắc mặt ở ngoài cửa thành là vì ta thấy một đứa bé ngạ quỷ thân thể yếu mòn, cầu cứu với ta rằng: "Thỉnh tôn giả vào thành nói với mẹ con rằng con ở ngoài thành ngày ngày trông ngóng mẹ đi kiếm thức ăn, đợi đã 70 năm rồi mà vẫn chưa về, con nay quá đói khát không chịu đựng được nữa!"

Ta vào thành chuyển lời đứa con đến ngạ quỷ mẹ. Quỷ mẹ khóc lóc mà rằng: "Thưa tôn giả, con cũng biết thế, đã vào thành 70 năm rồi, không lúc nào là không lo nghĩ tới nó, nhưng con không còn cách nào cả. Lúc còn sống không biết kết duyên lành với người khác, lại không gieo trồng phúc đức nào, nên bây giờ xin ăn rất khó. Tuy chỉ kiếm được những món ăn bất tịnh cấu uế như máu mủ, nước mắt nước dãi, phân và nước tiểu các thứ, nhưng vì con mới sinh xong còn yếu ớt, nên hễ mới kiếm được vật chi là bị quỷ bạn mạnh hơn cướp mất. Lần này khó khăn lăm con mới kiếm được thức ăn, giấu giấu diếm diếm đến được cửa thành, thì bị bọn lính quỷ giữ cửa cản lại không cho ra. Tôn giả! Xin ngài thương xót hai mẹ con chúng con, giúp cho chúng con gặp lại nhau, chia nhau mấy món ăn bất tịnh này!"

Ta đem quỷ mẹ ra ngoài thành, nhìn thấy hai mẹ con mừng mừng tủi tủi chia nhau thức ăn, lòng ta rất buồn, không ngăn được câu hỏi:

- Ngươi ở đây bao lâu rồi?

Quỷ mẹ đáp:

- Con không biết ở đây được bao lâu rồi, chỉ biết rằng toà thành trước mắt đã được dựng lên rồi đổ xuống, đổ xuống rồi lại được dựng lên tổng cộng là 7 lần rồi!

Ôi! Ta thở dài. Thời gian sung sướng thì luôn luôn ngắn ngủi, còn lúc gặp khổ đau thì lâu dài vô cùng. Không ngờ thọ mệnh của ngạ quỷ lại lâu dài đến dường ấy!

Tôn giả nói xong, các vị đệ tử đứng nghe ai nấy đều kinh hoàng, không lạnh mà run. Ai cũng có thể làm một chuyện gì đó đưa đến một hậu quả ghê rợn như vậy. Nếu không tinh cần tu hành, nếu không dùng Phật pháp làm ngọn đèn soi dẫn lối, chỉ một lần sơ xuất là khổ hận thiên thu!

Đến đây đoàn người lại hướng về phía trước mà đi, bước đi vô cùng vững chải. Mọi người cảm thấy phấn chấn, tinh thần sung mãn, họ quyết nhắm hướng con đường ánh sáng phía trước mà đi tới!

12. Bà cư sĩ ngộ đạo

Ở Ấn Độ có một ngôi chùa, bên cạnh chùa có một cây tùng, vì thế nên người ta lấy cây đặt tên cho chùa, gọi là chùa Cây Tùng. Trong chùa có hơn một trăm vị tăng cư ngụ, mỗi ngày tu tập pháp *chỉ quán*. Chư tăng nơi đây tu hành rất tinh tiến dũng mãnh, vì thế mà thánh nhân chứng quả trong chùa không phải là ít.

Cách chùa Cây Tùng khoảng hai, ba dặm đường, có một bà cư sĩ tu tại gia. Bà thành tâm cung kính cúng dường các vị xuất gia đến mức cùng cực. Bà phát nguyện mỗi ngày thỉnh một vị *tỳ-kheo* đến nhà cho bà được cúng dường, vì thế chư tăng trong chùa Cây Tùng luân phiên nhau đến nhà bà thọ cúng. Cúng dường xong, bà còn muốn được nghe chư tăng thuyết pháp khai thị cho, nên các vị *tỳ-kheo* tuổi cao đức trọng tinh thông liễu giải Phật Pháp thì hoan hỉ chấp nhận, nhưng vì bà cư sĩ này cũng có thông hiểu đôi chút Phật pháp nên các vị *tỳ-kheo* sức tu học còn ít ỏi thiếu sót thì rất ngại không muốn đến nhà bà.

Trong chùa Cây Tùng có một vị *tỳ-kheo* tên là Ma Ha Lô, cuối đời mới xuất gia, tuy tuổi rất cao nhưng sự hiểu biết về Phật Pháp rất là ít ỏi. Chỗ thâm sâu của Pháp thì cố nhiên là mù tịt, nhưng ngay cả chỗ cơ bản tối thiểu ông cũng không biết.

Một hôm, đến phiên ông đi thọ cúng. Ông dĩ nhiên không hề muốn đi chút nào vì tự biết mình không đủ sức thuyết pháp khai thị cho ai. Ông từ chối, đẩy người khác đi thế, nhưng đẩy tới đẩy lui mà chẳng ai nhận lời đi thế ông, ai cũng bảo rằng:

- Tới phiên ông thì ông hãy đi chứ, đẩy người khác đi thế nghĩa là thế nào?

Cuối cùng ông thầm nghĩ rằng:

- Dù sao ta cũng là tăng sĩ, là phúc điền của chúng sinh, theo lẽ phải nhận sự cúng dường của người ta, cho người ta được dịp vun bồi ruộng phước và trưởng dưỡng gốc thiện. Tuy ta không biết thuyết pháp, nhưng không ai chịu đi thì tốt nhất là chính ta đi vậy.

Vị *tỳ-kheo* già bèn chống gậy lần mò từng bước chầm chậm lên đường. Bà cư sĩ ở nhà chờ thật lâu, lòng nóng như lửa đốt vì đã đúng ngọ rồi mà vẫn chưa thấy ai tới. Khó khăn lắm lão *tỳ-kheo* mới lại tới, bà cư sĩ ngắm ông lão từ xa dáng điệu đạo mạo nghiêm trang, da dẻ hồng hào, đầu tóc bạc phơ, trong lòng cảm thấy vô cùng tôn kính, vội vàng lễ lạy nghênh đón:

- Ngài là bậc trưởng lão tuổi cao đức trọng, được ngài quang lâm tệ xá, đệ tử cảm thấy vô cùng vinh hạnh!

Bà một lòng nghĩ rằng vị lão tăng này nhất định phải là một vị trí huệ thâm sâu, sẽ có thể bố thí cho bà những bài pháp vi diệu vô thượng, vì thế bà hoan hỉ khôn kể xiết, vội vàng bày ra những món ăn tuyệt mỹ nhất để cúng dường vị lão *tỳ-kheo*.

Cúng dường xong, bà thỉnh vị lão *tỳ-kheo* ngồi lên tòa cho bà đảnh lễ, và quỳ dưới đất, bà thỉnh ngài thuyết pháp khai thị.

Vị *tỳ-kheo* đăng bảo tòa rồi, trong lòng xấu hổ muôn phần, thấy mình thật là ngu si một cách đáng thương vì không hề biết gì về Phật pháp. Không có cách nào khác, ông thở dài một tiếng rồi nói nhỏ:

- Sự ngu si của con người đúng là gốc rễ của muôn phiền não!

Nói xong, ông bước xuống bảo tòa bỏ đi. Bà cư sĩ đang quỳ dưới đất, cảm thấy đây là bài pháp vô thượng vi diệu nhất mà bà từng được nghe từ trước đến nay. Bà suy nghĩ phân tích kỹ lưỡng như sau:

"Ngu si có nghĩa là vô minh, mà vô minh là căn bổn của mười hai nhân duyên; vì có cái căn bổn vô minh này nên con người ở mãi trong bể khổ, sinh sinh tử tử triền miên không ngừng trong luân hồi, tất cả mọi khổ não đều do đây mà phát khởi."

Bà cứ mãi tinh tiến tư duy như thế không ngừng nên ngay lúc ấy chứng quả *A-la-hán*.

Chứng được quả vị rồi, bà cư sĩ muôn phần hoan hỉ, vào kho lấy ra một tấm thảm dạ lớn màu trắng để cúng dường vị lão *tỳ-kheo*, nhưng bà tìm khắp nơi không thấy vị này. Sự thật là vị này xuống tòa xong đã bỏ về chùa Cây Tùng ngay, nhưng bà cư sĩ vì mãi chú tâm suy nghĩ bài pháp của ngài ban cho nên lúc đó không nhìn thấy ngài ra về. Tìm mãi không thấy, nên bà đinh ninh là vị này có thần thông, vội vàng mang lễ vật lên chùa cúng dường.

Lão *tỳ-kheo* về chùa rồi, có người vào báo có bà cư sĩ đến tìm, ông nghĩ bà này lại muốn nghe pháp nữa nên không chịu ra tiếp. Bà cư sĩ cứ khăng khăng muốn gặp, nên người vào thông báo lúc nãy rất lấy làm khó xử, hỏi bà:

- Chẳng hay bà nhất định gặp vị ấy để làm gì vậy?

- Ngài ấy đã giúp tôi giải thoát căn bổn của khổ, vì thế tôi muốn cúng dường cảm tạ.

Khi lão *tỳ-kheo* biết bà không đến để đòi nghe pháp mới chịu ra nhận cúng dường.

Qua chuyện này mới biết, dù một pháp hay tất cả pháp, khi nhân duyên hội tụ đầy đủ, chỉ cần một câu nói là người nghe liền có được lợi lạc lớn, một đời thọ dụng cũng không hết. Nhân duyên chưa đầy đủ thì dẫu lời nói như hoa sen tuôn khỏi miệng cũng chỉ phí công vô ích!

13. Vua A Dục hối lỗi

Một trăm năm sau khi đức Phật nhập *Niết-bàn*, vị vua trị vì nước Ấn Độ tên là A Dục. Vua A Dục tính tình vô cùng tàn bạo, thích tự tay giết người, và lấy chuyện giết người làm niềm vui.

Ngày nào vua A Dục cũng phải giết người mới vui, ban đầu ông chỉ giết những tội phạm trong tù, về sau số tội nhân không còn bao nhiêu và cuối cùng, không còn ai cho ông giết nữa. Nhưng ông lại quen thói giết người rồi, nên phải quay sang bắt người vô tội đem ra giết.

Vua quen giết người nên thấy đó là chuyện thường, nhưng dân chúng thì sợ hãi đến cực độ. Có một vị đại thần thấy thế không chịu đựng được nữa nên đã dâng kiến nghị lên tâu rằng:

- Đại vương, mỗi ngày đại vương lấy việc tự tay giết người làm trò vui, nhưng ảnh hưởng của việc này đối với nhân tâm hiện tại đã không tốt, đối với hậu thế cũng không tốt. Nếu đại vương thích chuyện giết chóc, chúng thần có thể tìm một người hiếu sát làm chuyện ấy thay thế cho đại vương, để đại vương khỏi bị mang tiếng sát nhân, chẳng hay đại vương thấy thế nào?

Vua A Dục thấy giải pháp này rất hay nên chấp thuận, bảo họ đi tìm một người như thế. Các vị đại thần đi tìm khắp nơi một kẻ khát máu về làm đao phủ thủ, nhưng không ai bằng lòng nhận lãnh làm việc này.

Về sau, tại một địa phương hẻo lánh, họ tìm được một người tên là Kỳ Lệ, đây là một người tính tình cực kỳ hung ác bạo ngược, tàn khốc không ai bì kịp.

Người này sinh sống bằng nghề săn thú, chuyên môn

dùng tên độc bắn chết thú vật, lại còn thích giết người, nên ai ai cũng xa lánh chẳng dám đến gần. Kỳ Lệ đến thành Hoa Thị là thủ đô của vua A Dục, vua gặp người sắp thay thế mình thì rất hài lòng.

Kỳ Lệ xin vua A Dục xây cho mình một tòa nhà thật lớn dùng làm pháp trường, trong đó bày biện đủ các thứ khí cụ để giết người. Trong pháp trường, họ còn đặt ra các phương pháp khác nhau để tra tấn giết chóc, và quyết định rằng hễ có người đặt chân vào tòa nhà này rồi thì không có ngày trở ra, vì thế tòa nhà này có tên là "địa ngục nhân gian".

Tại một vùng duyên hải, có một cặp vợ chồng sinh được một đứa con trai, vì họ sống ở ven biển nên đặt tên cho con là Vị Hải.

Về sau nhà này bị giặc cướp tấn công, hai vợ chồng chẳng may mất mạng, chỉ còn lại Vị Hải tuổi còn nhỏ mà đã mất cả cha lẫn mẹ, không biết làm sao mà sống. May có một vị *tỳ-kheo* đi ngang chỗ ấy, thấy thế bèn đem Vị Hải về cho xuất gia.

Vị Hải theo sư phụ xuất gia làm sa-di, rất ngoan ngỗn tinh tiến tu hành. Một hôm, chú đến thành Hoa Thị khất thực, thấy một tòa nhà cao lớn, muốn khất thực hóa duyên nên mới tiến vào bên trong. Chú không thấy bóng dáng một người nào mà chỉ thấy hai bên bày biện những khí cụ giết người rất ghê rợn, chú lấy làm quái dị, vội vàng tìm đường thối lui, nhưng bỗng nhiên người giữ cửa tiến tới cản đường:

- Ê! Chú sa-di kia! Chú không biết quy luật ở đây sao? Tòa nhà này có tên là Địa ngục nhân gian, do Đại vương Vô Ưu[1] sai chủ nhân của ta là ông Kỳ Lệ về đây trấn thủ. Ai vào đây rồi đều không được trở ra nữa!

Lúc ấy Kỳ Lệ nghe có tiếng người cũng bước ra, ngăn

[1] Là một tên khác của vua A Dục.

không cho Vị Hải tìm đường trốn thoát:

- Số của mi xui xẻo, thôi thì hãy ngoan ngoãn chờ chết đi!

Vị Hải biết rằng lý luận với những kẻ không còn nhân tính này không ích lợi gì, nên nói:

- Tôi không hề sợ chết, nhưng nghĩ mình tu hành chưa chứng được quả vị, thật là đáng tiếc. Bây giờ tôi chỉ xin các ông kỳ hạn cho tôi một tháng nữa thôi, cho phép tôi gia công tu hành, sau đó tôi sẽ để cho các ông tùy ý xử tử.

- Xin gia hạn ngày chết, mi thật là vọng tưởng! Nhưng thôi được, ta niệm tình mi nhỏ tuổi, nhưng một tháng lâu quá. Ta chỉ gia hạn cho mi bảy ngày nữa thôi!

Vị Hải chỉ còn có bảy ngày nữa để sống, chú bèn lui vào một góc nhà gia công tu hành, hy vọng trong thời hạn bảy ngày ngắn ngủi đó có thể giác ngộ và chứng quả.

Nhưng giác ngộ chứng quả không phải là chuyện dễ dàng, mà thời gian thì cứ thế mà từng ngày từng ngày trôi qua. Hôm nay đã qua tới ngày thứ bảy rồi, Vị Hải chỉ còn có ngày hôm nay để sống nữa thôi, ngày mai sẽ phải chịu xử tử hình. Thế mà hiện bây giờ vọng niệm còn rối bời trong tâm chú, còn giác ngộ và chứng quả thì chẳng thấy tăm hơi đâu cả!

Chiều tối đến, "địa ngục nhân gian" có thêm một người khách, đó là một thiếu nữ bị kết tội không trinh tiết.

Vị Hải nhìn thấy tên Kỳ Lệ lòng lang dạ thú dùng chùy sắt đập vào đầu, vào mặt cô gái, cô gái bị đánh đến lòi cả mắt ra ngoài. Bỗng nhiên chú khởi tâm thương xót, và đối với thế gian thì lại khởi tâm yếm ly muốn xả bỏ. Chú chợt nhớ lại lời dạy của đức Phật "sắc thân con người do ngũ ấm hợp thành, rất mong manh và không có thật". Chú nhìn lại cô thiếu nữ nọ, bị đánh thêm một cái nữa là trong khoảnh khắc hồn lìa khỏi xác.

Thân người thì không có gì chắc chắn, thế gian thì đầy khổ não, nếu không phải là một thánh nhân giải thoát thì không có cách nào tránh khỏi khổ đau. Vị Hải lại nỗ lực quan sát thêm nữa, đêm càng lúc càng đen nhưng tâm của chú thì càng lúc càng sáng. Chú chứng được sơ quả Tu Đà Hoàn, gia công tinh tiến thêm, chứng được nhị quả, tam quả và cuối cùng thành tựu được đại quả *A-la-hán*. Lúc đó, bình minh của ngày thứ tám đã bắt đầu ló dạng.

Kỳ Lệ bước tới trước mặt Vị Hải nói:

- Bảy ngày đã qua rồi, hôm nay là ngày thứ tám, mi hãy chuẩn bị chờ chết.

Vị Hải trả lời rất điềm nhiên:

- Tốt lắm! Tốt lắm! Đêm đen của ta đã qua, ánh sáng của ta đã đến. Ngày tốt đến rồi thì ông cứ việc tùy ý mà xử tử!

Kỳ Lệ ném Vị Hải vào trong một cái nồi bằng đồng, trong lòng nồi chứa đầy nước phân, nước tiểu dơ bẩn, phía dưới thì đốt củi khô. Lửa cháy đỏ hừng hực, ánh lửa rực lên một góc trời. Lửa đốt thật lâu nhưng nước cứ tiếp tục lạnh ngắt, cả cái nồi đồng cũng chẳng nóng lên chút nào.

Kỳ Lệ cho châm thêm lửa mà vẫn chẳng thấy nhiệt độ tăng lên, hắn nổi cáu quát tháo người châm lửa là đồ vô dụng, rồi tự tay ném thêm vào lò rất nhiều củi gỗ, và còn thêm than và dầu. Lửa bùng to hơn, nhưng nước trong nồi vẫn mát rượi. Hắn đưa mắt nhìn xem Vị Hải đã chết chưa, thì thật là không thể tưởng tượng được! Nước dơ bẩn ô uế kia đã biến thành thanh tịnh từ bao giờ, trên mặt nước còn nổi lên những đóa hoa sen, còn Vị Hải thì ngồi kết già trên một đóa sen ngàn cánh.

Bốn phía rực lên ánh sáng rực rỡ, nhưng không phải là một thứ ánh sáng tầm thường, mà là ánh sáng màu hoàng kim làm chói mắt người nhìn. Tên Kỳ Lệ hung ác ấy không biết phải làm gì hơn là đem chuyện này lên tâu với vua A Dục.

Vua A Dục nghe chuyện, thấy đây là một sự kiện kỳ lạ nên đem thật nhiều đại thần tùy tùng đến xem thực hư ra sao. Thấy sự thật rồi, vua A Dục bỗng khởi lên một lòng tôn kính hy hữu, quỳ xuống đất xấu hổ mà nói:

- Đại Đức! Xin hãy tha thứ cho bọn chúng con dốt nát, bây giờ được thấy ngài như thế này con rất là xấu hổ! Tất cả những thứ này đều do con gây tội, xin ngài từ bi tha thứ cho chúng con, cứu độ cho tất cả chúng con!

Vị Hải nói:

- Tốt lắm! Tốt lắm! Lúc đức Phật còn tại thế đã thọ ký cho ông rồi! Đức Phật có nói, một trăm năm sau khi Ngài nhập diệt, sẽ có một vị vua tên A Dục là đại hộ pháp của Phật giáo, truyền bá pháp âm và dựng tháp, tạo phúc.

Vua A Dục nghe nói cách đây một trăm năm mà đức Phật đã biết sẽ có mình rồi, lại càng tăng thêm lòng tin, và xin quy y Tam Bảo. Bao nhiêu tâm ý ác độc đã tan biến hết, vua A Dục biết sám hối một cách chân thành nên được cứu độ.

Vị Hải rất vui mừng vì đã làm được một việc công đức cho chúng sinh, vua A Dục cũng rất vui mừng vì đã tìm được chỗ quy y chân chính. Lúc vua A Dục lên tiếng thỉnh Vị Hải về cung với mình thì tên Kỳ Lệ bạo tàn, thấy vua A Dục sửa soạn lui về thành vội vàng tiến lên cản đường:

- Đại vương! Chính ngài là người đưa ra quy luật là chỗ này chỉ có thể vào chứ không thể ra. Bây giờ ngài cũng không được phép đi ra, xin ngài ở lại chịu tội.

Vua A Dục nghe thế giật mình kinh hoàng, nhưng ông tự trấn tĩnh lại ngay, hỏi rằng:

- Mi là người vào đây trước, hay ta là người tới trước?

- Thần là người vào đây trước!

- Nếu mi là người vào đây trước thì mi sẽ bị trị tội trước!

Đám đại thần tùy tùng của vua bèn tóm ngay Kỳ Lệ ném vào lửa cho chết cháy, và dở tháo, hủy diệt luôn căn nhà "địa ngục nhân gian" ấy.

Từ đó trở đi, vua A Dục dùng chính sách nhân từ trị dân, dựng tháp cúng dường, gieo rắc Pháp Phật ở nước ngoài, dân chúng do đó được sống những chuỗi ngày an lạc.

Sám hối là con đường đưa đến sự cứu độ. Người bằng lòng sám hối là người được sống một cuộc đời mới. Như vua A Dục vốn là một người hung ác, thế mà chịu sám hối sửa lỗi, trong một niệm đã trở thành một người thiện lành.

Sửa lỗi và sám hối thật là một pháp môn đại công đức, đáng tôn quý lắm vậy!

14. So sánh phúc báo

Cách đây chừng hơn 2.400 năm, nước Ấn Độ giống như vào thời Chiến quốc ở Trung Hoa, chia thành rất nhiều nước nhỏ và rất nhiều bộ lạc. Vua A Dục, một vị vua có phúc báo thù thắng, đã chinh phục tất cả các nước nhỏ và các bộ lạc ấy quy làm thành một quốc gia. Đó cũng là lần đầu nước Ấn Độ được thống nhất trong lịch sử.

Vua A Dục rất tài giỏi và anh dũng, ông đã đào tạo một đội quân kiên cường, một đoàn ngựa hùng mạnh. Hơn nữa, đối với dân ông thành thật như đối với chính mình, nên chẳng bao lâu, uy đức ông đã cảm hóa được mọi người, ai ai cũng tôn sùng kính trọng ông.

Nhưng chỉ có một điều đáng tiếc là bản tính ông vô cùng kiêu ngạo.

Có một lần, ông chiêu tập quần thần và hỏi rằng:

- Thế gian này còn có chỗ nào không thuộc về ta? Còn có người nào không phục tùng ta?

Quần thần đồng thanh trả lời:

- Trong thế gian này, không có chỗ nào là không thuộc về đại vương, cũng không còn một ai là dám không phục tùng đại vương.

Mọi người nói xong thì có một vị quan đứng dậy tâu rằng:

- Theo chỗ hạ thần biết, trong thế gian vẫn có nơi không thuộc về vua, thí dụ như long vương trong biển cả, từ trước đến nay không hề giao thiệp với chúng ta cũng chẳng bao giờ đem bảo vật đến triều cống, điều đó chứng tỏ rằng y không hề phục tùng đại vương.

A Dục vương muốn thử xem phúc đức và uy lực của mình có thâu nhiếp được long vương hay không, nên đem ngàn vạn binh tướng, khua chuông gióng trống, cờ phướn rợp trời, cuồn cuộn kéo đến bờ biển, gằn giọng hét to:

- Long vương! Ngươi ở trong biên cảnh của ta, tại sao lại có thái độ phản kháng, không xuất hiện đến gặp ta?

Mặt biển mênh mông lặng lờ, chỉ có nhấp nhô tiếng sóng trả lời. Tuy vua A Dục thị uy ba lần như vậy, nhưng mặt biển vẫn im lìm không có phản ứng.

Lúc ấy Long vương đang sống an nhiên trong long cung, tuy vua A Dục cuồng ngạo như vậy nhưng ông vẫn làm ngơ như không thấy. Vua A Dục lo lắng không biết phải xử trí ra sao, bèn hỏi quần thần rằng:

- Có cách nào buộc long vương phải xuất hiện chăng?

Có một vị quan tương đối có trí huệ lên tiếng trả lời:

- Đại vương, xin đừng lo lắng, tới đúng lúc đúng thời thì không cần ai gọi, long vương cũng sẽ xuất hiện. Có thể bây giờ phúc báo của y lớn hơn phúc báo của đại vương nên y không chịu quy phục. Nếu đại vương muốn thử cũng có thể được: ngài hãy dùng hai cân vàng đúc hai pho tượng, một tượng của ngài, một tượng của long vương. Đem hai pho tượng ra so sánh, pho nào nặng hơn thì người đó có nhiều phúc đức hơn.

Vua A Dục làm theo lời vị đại thần để thử nghiệm, khi đem ra cân thì kết quả tượng long vương nặng hơn. Đương nhiên khỏi nói, long vương có nhiều phúc báo hơn vua A Dục.

Lúc ấy vua A Dục tự hiểu, hổ thẹn mình phúc bạc, từ đó lo gấp rút vun trồng cội đức, phát thiện tâm rộng lớn, cứu tế an ủi những người cô quả, nghèo khổ, người già và trẻ con trong nước. Ông còn lập chùa, dựng tháp ở mỗi huyện lỵ, cung kính thờ phụng tượng Phật, xá-lợi, khi thấy kinh điển thì khởi tâm sùng kính, tâm hoan hỉ, tăng chúng trong nước thì tuyệt đối được ông tôn trọng và thành tâm cúng dường.

Cứ như thế trong suốt ba năm, ông lại đem hai bức tượng ra cân trở lại, thật là không thể tưởng tượng, lần này tượng của vua A Dục đã nặng hơn.

Vua A Dục lại muốn thử một lần nữa xem có linh nghiệm hay không, bèn đem đại chúng ra bờ biển. Không cần vua kêu gọi hay truyền lệnh, từ xa long vương đã biến thành một người thanh niên đến đón rước vua, và đem rất nhiều châu báu đến triều cống.

Mỗi người tự gieo trồng bồi đắp phúc báo của mình. Không có phúc báo mà muốn cho người khác cung kính là điều vọng tưởng, làm sao có thể được?

15. Làm vua bảy ngày

Nước Ấn Độ có một vị vua nổi tiếng nhất, tài ba nhất, đức độ nhất, và được dân chúng kính trọng ngưỡng mộ nhất, đó là vua A Dục. Sau khi Phật nhập *Niết-bàn* chừng một trăm năm, vua A Dục đã thống nhất nước Ấn Độ và để lại cho đất nước này một trang sử huy hoàng.

Vua A Dục là một vị Phật tử thuần thành. Lúc còn tại vị, không những ông dốc lòng tin tưởng đức Phật mà còn hết sức tích cực lo việc truyền bá Chánh pháp.

Để phát khởi lòng tin của dân chúng đối với Phật pháp, ông đã mất không biết bao nhiêu là tâm trí lẫn công sức, tiền tài vào việc lập tháp cúng dường đức Phật ở khắp mọi nơi.

Ngày hôm nay, nước Ấn Độ còn lại rất nhiều di tích của những chùa và tự viện lớn. Rất nhiều trong số đó là những kiến trúc được xây lên từ thời vua A Dục.

Vua hết sức nhiệt tình trong việc truyền bá và tự mình tu tập Phật pháp nên bản thân có được một cuộc sống rất phong phú và an vui. Điều làm cho ông buồn tiếc nhất là người em tên là Thường Tu, người em của ông, không những không tin Phật mà còn tin theo tà giáo, đi đến đâu cũng hủy báng Phật pháp. Vua A Dục thường khuyên răn ông, nhưng Thường Tu rất cố chấp, vua không biết phải xử trí bằng cách nào.

Một hôm trời tối, Thường Tu bước vào hoàng cung, nói với vua A Dục rằng:

- Vương huynh! Hôm nay đệ khám phá ra một điều và nghĩ tới một số vấn đề, không biết có thể nói với vương huynh không?

Thường Tu nói xong, mở to hai mắt nhìn thẳng vua A Dục, đợi lệnh của vua.

- Thường Tu! Hiền đệ là người em mà ta thương mến nhất, từ trước tới giờ ta không hề có sự phân biệt với hiền đệ, đệ nên thường giúp ta trong việc trị nước mới phải, vậy có chuyện chi mà đệ không nói được với ta chứ? Đệ muốn nói gì thì cứ nói đi!

Thường Tu bèn tỏ ra rất nghiêm chỉnh:

- Vương huynh! Đệ muốn nói với vương huynh một vài lời trung thật. Huynh đối với mấy ông *tỳ-kheo* Phật giáo quá đỗi cung kính, quá đỗi ủng hộ mấy ông ấy, coi chuyện Phật sự còn quan trọng hơn việc quốc gia. Đệ thấy mấy ông *tỳ-kheo* chẳng có gì xứng đáng cho vương huynh cung kính tôn trọng như thế cả, nên đệ khuyên vương huynh nên coi trọng việc nước hơn.

Những lời hủy báng của Thường Tu, vua A Dục nghe như những mũi tên đâm vào tim, trong lòng rất buồn nên vội vàng ngăn lại rằng:

- Thường Tu, đệ hãy ngừng ngay những lời nói ấy. Hủy báng Tam Bảo là có tội. Đệ không hiểu sự cao quý của các vị *tỳ-kheo*, họ là những người đã đoạn trừ được ái dục, xa lìa thân quyến để xuất gia cửa Phật, khoác áo cà-sa, hoằng pháp lợi sinh, tìm cầu sự an lạc cho nhân dân, cho xã hội. Phật giáo có hưng thịnh thì đất nước mới ổn định được.

Nghe những lời của vua A Dục, Thường Tu đã không đồng ý mà còn nói rằng:

- Vương huynh! Huynh không nên tin họ như thế, cúng dường mấy ông *tỳ-kheo* ấy thì có lợi ích gì? Đệ thấy không những vô ích cho quốc gia, mà còn có hại đối với nhân tâm. Cả ngày họ không làm việc, ngồi đó mà hưởng phúc, không lẽ dân chúng không muốn bắt chước sống như thế hay sao? Hơn nữa, huynh nói họ là những người đã đoạn trừ ái dục, kỳ thật chuyện ấy không thể nào có được. Huynh xem, loài vật còn biết thế nào là tình ái, huống chi là loài người?

Những tà ngôn tà kiến ấy làm cho vua A Dục rất buồn khổ, cuối cùng ông nghĩ ra một giải pháp để sửa đổi quan niệm lầm lạc của Thường Tu.

Một hôm vua A Dục bí mật gọi một vị đại thần vào cung, căn dặn phải làm như thế, như thế... Vị đại thần lập tức vâng theo lời dặn dò của vua mà thi hành.

Vào lúc trời chạng vạng tối, vua A Dục đang tắm ngoài ao, thì vị đại thần nọ cùng Thường Tu bước vào cung, thấy vua A Dục vắng mặt mà vương mão cùng long bào thì bày ngay đấy, vị đại thần bèn nói với Thường Tu rằng:

- Thân vương! Tướng mạo, khuôn mặt của ngài và đại vương hết sức giống nhau, nếu ngài khoác long bào vào thế nào cũng có người lầm tưởng ngài là vua A Dục. Thân vương, ngài làm thử mà xem!

Thường Tu biết đây là một việc phạm pháp, nhưng tâm hiếu kỳ và tâm hư danh thúc đẩy, ông bèn mặc long bào và đội vương mão lên. Đúng ngay lúc ấy vua A Dục bước vào, thấy thế nổi giận, trách mắng Thường Tu rằng:

- Ngươi thật là to gan, dám lén lấy áo mão của ta mà mặc, có phải là ngươi muốn làm phản không? Ngươi tính chuyện soán ngôi, có phải chăng?

Chứng cớ đã rành rành, Thường Tu còn chạy chối vào đâu được? Vua A Dục hạ lệnh:

- Đem hắn ra ngoài cửa thành chém đầu lập tức!

Vị đại thần nọ bèn vội vàng tiến đến can gián:

- Đại vương! Thường Tu là em vua, không phải người ngoài, hơn nữa đây là lần đầu tiên xúc phạm long nhan, xin đại vương tha tội cho thân vương!

Vua A Dục nhìn xuống nét mặt ủ dột của Thường Tu, rồi đột nhiên hỏi:

- Thường Tu, ta hỏi ngươi, ngươi có thích làm vua không?

Thường Tu trả lời rất nhỏ:

- Tuy rất thích nhưng thần không dám vọng tưởng.

- Làm vua thì vui sướng ở chỗ nào?

Bây giờ thì Thường Tu đã lấy lại can đảm, trả lời rằng:

- Vua là người được tôn trọng nhất nước, những khoái lạc vua hưởng kể ra không hết, mà những diễm phúc vua có thì nói ra cũng không cùng tận. Đồng thời cũng không có ai ở trên cai quản vua, như thế không phải vui sướng là gì?

- Được! Ngươi đã muốn làm vua thì ta nhường ngôi cho ngươi trong bảy ngày, ngươi có quyền tận hưởng ngũ dục tùy thích. Nhưng mãn kỳ hạn ấy, ngươi sẽ bị xử tử.

Vua A Dục quy định như thế xong bèn lui về hậu cung, và bí mật ra lệnh cho một vị thị thần đến trước cửa nhà của Thường Tu, chờ ông này chiều chiều từ cung điện trở về thì nhắc nhở một câu.

Người thị thần tay cầm thanh đao bén, đứng ngay tại cửa nhà, mỗi khi thấy Thường Tu trở về thì lớn tiếng hô rằng:

- Thêm một ngày vừa mới trôi qua, còn mấy ngày nữa thì xử tử hình!

Thường Tu rất sợ chết, nghe thế mỗi ngày mỗi thêm phiền não, bất an. Không những ông không khởi lên được một niệm dục lạc nào, mà còn lo âu đến nỗi hình dung tiều tụy hẳn. Bảy ngày làm vua trôi qua trong khổ sầu, đến sáng ngày thứ tám, vua A Dục lên ngôi báu trở lại, hai bên có văn võ bá quan đứng hầu, hỏi Thường Tu rằng:

- Sao, ngươi làm vua bảy ngày, hẳn là đã hưởng thụ rất nhiều dục lạc phải không?

Thường Tu nghe vương huynh hỏi như thế thì ủ rũ cúi đầu trả lời:

- Trong bảy ngày vừa qua, thật sự đệ không nghe, không thấy gì hết, nói chi tới chuyện hưởng thụ. Mỗi ngày về đến cửa nhà, thấy tên thị thần tay cầm thanh đao sáng loáng, miệng lại hô lớn số ngày còn lại, đủ làm cho đệ ưu khổ rồi, còn tâm trí đâu mà nghĩ tới mấy thứ lạc thú kia nữa? Vì thế cho nên trong bảy ngày qua, đệ không nhìn thấy, cũng không nghe thấy gì cả.

Câu nói của Thường Tu làm cho vua A Dục hết sức vui lòng và yên tâm, ông bèn nói:

- Thường Tu, các vị *tỳ-kheo* xuất gia thường tư duy đến vấn đề sinh tử lớn lao ấy, vì thế họ không thể có tâm trí đâu mà sinh khởi niệm ái dục hay tham luyến vật chất bên ngoài.

Vua A Dục còn thuyết rất nhiều pháp liên quan tới sự đau khổ của nhân sinh đối với vấn đề sinh tử, khiến Thường Tu cảm động rơi lệ, bèn phát tâm quy y Phật pháp và còn xin vương huynh cho phép mình xuống tóc xuất gia nữa.

16. Tâm không thối chuyển

Thuở xưa có một người, tuy không được ai giáo hóa cho, nhưng vì đụng chạm trong đời, bị chuyện thế sự giày vò, chuyện thị phi nhân ngã làm cho khốn đốn quá nhiều, phải chịu khổ vì phiền não nên đâm ra có những suy nghĩ như sau:

"Một con người trầm luân trong cõi trần lao này, cuối cùng được gì? Trong vũ trụ mênh mông con người bé nhỏ li ti chỉ như một hạt cát của sông Hằng, thế mà suốt ngày tâm trí chỉ dùng trong việc tranh đoạt hoặc lừa gạt dối trá bên ngoài, đến giờ phút cuối cùng của cuộc đời mang theo được gì? Một đời người như thế, thử hỏi có ý nghĩa nào không?”

Ông lại nghĩ đến đời sống của người tu hành, đó là những người làm việc vì chúng sinh, đời sống như thế cao cả biết bao! Người tu ít nhất không bị thế sự trần lao làm cho khốn đốn phiền não; hơn nữa, họ còn có thể chứng đắc được thánh quả, giải thoát khỏi mọi khổ não.

Nghĩ đến đây, ông rời bỏ gia đình đi tu, làm một vị sa-môn.

Vị sa-môn này từ sáng sớm đến chiều tối chăm chỉ tu học, không phút nào dám giải đãi. Chỉ cần nhớ lại đời sống của ông lúc trước và cái quả vị thánh mà ông nhắm đến trong tương lai cũng đủ thôi thúc ông chuyên cần học đạo.

Nhưng năm này sang tháng khác đã trôi qua mà ông vẫn chưa chứng đắc được quả vị nào, không lẽ công phu sâu dày như thế mà vẫn không chứng được đạo hay sao? Ông càng nghĩ càng lo sợ, hẳn là mình đã lầm đường lạc lối hay đang bị tà ma phá phách? Ôi! Chẳng thà trở về nhà làm kiếp phàm phu cho rồi, cần gì phải tu hành khổ sở như thế này!

Ông quyết định sửa soạn bỏ về nhà, rồi bỗng lại do dự. Sự thành công hay thất bại có khi được định đoạt chỉ trong một niệm: bỏ đi thì mấy năm cần khổ học đạo vừa qua coi như đổ xuống sống xuống biển, hy vọng ngộ đạo coi như mất vĩnh viễn; còn nếu lấy lại tinh thần để tiếp tục con đường tu hành, biết đâu có thể thành tựu một ngày nào đó chăng?

Trong lúc những ý nghĩ nên đi hay nên ở như thế đang quay cuồng trong đầu ông, thì có một vị thần cây trong núi thấy thế cảm động, vì trong kiếp trước đã từng có nhân duyên với ông. Thần cây rất lo lắng cho ông, biết rằng nếu ông trở về thì sẽ vĩnh viễn trôi nổi trong biển rộng sinh tử.

Thần cây bèn dùng chút thần thông thử thách, biết đâu

xoay chuyển được ý chí của ông và giúp cho ông thành tựu đạo nghiệp? Thần cây hóa thành một vị *tỳ-kheo* ni xinh đẹp, ăn mặc diêm dúa, đeo đầy nữ trang châu báu, uỡn ẹo làm dáng đến trước mặt vị sa-môn.

Vị sa-môn thấy thế không chịu được, bèn nghiêm sắc mặt lại mà mắng rằng:

- Cô là *tỳ-kheo* ni, là người xuất gia học đạo, tại sao lại ăn mặc theo lối thế tục? Tại sao lại làm bộ làm tịch để làm quáng mắt người khác?

Hóa nhân *tỳ-kheo* ni trả lời:

- Chuyện ấy có quan hệ gì? Quần áo, nữ trang chỉ là huyễn hóa, phấn son chỉ là màu sắc, thì có gì đáng tham luyến đâu? Tất cả đều là giả tướng, chính thân của ông lẽ nào không đồng một thể hay sao? Trước mắt thì thấy có tuổi thanh xuân, có sức khỏe dồi dào, nhưng một khi vô thường đến, đất nước lửa gió phân tán rồi, thì chủ của thân ấy ở đâu? Vô tướng, thật tướng, chân như vốn bất sinh bất diệt, biết rõ các pháp bổn lai là như thế thì chứng đạo có chi là khó khăn?

Một con người sống trên thế giới này giống như mặt trăng trên trời vậy: một mình một bóng, đến một mình và đi cũng một mình, trên thân khi đến không mang một thứ gì và khi đi cũng sẽ không mang theo được một thứ gì, không có vật chi thuộc về mình một cách chân thật.

Chúng sinh ngu si, trong những hoàn cảnh hư huyễn không thật mà sinh tham luyến, mê say đến nỗi tự ràng buộc mình vào đó. Không phải cảnh giới mê hoặc con người, mà chính là con người tự đắm chìm vào cảnh giới; không phải phiền não trói buộc con người mà chính là con người tự đi tìm phiền não để cột ràng mình vào. Vì mê lầm mà tham ái cảnh vật hư huyễn không thật nên suốt một đời sống như mộng, như say, như si, mà còn ngày đêm oán trời hận người.

Họ không hiểu cái khổ không phải là cái gì tự có, mà là do ác nghiệp của chính họ chiêu cảm đến.

Chúng sinh thật đáng thương! Ngẫu nhiên tạo được vài nhân thiện, chiêu cảm được vài phúc báo, thế là đã mãn nguyện, dương dương tự đắc, không hiểu rằng phúc báo cũng chỉ là giả tạm. Một khi nếm cái mùi giả tướng của thế gian rồi tham luyến nó, thì sẽ thấy cái vui sướng rất khó mà đi theo thân mình mãi mãi, ngược lại cái tai họa thì như bóng theo hình, một giây một khắc cũng không rời. Muốn cầu cái vui sướng tự tại vĩnh viễn thì phải liễu ngộ vấn đề sinh tử, phải vĩnh lìa tham dục và tạo tác.

Trong *Ba cõi*, dĩ nhiên cũng có những vị được rất nhiều phúc báo ở cõi trời, nhưng những vị này rồi cũng có lúc hưởng hết phúc và phải bị đọa lạc. Pháp Phật có nói: "Người ở trong gia đình như ngồi trong lao tù, mà cái tầng trời cao nhất của ba cõi cũng chỉ như lao tù. Chỉ có cái học vô lậu mà chư Phật và chư Bồ Tát đã tu học, tức là quán chiếu *tướng không* của chư pháp, và dừng bỏ cái thấy lệch lạc là có sự sai biệt giữa ta và người, mới là cái cảnh giới thường hằng an vui cứu cánh.

Hóa nhân *tỳ-kheo* ni nói thao thao bất tuyệt một hồi, như một thùng nước sạch dội lên tâm trí của vị sa-môn. Ông suy xét kỹ lưỡng ý nghĩa của từng câu nói vừa mới nghe. Đúng thế, cái giả tướng vốn do tứ đại hòa hợp, chúng sinh vì quá ư say đắm cái giả tướng này mà tự hại lấy mình.

Khi giác ngộ được rằng pháp tính vốn là "không", con người sống ở trên thế giới này như một du khách đi qua xứ khác chơi, thì nhìn chúng sinh trong mười phương thật sự không thể nói được là có thân có sơ.

Nhờ thế mà tâm hồn vị sa-môn trở nên cởi mở, xả bỏ hết mọi sự vướng ngại. Ý nguyện ban đầu kiên cố trở lại, ông chăm chỉ tu học và về sau chứng đắc được quả vị đại tự tại.

17. Hiểu đạo và tu đạo

Có hai anh em nhà nọ cùng xuất gia theo Phật. Họ tu một thời gian thì từ từ tách nhau ra, mỗi người rẽ sang một đường lối khác biệt nhau. Người anh thì rất tinh tấn hành đạo, còn người em thì hết sức cố gắng học hỏi để hiểu đạo.

Sau một vài năm, người thì chăm chỉ sớm tối, người thì chỉ lo nghiên cứu, cả hai đều có chỗ thành đạt. Người anh thì chứng quả *A-la-hán*, người em thì đã thâm nhập Ba tạng kinh điển của Phật pháp.

Tuy nhiên, người em thường cho là mình học rộng nghe nhiều, tự vỗ ngực khoe khoang tỏ ra thông minh, làm cho mọi người phải biết đến tên mình, cho rằng như thế mới là vinh dự. Khi người anh biết điều ấy rất lấy làm lo lắng cho em, cảm thấy sự thành công của em mình không có triển vọng tốt đẹp, nên có lần khuyên nhủ rằng:

- Thân người khó được, gặp Phật tại thế cũng rất khó. Chính đức Phật đã có nói, cơ hội mất thân người thì ví như mặt đất mênh mông, còn cơ hội được thân người thì ví như chút bùn dính trên móng tay. Bây giờ hiền đệ đã có thân người, nên lấy việc tu hành làm trọng, việc tìm hiểu để sau, hiền đệ phải hết sức thận trọng chọn lựa việc ưu tiên mà làm.

Người em nghe nói thế không thấy anh mình có lý nên bỏ ngoài tai, còn bác bỏ rằng:

- Điều huynh nói, đệ nghĩ không hẳn đã đúng. Đệ cảm thấy sự hiểu biết về Phật pháp của đệ tuy chỉ như giọt nước trong biển cả, và tuy chưa vào được cốt tủy của đạo, song đã đi thì phải đi cho trót. Đợi đệ tinh thông Tam tạng giáo nghĩa, đảm nhiệm chức vị “thầy của trời người”, sau đó tu hành cũng chẳng muộn.

- Nhưng đời người vốn vô thường ngắn ngủi, lỡ như hiền đệ chưa học xong Tam tạng giáo nghĩa đã bị vô thường cuốn mất thì sao? Cho nên chuyện tu hành là chuyện cấp bách nhất!

Nhưng người em vẫn chấp chặt vào ý kiến của mình, không chịu nghe lời khuyên của anh. Không lâu sau, người em mắc phải một cơn bệnh quái dị, không có thuốc nào cứu chữa chỉ còn chờ chết. Biết là không thể thoát chết, người em vô cùng khiếp sợ nói với người anh rằng:

- Lúc trước tiểu đệ ngu si đui mù, không chịu nghe lời khuyên bảo của hiền huynh. Bây giờ đứng trước cửa tử, tu hành không kịp nữa rồi!

Người em nói mà nước mắt ràn rụa, xin lỗi anh và không lâu sau trút hơi thở cuối cùng. Người anh niệm tình anh em, bèn nhập định quán sát xem người em thác sinh về chốn nào.

Khi thấy người em đã thác sinh vào nhà một ông trưởng giả, người anh bèn nghĩ đến chuyện cứu độ em. Nhà của người trưởng giả ở gần một ngôi chùa, người anh bèn về ở đấy tu hành để dò xét chờ đợi cơ hội.

Trong đời sống mới, người em vừa lên ba tuổi đã được người anh cho quy y và dạy niệm Phật. Đó là một đứa bé thông minh khôn ngoan, học đâu biết đó nên được mọi người yêu mến.

Khi nó được bốn tuổi, một hôm được bà nhũ mẫu bồng lên chùa trên núi thăm sư phụ. Chùa tọa lạc trên một ngọn núi cao, các bậc thang bằng đá thì khúc khuỷu gập ghềnh, bà nhũ mẫu bồng đứa bé trong lòng sơ ý vuột tay, đứa bé rơi xuống núi, máu đổ thịt rơi, thân hình tan tác, chết một cách thê thảm.

Ngay trong *sát-na* nó lìa đời, trong tâm sinh khởi niệm ác, oán hận bà nhũ mẫu ôm mình không cẩn thận khiến cho phải gặp tai nạn như thế này. Vì niệm sân hận trong tâm đó nên chết rồi là đọa ngay xuống địa ngục.

Khi người anh biết được chuyện này, thương xót đứa em bất hạnh đã đành, nhưng ông còn nhập định xem nó thác sinh vào chốn nào. Bỗng nhiên trong định, ông thấy em mình đã rơi xuống địa ngục, bất giác than dài:

- Trong địa ngục khổ sở đến chừng nào, khó độ đến chừng nào! Chư Phật và chư Bồ Tát còn không cứu được, ta làm sao cứu được hiền đệ đây!

Phật pháp khó được nghe, thân người khó được, mà một khi được rồi thì có được bao năm? Chúng ta phải nắm bắt cơ hội, cố gắng tu hành. Trong đạo Phật, hiểu đạo tuy là chuyện quan trọng nhưng thực hành đạo càng cấp bách hơn. Nếu đủ nhân duyên, tốt nhất là nên tu và học cùng một lúc, *hành* và *giải* phải được coi trọng ngang nhau. Bằng như chưa đủ nhân duyên, việc trước mắt phải lấy sự hành trì làm trọng, kẻo vô thường chóng vánh, hối không còn kịp!

18. Bài học cho người háo sắc

Có một cặp vợ chồng kia sống tại một nơi hẻo lánh của Ấn Độ, vì muốn cầu thiện tri thức nên không ngại đường xa vạn dặm, dọn về thành Xá Vệ tìm kế sinh nhai.

Hai vợ chồng đều có tên rất đẹp, chồng tên Lạc Tu, vợ tên Hân Kiến. Chồng thì tinh tiến tu trì Phật pháp, vợ thì xinh đẹp như tiên nữ, người nào đã từng quen biết với cặp vợ chồng này, khi nói về họ cũng đều không tiếc lời khen ngợi.

Hân Kiến không những xinh đẹp mà còn phúc hậu hiền lành, khiến rất nhiều người hiếu kỳ muốn được nhìn thấy mặt người tiên. Nhưng khổ thay, Hân Kiến không bao giờ bước chân ra khỏi cổng, sợ mình là nguyên nhân mang tới cái họa thị phi. Chỉ khi nào các vị *tỳ-kheo* thánh nhân đến nhà nàng mới chịu đích thân tiếp đãi và lễ kính cúng dường.

Nhưng danh tiếng về nhan sắc của nàng vẫn vang lừng khắp nơi, xa gần không ai là không nghe nói đến và tấm tắc khen ngợi.

"Danh thơm đưa đến sự ganh tị, nhan sắc đưa đến tai họa." Nhan sắc mỹ lệ của Hân Kiến suýt chút nữa đã là nguyên nhân dẫn đến cái chết của hai vợ chồng.

Có một ông vua tên là Tự Tại, nghe đồn về nhan sắc của Hân Kiến, cũng muốn được một lần nhìn xem nàng xinh đẹp tới mức nào. Một hôm ông hỏi vị đại thần thân cận nhất:

- Có cách nào cho ta được thấy nàng không?

Vị đại thần trả lời:

- Hai vợ chồng họ đã quy y Tam Bảo, đã thọ năm giới, nghiêm trì giới luật, bình thường rất ít khi ra khỏi nhà. Phu nhân Hân Kiến vốn không chịu tiếp một ai, nếu đại vương nhất định muốn nhìn thấy mặt phu nhân, thì chỉ có một cách là giả làm *tỳ-kheo*, lúc ấy phu nhân Hân Kiến mới bằng lòng tiếp đãi.

Vua Tự Tại làm đúng lời khuyên của vị đại thần, giả dạng làm một người tu hành đến nhà của Hân Kiến, quả nhiên được nàng tiếp đãi một cách nhiệt thành. Về lại cung, ông không phút giây nào là không nhớ tưởng đến nàng, vì trong đời ông chưa từng gặp một người đẹp như thế. Ông bèn nghĩ làm cách nào để có thể sống chung với mỹ nhân mãi mãi, nhưng biết làm sao đây? Ông lại tìm đến vị đại thần nói trên để vấn kế, vị này trả lời:

- Tuy hai vợ chồng là người tu hành và lại là người từ xa đến đây sinh sống, song đã cư trú ở nước này thì đều là thần dân của đại vương. Nếu đại vương cho triệu đến gặp mà họ không đến là không tuân thánh chỉ, là có tội phải phạt, lẽ nào họ không sợ tội hay sao? Thần còn xin tâu thêm rằng, tại một nơi cách đây hơn ngàn dặm, có một cái hồ rất lớn, trong hồ ấy có mọc những đóa hoa sen ngũ sắc, nếu có ai muốn hái những đóa hoa sen ấy phải vượt qua ba loại tai nạn, một là rắn độc, hai là ác thú, ba là giặc cướp. Chúng ta không có lý do gì tự nhiên bắt tội người ta, nhưng nếu muốn buộc cho họ có tội thì đại vương chỉ cần sai Lạc Tu đi hái những đóa hoa sen ấy về, tự nhiên hắn sẽ phải táng thân mất mạng. Đại vương, nếu muốn bắt mỹ nhân Hân Kiến thì đây là một giải pháp có thể giúp đại vương thành tựu được ý nguyện.

Vua Tự Tại lúc ấy không còn nhân tính, tâm tư đã hoàn toàn bị tham dục sai sử, không còn biết đâu là lương tâm, là lẽ trời, nên cứ đúng theo lời khuyên của vị đại thần mà thi hành. Ông lập tức cho triệu Lạc Tu vào cung, hỏi rằng:

- Khanh là thần dân của ai?

- Thần là thần dân của đại vương.

- Đã là thần dân của ta, vậy tại sao từ trước đến nay không đến bái kiến ta?

- Thần tự thấy mình ngu si dốt nát, từ trong bùn lầy nước đọng sinh ra nên không dám đến bái kiến đại vương.

Vua Tự Tại sa sầm nét mặt:

- Ngươi có biết không đến bái kiến vua là có tội hay không?

- Xin đại vương bớt giận, thần đã tự biết lỗi của mình rồi.

Vua Tự Tại khấp khởi mừng thầm, thấy kế hoạch của mình sắp thành công, hình bóng của mỹ nhân sắp xuất hiện trước mắt, bèn nói tiếp:

- Ngươi đã tự biết lỗi, ta sẽ không xử tử ngươi. Nhưng ta đang muốn một vật này, nếu như ngươi mang về được cho ta thì ta sẽ xá tội cho ngươi.

Lạc Tu hỏi:

- Thần sẵn sàng làm những gì đại vương sai bảo, nhưng không biết đại vương muốn sai thần đi đâu và mang những gì về cho đại vương? Xin đại vương chỉ dạy rõ ràng.

- Cách đây hơn ngàn dặm đường có một cái hồ lớn, trong ấy có mọc những đóa sen ngũ sắc ngạt ngào hương. Ta chỉ cần ngươi hái về cho ta một đóa thôi. Nhưng ta căn dặn ngươi, ngươi phải trở lại trong vòng bảy ngày. Quá thời hạn bảy ngày ta sẽ kết tội ngươi chậm trễ.

Lạc Tu về nhà, đem tất cả mọi sự kể cho vợ nghe. Hân Kiến nghe xong buồn bã nói:

- Tai nạn của chàng hôm nay là do nhan sắc của thiếp mà ra. Đức Phật đã từng nói, Tam giới không phải là nơi chắc chắn, ta chỉ có thể nương tựa vào giới luật mà thôi. Khi ra đường, chàng phải niệm thầm danh hiệu Phật, không phút giây nào quên lãng. Có như thế mới có thể biến họa thành phúc được. Nhưng nếu chẳng may chàng có bề gì, thiếp sẽ xuống tóc xuất gia, quyết vì chàng mà không bao giờ tái giá.

Hân Kiến chuẩn bị lương khô cho chồng mang theo và hai người từ biệt nhau. Đây là một cuộc chia tay đau đớn, nhưng họ không bịn rịn khóc lóc như người thường. Lạc Tu sửa soạn đâu đó xong xuôi là lập tức lên đường, hướng thành ngoại mà ra đi.

Từ khi ra khỏi cửa đi ròng rã được bốn ngày, Lạc Tu mới gặp phải chuyện chưa từng thấy. Hôm ấy, khi trời sắp tối, trên con đường hoang vắng bỗng có một bọn cướp kéo đến rất đông đảo, trong tay cầm nào gươm nào đao, nào thương nào kích, trông hung dữ bạo tàn rất ghê rợn. Lạc Tu thấy họ thì chỉ một lòng niệm thánh hiệu của Phật. Tướng cướp chặn đường hỏi:

- Ê, mi là ai? Dám cả gan tới đây làm gì?

- Tôi tên là Lạc Tu, là đệ tử của đức Phật, phải tới đây để hái hoa sen ngũ sắc.

Lạc Tu trả lời một cách cứng cỏi. Nghe chàng tự xưng mình là đệ tử của đức Phật, thái độ và giọng nói của bọn cướp thay đổi hẳn, họ trở nên tử tế và ôn hòa:

- Trước đây vua đã từng sai nhiều người tới đây hái hoa, nhưng chúng tôi căm hận vua trị nước không công minh nên chúng tôi giết hết những người ấy rồi. Huynh không phải là người có tội mà bị vua ra lệnh tới đây. Chúng tôi tuy là một lũ giặc cướp nhưng tuyệt đối không hại đệ tử của đức Phật, huống chi huynh là người vô tội? Ngay giờ phút này chúng tôi xin thả huynh đi, nhưng trên đường đi như thế, huynh sẽ phải gặp rắn độc và ác thú, chưa chắc đã tránh khỏi bị chúng làm hại. Thôi thì bây giờ huynh không cần phải đi, chúng tôi sẽ đi hái hoa thay huynh, sau đó huynh có thể bình an mà trở về. Chúng tôi làm như thế vì sự kính trọng đối với đức Phật, và nếu chúng tôi giúp đỡ cho đệ tử của Ngài thì sau này chúng tôi có thể chia được một chút phúc đức. Xin huynh ở lại đây chờ một chút.

Không lâu sau, họ đem hoa sen ngũ sắc về, không phải chỉ một đóa hoa mà là rất nhiều hoa, Lạc Tu không thể nào khuân nổi. Bọn cướp bèn gởi người khuân giúp Lạc Tu và hộ tống chàng về tới cửa thành mới chia tay.

Khi Lạc Tu vào yết kiến vua Tự Tại, vua kinh ngạc tột độ khi thấy chàng đã về tới bình yên vô sự, bèn hỏi rằng:

- Trên đường đi khanh đã gặp những gì? Làm sao khanh lại có thể về tới mau chóng như thế?

Lạc Tu không giấu giếm, đem tất cả mọi chuyện ra kể cho vua Tự Tại nghe. Vua nghe rồi, xấu hổ mà rằng:

- Bọn cướp là phường không biết phải trái, vì thế ngày thường vẫn gia hại khách buôn qua lại. Vậy mà khanh được họ giúp đỡ, khanh đã cảm hóa được họ, khanh hẳn phải là người rất thiện lương. Đáng xấu hổ thay cho ta, ngồi trên cương vị một ông vua mà không biết phân biệt thiện ác, không rõ đúng sai, bọn giặc cướp mà còn biết kính trọng khanh và khinh thường ta nữa là! Khanh là người được bọn đạo tặc tôn kính, thế mà ta lại lập kế mưu hại khanh, ta thật là sai quấy!

Lúc ấy vua Tự Tại thật sự cảm thấy xấu hổ, bèn sám hối với Lạc Tu và phát nguyện quy y đức Phật, thọ trì ngũ giới, sửa chữa sai lầm cũ, xây dựng một tương lai thiện lành, và trở thành một vị đại hộ pháp của đức Phật.

Về sau, vua Tự Tại dùng đức độ nhân từ mà trị dân, bọn cướp bỏ nghề cũ trở về với đời sống lương thiện, quốc gia vì thế mà trở nên thái bình an lạc.

Sự thật, chính là nhờ vợ chồng Lạc Tu đã chân thành tu hành theo Phật pháp nên mới cảm hóa được mọi người.

19. Tâm độc địa

Trong xã hội ngày xưa có một tập tục rất xấu, đó là khi hai vợ chồng cưới nhau được vài năm, nếu người vợ chưa sinh sản được thì người chồng thường cưới thêm vợ lẽ, khiến cho hòa khí trong gia đình vì thế mà tan nát.

Thời xưa có một người, cưới vợ được mấy năm rồi, hai vợ chồng thèm khát một đứa con mà chờ mãi không có, người chồng nóng ruột quá nên cuối cùng đi cưới một cô vợ lẽ. Với sự thỏa thuận của bà vợ lớn, cô vợ lẽ được về ở chung trong cùng một nhà.

Không lâu sau cô này sinh hạ được một đứa con trai trắng trẻo và bụ bẫm, khiến người chồng hết sức vui mừng. Từ đó ông lại càng cưng quý cô vợ lẽ và thằng con trai mà không ngó ngàng gì đến bà vợ cả.

Ngay từ phút đầu, bà vợ cả đã xem cô vợ lẽ như cái gai trong mắt, huống chi bây giờ thấy chồng cưng quý mẹ con cô này hơn trước, dĩ nhiên bà không khỏi nổi cơn ghen tức. Nhưng trước quyền uy của ông chồng, bà không làm gì được, chỉ có thể thừa lúc người chồng vắng nhà mới hơi tỏ lộ ra chút ghen hờn, giận tức đối với người vợ lẽ. Tuy nhiên những cơ hội ấy rất hiếm, cho nên lòng oán hận của bà càng lúc càng chồng chất nhiều thêm.

Một hôm, đứa bé vừa đúng hai tuổi, bà vợ cả thừa lúc cô vợ lẽ vắng mặt mới rút một cây trâm vàng cài trên tóc cắm sâu vào đầu đứa bé. Bà làm chuyện này một cách âm thầm bí mật, không ai hay biết. Đứa bé khóc mãi không ngừng nhưng không ai nghe thấy, cho nên đứa bé trắng trẻo bụ bẫm kia, chỉ sau một đêm lên cơn sốt thật nặng đã yểu mệnh mà chết.

Thấy đứa con mình mang nặng đẻ đau lại kháu khỉnh dễ thương đến dường ấy bỗng nhiên một hôm ngã lăn ra chết, người mẹ nào mà không đau đớn? Cô vợ lẽ bị tai nạn giáng xuống đầu một cách thình lình như thế khóc thương bi thảm, thằng con chết cả tháng rồi mà cô vẫn còn gào khóc thảm thiết, tâm can tan nát cho đến ngã bệnh.

Người chồng thấy con mình chết yểu dĩ nhiên là thương tiếc vô cùng, nhưng ông bình tĩnh hơn, nghĩ rằng người đã chết thì nào có sống lại được, khóc lóc chẳng ích lợi gì. Tuy nhiên có rất nhiều người bà con láng giềng nói rằng một đứa bé chết thình lình như thế chắc chắn là phải có nguyên do, họ bèn khuyên cô vợ lẽ mở quan tài để khám nghiệm tử thi.

Quả nhiên mọi người đoán không sai, lúc khám nghiệm mới thấy trong đầu của đứa bé có cắm một cây trâm vàng dài cả ba tấc!

Cô vợ lẽ thấy con mình chết vì bị sát hại thì lại càng đau khổ hơn, vừa bi thương vừa căm phẫn, cô thề rằng sẽ báo thù cho con, nếu không thì chết không nhắm mắt.

Cô tìm một vị *Bà-la-môn* để thỉnh giáo, hỏi xem phải làm thế nào để báo thù. Vị này bảo cô nếu trì được trai giới thì sẽ được mãn nguyện. Lòng thương con của cô càng tha thiết thì ý nguyện báo thù càng thâm sâu, cô bèn trì trai giới rất tinh cần. Không lâu sau, cô vợ lẽ này vì quá sầu muộn nên lìa bỏ cõi đời.

Cũng đúng lúc ấy bà vợ cả thụ thai nên vui mừng khôn kể xiết. Cây gai trước mắt đã nhổ được rồi, chính mình lại đang có thai nên có thể được chồng yêu chiều hơn, niềm vui của bà thật là không cùng tận!

Không lâu sau bà sinh hạ được một đứa con gái xinh đẹp như hoa như ngọc, cả nhà cưng quý đứa bé như châu báu, nhưng bất hạnh thay, đứa bé vừa được hai tuổi thì lìa đời.

Thật là một tai biến không ai có thể ngờ được, bà vợ lớn khóc đến chết đi sống lại, nhưng người đã chết rồi, biết làm sao đây?

Một thời gian sau bà lại sinh được một đứa con trai, nhưng nuôi chưa đến ba tuổi cũng đã chết yểu.

Cứ như thế, bà sinh được sáu đứa con nhưng chỉ nuôi được đến bảy tuổi là tối đa. Con cưng mà lại chết yểu, làm cha mẹ ai lại không đau đớn? Ròng rã mười năm trời như thế, người vợ lớn sinh được đứa con nào là đứa con ấy chết yểu nên đau khổ triền miên, thân thể tiều tụy, bà tuyệt vọng tự giam mình suốt ngày trong nhà không muốn tiếp xúc với người ngoài.

Một hôm, bỗng nhiên có một vị *tỳ-kheo* đến tìm bà. Ban đầu bà từ chối không chịu ra gặp, về sau vị *tỳ-kheo* bảo là có chuyện quan trọng muốn nói với bà, bà mới chịu ra. Khi vị *tỳ-kheo* nhìn thấy bà, ông liền hỏi ngay:

- Bà có nhớ cô vợ lẽ đã chết rồi không? Cô ấy vì sao mà chết? Rồi đứa con mới lên hai của cô ấy, cũng vì sao mà chết vậy?

Câu hỏi đặt ra quá bất ngờ khiến bà vợ cả hoảng sợ, toàn thân run lẩy bẩy, không trả lời được câu nào. Bà xấu hổ và đau đớn kể lại mọi sự cho vị *tỳ-kheo* nghe, và cầu khẩn ông cứu khổ cho bà.

Vị *tỳ-kheo* nói cho bà biết rằng sáu đứa con chết yểu của bà chính là oan hồn cô vợ bé đầu thai về cố ý làm cho bà khổ đau. Nếu bây giờ bà muốn giải trừ mối oan gia đó, bà phải đến chùa làm công quả để tiêu tai.

Ngày hôm sau, bà vợ lớn tuân theo lời dạy của vị *tỳ-kheo*, trời vừa tảng sáng là bà thức dậy sửa soạn đến chùa, nhưng trên đường đi, bà thấy một con rắn độc đang hả miệng thật lớn, phăng phăng trườn đến gần bà khiến bà sợ quá ngã xuống bất tỉnh. May thay, vị *tỳ-kheo* nói trên cũng vừa đến nơi, nói với con rắn độc:

- Này rắn độc! Ngươi chưa thấy mãn nguyện sao? Ngươi nghĩ lại xem, bà ấy chỉ hại ngươi có một lần mà ngươi báo thù tới sáu lần, như thế chưa đủ rồi hay sao? Bây giờ bà ấy đã biết hối hận, lại còn muốn lên chùa làm công đức hồi hướng cho ngươi, ngươi cũng nên hóa giải mối oan kết ấy đi. Ngươi không nghe nói "oán cừu nên cởi không nên kết" chăng? Nếu hôm nay ngươi muốn giết bà ấy thì chẳng có ích lợi gì cho ngươi mà chỉ có hại. Vì tương lai của chính ngươi, ngươi nên bỏ qua hết mọi sự đi! Không lẽ ngươi muốn đời đời kiếp kiếp sinh làm súc sinh hay đọa địa ngục?

Câu nói của vị *tỳ-kheo* khiến con rắn độc có vẻ như hiểu ra, nó cúi đầu rồi từ từ trườn đi mất.

Bà vợ cả tỉnh dậy không thấy con rắn độc nữa, vị *tỳ-kheo* mới đem chuyện vừa qua kể cho bà nghe. Do đó bà vợ lớn cảm thấy chuyện mình làm lúc trước quá ư tội lỗi, bà bèn xin xuất gia tu hành với vị *tỳ-kheo*. Những năm cuối của cuộc đời, bà sống trong rừng sâu núi thẳm để sám hối nghiệp chướng mà mình đã tạo trong quá khứ.

Hại người là tự hại lấy chính mình, làm sao không cẩn thận chuyện nhân quả cho được?

20. Phước đức của hoàng hậu

Đức Phật đã từng dạy rằng người hành bố thí là người đang tạo cho mình một gia sản vững chắc. Công đức của bố thí không những thù thắng, mà còn là nơi nương tựa bảo đảm và an toàn nhất. Những người hiện tại giàu có trên thế gian chính là những người đã tạo nhân bố thí trong kiếp trước, và họ đang hưởng phúc báo của công đức này. Và người hành bố thí ngày nay chính là đang chuẩn bị hưởng hạnh phúc trong tương lai.

Thời xưa ở Ấn Độ có một bà hoàng hậu, lòng tin Phật pháp rất thâm sâu và thành khẩn. Bà chỉ thích làm hai việc là bố thí và tạo công đức. Vì thế nhân dân trong vương quốc rất thương mến tôn kính bà, và ngay trong cung bà cũng được tất cả mọi người suy tôn.

Một hôm, bà khoác vào người một bộ y phục lụa là tuyệt đẹp, trên đầu đội vương miện bằng trân châu để đi dạo trong vườn hoa với nhà vua. Nhà vua ngắm nhan sắc kiều diễm của hoàng hậu và nói:

- Ái khanh của ta! Nàng nghĩ xem, nàng trang điểm thật là xinh đẹp, mức sống phú quý mà nàng đang hưởng thật ít ai có được. Nhờ ta mà nàng mới có một cuộc đời vinh quang như thế, nàng thấy có đúng không? Ta là vua, nàng là hoàng hậu, ta ăn thì ăn ngon, mặc thì mặc đẹp, nhà ở thì lộng lẫy, những niềm phúc lạc ấy nàng đều được chia sẻ với ta, thế thì ái khanh ơi, nàng phải thương yêu ta lắm mới phải!

- Đại vương, thiếp phải luôn luôn thương yêu và cảm tạ đại vương. Nhưng phú quý thiếp được hưởng ngày hôm nay, không phải là nhờ đại vương ban cho mà là nhờ phúc báo sẵn có của thiếp. Giữa chúng ta chỉ có quan hệ vợ chồng, còn nói tới phúc báo của người này hay người kia, thì phải nói là nhờ nhân thiện do chính mỗi người gieo trồng chứ không ai ảnh hưởng ai được cả!

Những câu nói của hoàng hậu không làm cho vua hài lòng chút nào, nhưng ông không trả lời, chỉ hầm hầm quay trở về vương cung. Ông muốn chứng tỏ cho hoàng hậu thấy rằng những quan niệm của bà không đứng vững.

Khuya hôm ấy, chờ hoàng hậu ngủ say rồi, ông lén cởi chiếc nhẫn quý giá mà hoàng hậu đang đeo trên tay rồi đem ném xuống sông. Vua làm điều này một cách bí mật, không có người nào trông thấy. Hôm sau hoàng hậu tỉnh giấc, thấy chiếc nhẫn không cánh mà bay bèn hỏi vua:

- Quân vương! Chàng có thấy chiếc nhẫn của thiếp không?

Vua đáp:

- Làm sao ta thấy được? Nhẫn nàng đang mang trên tay tại sao lại hỏi ta? Không lẽ một người sẵn có phúc đức như nàng mà cũng bị mất nhẫn ư?

Nhà vua trả lời một cách châm biếm.

- Vâng, nếu thiếp có phúc và chiếc nhẫn ấy là thuộc về thiếp thì chắc chắn nó sẽ không mất; ngược lại nếu thiếp không được sở hữu một vật nào đó mà cứ cưỡng ép để có thì cũng chỉ vô ích mà thôi.

Thái độ của hoàng hậu rất thản nhiên và tự tại. Tuy đó chỉ là một chiếc nhẫn, nhưng trên chiếc nhẫn có gắn một viên bảo châu vô giá, thế mà chiếc nhẫn mất đi không làm cho hoàng hậu phiền não hay ưu tư chút nào. Nếu chuyện ấy xảy ra cho nhà vua, chắc là ông đã lo lắng ghê gớm lắm, vì thế ông mới lập ra mưu kế ấy để đánh đổ cái lý luận tự cho mình là phi phàm của hoàng hậu.

Lạ thay, ba ngày sau, cung nữ trong nhà bếp mổ bụng một con cá thì tìm ra chiếc nhẫn mà hoàng hậu đã mất mấy hôm nay. Vua nghe tin này ngạc nhiên cùng cực, lúc ấy ông mới tin tưởng chắc chắn rằng phúc đức là điều không thể nghĩ bàn.

Số là sau khi chiếc nhẫn bị vua ném xuống sông rồi, thì liền bị một con cá bơi ngang chỗ ấy đớp vào bụng mất. Mới nuốt xong chiếc nhẫn, nó rơi ngay vào lưới của một người đánh cá và người này đem mẻ cá mới lưới được bán cho triều đình. Mọi sự việc ăn khớp với nhau chặt chẽ, chỉ cái phước vô song của hoàng hậu mới khiến cho chiếc nhẫn đã mất mà tìm lại được một cách hy hữu như thế.

Từ đó trong cách đối xử với hoàng hậu, vua không dám tỏ ra mình là người thi ân nữa, vì ông đã tin rằng phúc của ai thì người đó hưởng. Tội báo hay phúc báo đều như bóng theo hình.

Phúc báo là do bố thí, do cúng dường mà có. Làm người nên bố thí, nên cúng dường cho nhiều là vì lý do này.

21. Tâm ham danh

Tâm của một con người ngu si bị động niệm là vì *ngã tham* và *ngã chấp*. Một người như thế rất xem trọng danh lợi và có thể hy sinh tất cả cho nó, ngay đến cả thân mệnh nữa, mục đích là để có được một thứ danh dự hư huyễn không thật.

Ở Ấn Độ thời xưa có một người đàn bà thuộc dòng *Bà-la-môn* tên là Đề Vi. Gia đình bà xưa nay vốn giàu có, nô tỳ nuôi trong nhà cũng có đến cả trăm người. Nhưng từ khi chồng bà qua đời thì mức sống dần dần suy sụp.

Thật không phải dễ dàng cho một góa phụ khi phải ứng phó với mọi chi phí trong nhà, nào quần áo ăn uống, rồi tiền nuôi gia nhân, nào ăn nào mặc, ngày này qua ngày khác, năm này sang năm khác. Vì thế Đề Vi vô cùng buồn khổ vì cái họa nghèo khó luôn luôn đe dọa.

Thật ra, để giảm bớt ngân quỹ, bà có thể giải tán một phần gia nhân đông đảo và giữ lại một số ít người để làm việc trong nhà, nhưng Đề Vi cho rằng danh dự là điều quan trọng nhất, thể diện là cần thiết nhất, vì thế bà không chịu giải quyết vấn đề bằng cách ấy. Nhưng còn cách nào khác nữa đâu? Bà nghĩ thà chết chứ không để mất mặt, nhưng nếu đã chọn cái chết thì cũng phải chọn chết thế nào cho có ý nghĩa.

Lúc ấy ở Ấn Độ có một trường phái ngoại đạo cho rằng muốn được sung sướng thì phải trả giá bằng sự đau khổ, kiếp này càng đau khổ thì kiếp sau càng được hưởng niềm sung sướng hạnh phúc. Đề Vi nghe được tà kiến này là mù quáng tin tưởng theo ngay. Bà nghĩ rằng không có cái đau đớn nào đối với thân thể con người cho bằng cái đau của sự chết cháy, nên bà quyết định tự thiêu. Làm như thế, thứ nhất, bà đánh đổi cái đau đớn ấy để lấy một kiếp sau sung sướng; thứ hai, một khi chết rồi bà không cần phải đối phó với chuyện kiếm tiền chi phí trong nhà; và thứ ba, chết để cầu đạo là một cái chết rất vinh dự, thể diện của bà sẽ giữ được vẹn toàn.

Đề Vi tính toán như thế, tuy bà rất kín đáo không nói cho ai hay, nhưng một đệ tử của đức Phật là Tôn giả Biện Tài lại đoán biết tất cả những gì bà nghĩ trong đầu, nên ngài đích thân đến nhà bà để giáo hóa. Tôn giả nói với Đề Vi rằng:

- Bà không đảm nhiệm nổi mọi chi phí trong nhà nên mới muốn tự thiêu tìm cái chết, có phải vậy không? Nhưng làm như thế bà cũng không thoát được trách nhiệm, trái lại càng làm cho nghiệp chướng tăng trưởng. Ác nghiệp của kiếp trước chưa trả xong mà đã chết đi, thì kiếp sau cũng sẽ phải trả một lần nữa. Đồng thời, tự đốt cháy thân cũng là tạo tội. Bà phải biết tự thiêu là một hành động tự sát, và tự sát là có tội. Các tội nhân trong địa ngục A Tỳ đêm ngày bị đốt cháy, suốt một ngày trời chết đi sống lại không biết bao nhiêu lần, cứ thế mà bị thiêu đốt mấy chục ngàn năm mới có thể trừ tội. Còn bà bây giờ chỉ tự đốt có một lần mà mong trừ tội thì làm sao được?

Đề Vi nghe Tôn giả nói như thế thấy rất có lý, như người đang ngủ mê chợt bừng tỉnh, định thưa hỏi tôn giả một câu, thì dường như tôn giả đọc được điều bà đang nghĩ, ngài nói tiếp:

- Bà muốn diệt tội cũng không phải là chuyện khó. Tất cả mọi việc thiện ác đều do tâm sinh khởi, nếu tâm của bà chất chứa những niệm ác thì cũng giống như ánh sáng của mặt trăng bị mây đen che mờ, không thể chiếu ra ngoài được. Chỉ có cách là một lòng làm việc thiện, không giữ niệm ác nào trong tâm, lúc ấy chẳng khác nào một cơn gió mát thổi bạt mây đen đi, mặt trăng sẽ lập tức chiếu soi ánh sáng đầy khắp. Làm như thế không những có thể diệt trừ tội chướng, mà kiếp sau cũng sẽ được lợi ích lớn!

Đề Vi nghe xong rất vui mừng, liền triệu tập tất cả quyến thuộc nô tỳ trong nhà, thỉnh giáo Tôn giả:

- Bạch Tôn giả, được ngài khai thị giáo hóa, chúng con rất cảm kích. Kính xin tôn giả dạy cho chúng con làm cách nào để giải thoát và diệt tội.

Tôn giả Biện Tài nói:

- Nếu muốn diệt tội, thì trước hết phải tìm căn nguyên của tội lỗi. Tất cả các tội ác đều do thân, khẩu và ý tạo ra. Vì thế, bây giờ bà phải tu pháp *Thập thiện*...

Rồi Tôn giả liền giảng cho bà Đề Vi và đại chúng nghe ý nghĩa của Thập thiện, và dạy cho họ phải làm sao để sám hối nghiệp chướng của những kiếp trước, làm sao để tạo nghiệp thiện, làm sao để phát tâm từ bi...

Bà Đề Vi nhận lãnh sự chỉ giáo của tôn giả một cách vui mừng. Từ ngày hôm đó về sau, đời đời kiếp kiếp bà phụng hành theo lời dạy của Phật, phát nguyện cứu chúng sinh ra khỏi khổ đau, vì vậy mà về sau bà chứng đắc được quả thánh.

22. Ác quỷ

Đời xưa có một người tốt bụng, thích làm việc thiện và cũng là một vị Phật tử thuần thành. Ông thường lập đàn trai trong nhà để cúng dường chư tăng, cho nên cũng thường thân cận với nhiều vị thiện tri thức và các vị cao tăng.

Nhà ông ở ngay ven bờ sông Hằng, cách thành Xá Vệ chừng 30 dặm đường. Vì ông là người từ thiện, thích bố thí, nên người ở xa tới đâu cũng đến xin ông cứu giúp, và họ chưa bao giờ phải trở về tay không. Vì thế nên người người xa gần đều tán thán ông.

Nhưng ông lại có một người cha chỉ thích kiếm tiền một cách bất thiện. Ông này sinh sống bằng một nghề hung bạo là mổ lợn bán thịt. Dầu người con vẫn thường hay khuyên can nhưng lão không hề có chút kiêng dè, trái lại còn trách con sao lại hay lập đàn trai cúng dường, sao lại thường phí tiền của để cứu giúp người cùng khốn.

Bước tiến của thời gian chính là sự thử thách chính xác nhất của cuộc đời, vì sau một thời gian dài, tội ác nào của con người cũng đều được phơi bày ra hết. Hành vi sát sinh của ông lão nọ đồn tới tai mọi người rất mau, ai cũng thấy rằng lão không nên tạo nghiệp sát như thế nữa. Rất nhiều vị *tỳ-kheo* thường hay qua lại nhà lão cũng biết được việc này, cũng muốn đến khuyên can lão, nhưng vì cả nể lại muốn giữ tình giao hảo, nên không ai dám mở miệng nói câu nào.

Không lâu sau, lão sinh bệnh, và tuy đã mời nhiều vị thầy thuốc đến nhưng không ai chữa được, cho nên một buổi sáng sớm nọ, lão lìa đời trong một cơn đau đớn cùng cực.

Lão chết rồi, vì tội ác sát sinh nên đọa làm thân ác quỷ trên sông Hằng, đời có bao nhiêu thống khổ lão đều phải chịu hết.

Một hôm, các vị *tỳ-kheo* vẫn thường được con trai lão cúng dường có việc đi thuyền băng qua sông Hằng, ác quỷ bèn hiện ra nửa thân hình trên mặt nước đuổi theo bén gót, rồi chạy ra phía trước chặn thuyền lại mà nói:

- Chúng bay là một phường tồi bại! Tao sẽ lật úp con thuyền này cho chúng bay chết chìm hết không đứa nào sống sót!

Các vị *tỳ-kheo* ngồi trên thuyền nhìn thấy con ác quỷ quái dị như thế đã lấy làm lạ rồi, nay còn nghe hắn tuyên bố những lời trên lại càng không hiểu gì hết. Trong số các vị ấy, có một vị tuổi cao hơn hết, đứng dậy hỏi:

- Nguyên do gì mà ngươi nói chúng ta là phường tồi bại? Tại sao lại còn muốn lật úp con thuyền chúng ta đang ngồi?

Ác quỷ lớn tiếng gầm lên trả lời:

- Lúc tao còn sống, con trai tao thường hay cúng dường chúng bay. Tao mổ lợn bán thịt, chúng bây biết tao làm việc phi pháp mà không đứa nào răn bảo, khiến bây giờ tao phải chịu bao nhiêu thống khổ như thế này! Tao muốn đòi mạng chúng bay để chúng bay cùng chịu khổ với tao ở đây, có thế tao mới hả niềm căm hận!

Vị *tỳ-kheo* lớn tuổi kia rất cảm thương mà trả lời rằng:

- Bây giờ ngươi đang chịu khổ, đúng là do nghiệp sát chiêu cảm! Ngươi nói muốn đoạt mạng chúng ta, nhưng làm như thế có ích lợi gì? Ngươi giết người, không phải chỉ có tác dụng làm cho nghiệp tội của ngươi thêm nặng mà thôi sao? Nếu ngươi bằng lòng sám hối, chúng ta có thể giúp cho ngươi được siêu dộ.

Ác quỷ nghe ra và hiểu được những lời khuyên dạy của vị *tỳ-kheo*, bèn ẩn thân bỏ đi. Con thuyền nhờ đó được thoát hiểm mà tiếp tục đoạn đường.

Về đến nhà, các vị *tỳ-kheo* ấy cùng người con trai của ác quỷ làm công đức hồi hướng và cầu siêu cho hắn.

Dựa vào pháp lực của đức Phật, con ác quỷ được siêu sinh lên cõi trời, hưởng những phúc lạc của thiên giới.

23. Niệm Phật được cứu

Thời xưa có một người đàn bà hiền đức và tài giỏi, thường được gọi là bà Hiền Huệ. Nhờ bà thường lắng nghe Phật pháp nên hiểu rõ rằng đời sống con người là tạm bợ và đau khổ. Nếu không tu học Phật đạo, nếu không tự cảnh giác để khỏi phạm tội, thì không kể nam hay nữ, tất cả sẽ vĩnh viễn trôi nổi trầm luân trong sáu nẻo không có ngày chấm dứt.

Tuy công việc nhà rất bề bộn, nhưng đi đứng nằm ngồi bà cũng không quên tinh cần niệm Phật. Ngay cả những người hàng xóm hai bên nhà cũng được bà khuyến khích, nên cũng chuyên tâm cùng bà tu học, tất cả đều chuyên tâm niệm danh hiệu Phật nên sống một đời sống an nhiên vui vẻ.

Chỉ có mỗi một điều đáng tiếc là chính người chồng của bà Hiền Huệ thì không thể khuyến hóa được, có lẽ vì cơ duyên chưa chín mùi chăng? Nhưng lỡ như đó là một người dở tệ đến nỗi không có cách nào tiếp nhận được Phật pháp thì thật là đáng tiếc! Bà Hiền Huệ cứ nghĩ đến đây là lo lắng vô cùng, bà suy đi tính lại mãi mà không tìm ra cách nào cải hóa ông chồng.

Một hôm, bà nhìn thấy những đứa bé con hàng xóm đang đùa nghịch với một cái chuông đồng trước mặt nhà bà, bỗng nhiên bà nhanh trí loé ra trong đầu một phương pháp rất hay.

Trời gần tối, chồng về tới nhà, bà nói với chồng rằng:

- Thiếp nghe nói gần đây thường xảy ra nhiều vụ trộm cướp, phu quân đi làm việc, thiếp ở nhà một mình, trước cửa không có ai canh gác, thật là nguy hiểm cho nên thiếp bắt buộc phải đóng chặt cửa lại. Thiếp muốn mua một cái chuông đồng treo trước cửa, phu quân về tới nhà thì lắc chuông vài tiếng, mỗi lần lắc là niệm một câu "Nam mô A-di-đà Phật" làm ám hiệu, thiếp biết phu quân đã về sẽ ra mở cửa. Làm như thế vừa có thể phòng ngừa bọn trộm cướp, vừa để cho thiếp an tâm làm việc trong bếp.

Người chồng mỉm cười gập đầu:

- Được! Hiền thê nghĩ cách đó rất hay.

Từ đó về sau, người chồng về nhà bắt buộc phải lắc chuông và niệm vài câu Phật hiệu. Việc niệm Phật do đó dần dần trở thành một thói quen lúc nào ông cũng không hay biết.

Người chồng không nghe Chính pháp, giống như bao nhiêu người khác không phân biệt rõ thiện ác, mặc cho hoàn cảnh đưa đẩy mà tạo tác các nghiệp. Vì thế nên khi vô thường đến, ông lâm bệnh lìa đời, không đem theo được gì trừ ra nghiệp tội là không rời thân. Một con người ở trong vũng lầy ô trọc của tội ác thì cho dù tài giỏi đến đâu, lúc ấy cũng không giở trò gì được.

Người chồng bị đọa xuống địa ngục lớn, trong đó có vạc dầu sôi, núi dao với những hình phạt độc ác ghê rợn nhất. Bọn ngục tốt hung hăng đưa đinh ba trong tay lên nhắm hướng người tội nhân mới đến mà xông tới, muốn dùng đinh ba xóc ông ném vào vạc dầu sôi. Cái đinh ba này bằng sắt, bên trên có treo rất nhiều khoen sắt chạm vào nhau kêu leng keng, làm cho tội nhân càng thêm run sợ.

Nhưng âm thanh của những chiếc khoen sắt hay những dụng cụ tra tấn chạm vào nhau lại giống như tiếng chuông đồng treo trên cửa nhà vợ chồng bà Hiền Huệ, nên người tội nhân mới đến này, tức là chồng bà Hiền Huệ, theo thói quen liền buộc miệng niệm "*Nam mô A-di-đà Phật*".

Lạ thay, địa ngục đen ngòm âm u bỗng nhiên sáng rực, ánh sáng không biết từ đâu chiếu đến. Bọn ngục tốt ngừng mọi khí cụ tra tấn trong tay, ngọn lửa phừng phực cũng bị dập tắt, nguyên cả địa ngục biến thành một nơi thanh tịnh mát mẻ.

Rất nhiều hồn ma đang chịu hình phạt cũng được nghỉ ngơi. Lúc ấy có sứ giả của địa ngục đến ra lệnh với bọn ngục tốt rằng:

- Hãy đưa người đó lên cõi người, hắn có đầy đủ công đức của việc trì niệm danh hiệu Phật.

Địa ngục trở lại cảnh tượng thê thảm trước, nhưng chồng bà Hiền Huệ thì đã sinh lên cõi người rồi.

Công đức của một câu niệm Phật to lớn như thế, hy vọng những người không niệm Phật sẽ mau mau bắt đầu!

24. Muốn thoát sinh tử

Miền nam Ấn Độ có hai vị *tỳ-kheo*, nghe người ta nói rằng nước Kế Tân ở phía bắc có một vị thánh nhân rất oai đức xuất hiện tại thế, hai người thành tâm hâm mộ nên mới kết bạn cùng nhau hướng về phía bắc mà đi.

Tới biên giới nước Kế Tân, trên đường đi họ dò hỏi tìm kiếm khắp nơi, và cuối cùng tìm tới được chỗ ở của vị thánh nhân Kỳ Dạ Đa.

Họ tiến vào một khu rừng rậm rạp, thấy một vị *tỳ-kheo* tu khổ hạnh, tướng mạo vô cùng tiều tụy, đang khom lưng nhóm lửa trước một cái lò, hai người tiến đến hỏi:

- Thưa ngài, ngài có biết tôn giả Kỳ Dạ Đa không?

- Biết.

Vị *tỳ-kheo* khổ hạnh đáp.

- Kính xin ngài chỉ cho chúng tôi biết tôn giả ở đâu?

- Từ đây trèo lên tiếp, đến cái động thứ ba thì gặp.

Vị *tỳ-kheo* vừa nói vừa đưa bàn tay khẳng khiu chỉ về phía gò núi trước mặt.

Hai người theo lời chỉ bảo ấy mà trèo lên tới trước cái động thứ ba, và trong động cũng thấy có một vị *tỳ-kheo* đang đứng nhóm lửa. Hai người lấy làm quái lạ, một trong hai người mới nói:

- Một vị đại đức siêng năng tu hành như thế, sao chúng ta không sớm gặp để đến bái kiến?

Người kia trong tâm không khỏi nghi ngờ, đặt câu hỏi:

- Tôn giả có đại uy đức như thế sao còn cần phải tự tay nhóm lửa?

Tôn giả Kỳ Dạ Đa nghe tiếng hai người nói chuyện bèn trả lời:

- Xưa tôi kia đã từng trầm luân trong biển khổ, vì vấn đề tu hành mà có thể dùng đầu, mắt, tay chân làm nhiên liệu đốt lên cúng dường đại chúng xuất gia, nhóm lửa đốt than có gì đáng kể?

- Không biết tôn giả có thể kể cho chúng con nghe sự tích đời trước của ngài không?

Hai người náo nức hỏi. Tôn giả Kỳ Dạ Đa với giọng nói bi thiết, kể lại chuyện xưa của mình:

- Tôi nhớ cách đây 500 kiếp về trước, tôi sinh ra làm thân chó, thường bị đói khát hoành hành, chỉ có hai lúc là có thể ăn được chút gì: một là gặp người uống rượu say sưa như hũ nát nôn mửa ra đất, tôi ăn cái chất chua dơ ấy thì no được một bữa. Một lúc khác nữa là nhà nào mà chỉ có hai vợ chồng, khi người chồng ra đồng canh tác, gặp lúc người vợ có chuyện cần phải ra khỏi nhà, tôi lợi dụng một cái lỗ nhỏ trong tường, co người lại chui vào ăn cắp thức ăn của họ. Làm như thế tuy không đến nỗi chết đói nhưng mỗi lần muốn ăn no thì phải bị người ta đánh đập, chịu đủ thứ giày vò đau đớn. Có một lần, tôi đến căn nhà nọ ăn cắp thức ăn, thấy thức ăn đựng trong một cái chum, tuy tôi chui đầu vô chum ăn no bụng nhưng miệng chum quá nhỏ, tôi không rút đầu ra được. Trong lúc tôi đang sốt ruột giãy giụa thì ông chủ về tới, thấy thế nổi giận vác một con dao sắc chém xuống cổ tôi, thế là chỉ vì một bữa ăn mà đầu lìa khỏi cổ.

Kiếp sau đó, tuy tôi chưa thoát được con đường súc sinh, nhưng đã tỉnh giác. Nhờ gắng sức vươn lên tinh tiến tu trì, tích lũy công đức trong nhiều kiếp, cuối cùng sinh được thân người. Nghĩ đến sự trở lại biển sinh tử, thật là quá khổ!

Hai vị *tỳ-kheo* nghe xong câu chuyện của tôn giả Kỳ Dạ Đa, bèn lập tức nhàm chán sinh tử, đắc quả Tu Đà Hoàn.

25. Lời nói thật

Vua nước Thiên La ở Ấn Độ tên là Ba La Ma Đạt, tính tình ôn hòa, rất thương yêu bảo bọc dân, thưởng phạt công bình nên được mọi người tôn kính.

Ông sinh được một người con trai đặt tên là Ban Túc. Thái tử Ban Túc tính tình hoàn toàn trái ngược với vua cha. Càng lớn càng khoẻ mạnh lực lưỡng nên thái tử vô cùng kiêu ngạo, vì thế nhiều vị đại thần tránh không muốn thân cận với thái tử.

Lúc còn trẻ, thái tử thay mặt vua cha đi chinh phục các nước lân bang, lập được chiến công nên sự kiêu ngạo càng gia tăng tới mức cuồng ngạo không coi ai ra gì, thậm chí tới phụ vương ông cũng coi thường.

Ngày đăng vị, thái tử đã khoe với mọi người rằng mình sẽ lén phụ vương đi chinh phục các nước và sẽ lấy đầu của 100 ông vua các nước nhỏ để hiển dương võ lực trên đời có một không hai của mình.

Vua các nước nhỏ lần lượt bị thái tử bắt nhốt trong một hang động trong núi, một ông, hai ông, mười ông, hai mươi ông, cứ thế tăng lên cho tới 99 ông. Thái tử rất vui mừng, chỉ cần đem binh đi chinh phạt một nước nữa là sẽ bắt được một ông vua khác cho đủ số 100 ông.

Nước bị thái tử chinh phạt để bắt ông vua cuối cùng ấy là một nước nhỏ cách nước Thiên La khoảng hơn ngàn dặm. Vua nước ấy tên là Phổ Minh, vua này không chủ trương chiến tranh nên không hề chuẩn bị kháng chiến, vì thế nên khi thái tử Ban Túc dẫn binh vào chiếm thành, dân chúng xứ này không hề hay biết, cho đến khi vua Phổ Minh bị bắt trói đem đi.

Thái tử đưa vua Phổ Minh tới nước Thiên La, giam cùng với 99 ông vua trước trong sơn động, nhưng từ nước Thiên La tới núi, vua Phổ Minh không ngừng khóc lớn, nước mắt tuôn như mưa. Thái tử Ban Túc thấy thế rất bực mình, nghiêm khắc trách mắng:

- Cái thứ gà ướt phải mưa, vậy mà cũng đòi làm vua! Ông là vua một nước mà sao lại khóc lóc như con nít, thật là không thể tưởng tượng được!

Vua Phổ Minh nghe thái tử Ban Túc trách mắng như thế cũng lấy làm bực mình, bèn trả lời một cách nghiêm nghị:

- Ông không biết nỗi khổ của tôi, tôi không hề sợ chết, mà chỉ sợ mất lòng tin của người khác, vì tôi trị nước lấy câu "thật ngữ đệ nhất" làm tôn chỉ. Đối với quốc dân tôi chưa một lần nói dối. Tôi cai trị nhân dân cả nước, hết lòng giữ gìn giới "không nói dối", vì thế chúng tôi tin tưởng lẫn nhau, chưa hề có chuyện người này nghi kỵ người kia.

Nói tới đây, ông đau lòng buông một tiếng thở dài rồi nói tiếp:

- Vài ngày trước, có một vị *tỳ-kheo* đến hoàng cung muốn độ hóa cho tôi xuất gia, tôi đã nhận lời rồi, hẹn ngài ấy trở lại trong một tuần nữa để xuống tóc cho tôi. Nay ông bắt giam tôi ở đây, làm sao tôi giữ lời hứa được bây giờ? Đó không phải là làm mất lòng tin của người khác hay sao?

Nghe vua Phổ Minh kể như thế, tuy thái tử Ban Túc là một kẻ hung ác tàn nhẫn nhưng vẫn thấy cảm động trước một người quý trọng lời hứa hơn cả sinh mệnh của mình. Cuối cùng thái tử gật đầu nói:

- Được rồi! Tôi thả ông về giải quyết vấn đề của ông xong xuôi, cho ông được mãn nguyện. Nhưng nội trong vòng 7 ngày, giải quyết vấn đề xong ông phải trở lại đây, ông có đồng ý không?

Vua Phổ Minh mừng rỡ chảy nước mắt trả lời:

- Cám ơn ông! Bảy ngày là đủ cho tôi lắm, tôi sẽ giải thích rõ mọi chuyện cho vị *tỳ-kheo* rồi chắc chắn sẽ trở lại đây.

Thái tử Ban Túc bèn cấp cho vua Phổ Minh một con ngựa nhanh nhẹn để vua mau chóng trở về vương quốc của mình. Khi về tới hoàng cung, việc thứ nhất, vua Phổ Minh nhường ngôi cho con trai lớn, giao hết mọi trách nhiệm cho thái tử rồi xin lại lời hứa cũ với vị *tỳ-kheo*, áy náy thưa rằng:

- Lúc trước tôi nhận lời xuất gia với thầy, nhưng nay không làm được. Đó không phải do tôi không giữ lời, cũng không phải tôi đổi ý không muốn xuất gia, mà là vì...

Vua đem chuyện bị thái tử Ban Túc bắt và lời hẹn phải trở lại trong 7 ngày, kể hết cho vị *tỳ-kheo* nghe. Vị *tỳ-kheo* không còn cách nào hơn là bỏ ý định độ cho vua xuất gia.

Cuối cùng, vua tập họp hết tất cả dân chúng trong sân hoàng cung để từ biệt. Không có một người nào là không đau lòng rơi nước mắt, ai nấy đều quỳ xuống van nài giữ vua lại, nhưng vua Phổ Minh vui vẻ nói:

- Lời nói thật là giới đệ nhất, là cái thang bắt lên cõi trời, còn kẻ nói dối sẽ bị đọa địa ngục. Người quân tử luôn nói lời chân thật. Ta nay giữ lời hứa, thà xả bỏ thân mệnh mà tâm không hối hận.

Nói xong, vua quất ngựa bắt đầu ngay cuộc hành trình trở về, tới trưa ngày thứ bảy ông bước vào trong cung thành của nước Thiên La, chạy đến chỗ của thái tử Ban Túc để báo tin mình đã có mặt.

Thái tử Ban Túc đang vui say dục lạc, nghe nói có vua Phổ Minh trở lại thì lấy làm ngạc nhiên và không khỏi cảm thấy kính phục. Ông vội vàng chạy ra đến cửa cung điện, nắm tay vua Phổ Minh mà nói:

- Ngài thật là một người tôn trọng lời nói của mình, tôi vô cùng kính phục. Tôi thả ngài trở về nước như ngựa thoát chuồng, tại sao còn tự ý trở lại? Lời nói thật quả là một điều cao cả và đáng kính, tôi sẽ truyền bá tôn chỉ "thật ngữ đệ nhất" này trong khắp cả nước tôi, để mọi người được sống bình an, hòa thuận và hạnh phúc.

Nói xong, ông thỉnh vua Phổ Minh lên đài cao để giảng về giới "không nói dối" cho đại thần và nhân dân trong nước Thiên La nghe.

Vua Phổ Minh tán thán lời nói thật, chê bai sự nói dối, được cả vạn người ở dưới đài cổ võ hoan hô.

Lúc ấy thái tử Ban Túc mới thấm thía một điều, "tuy ta dùng võ lực đi chinh phục nhiều nước, thế mà dũng khí anh hùng ấy chưa từng được dân chúng hoan hô như vậy. Thế mới biết là lời nói thật khiến người ta cảm động, ái kính, ghi khắc trong lòng không quên, còn võ lực thì tuyệt đối không thu phục được lòng người. Trong vai trò một ông vua, ta không nên áp dụng chính sách võ lực bạo ngược".

Nghĩ thế xong, ông bèn thả 99 ông vua đang bị giam cầm trong núi cho về nước hết.

Từ đó, nước Thiên La ban hành giới không nói dối và thực hành tôn chỉ "*thật ngữ đệ nhất*". Cũng từ đó trong nước ấy được quốc thái dân an, mọi người sống chung đầm ấm yên vui.

26. Vua rồng và tiếng chuông chùa

Tại đỉnh núi Hy Mã Lạp Sơn có một cái ao lớn, trong đó có rất nhiều rồng. Chúng thường nổi gió to bão lớn, làm ngã đổ cây rừng, gây nguy hại cho dân chúng sống ở dưới chân núi. Vì vậy tiếng than khóc của người dân vang thấu tới trời, kẻ thì dọn đi nơi khác, người thì chết bỏ xác, thật là thê lương!

Vua Ca Nị Sắc Ca biết được chuyện ấy thì vô cùng tức giận. Để giải cứu cho dân, ông bèn cho xây dưới chân núi một bảo tháp cao tới hơn trăm thước và dạy dân tới đó cầu nguyện mưa thuận gió hòa.

Vua rồng trong ao thấy chuyện như thế, nổi trận lôi đình, tạo một trận cuồng phong thổi sập bảo tháp.

Vua Ca Nị Sắc Ca thấy bảo tháp bị sụp đổ, lập tức sai người xây lên trở lại. Vua rồng không chịu thua, lại nổi gió bão sân nộ lên thổi sập bảo tháp lần nữa, cứ thế sáu lần tất cả, vua Ca Nị Sắc Ca tốn bao nhiêu công lao cực khổ cũng như không!

Nhưng vua Ca Nị Sắc Ca là một vị vua anh minh dũng cảm, thông minh sáng suốt, không biết sợ là gì, có một nghị lực bất khuất kiên cường. Trong hoàng cung vua đứng ngồi không yên, đêm ngày suy nghĩ tìm cách giải quyết vấn đề này. Đột nhiên ông phát nguyện như sau:

- Không làm thì thôi, đã làm thì làm cho tới cùng! Là đệ tử của Phật thì sợ gì mà không hy sinh thân mệnh để cứu khổ cho chúng sinh? Không làm cho vua rồng hàng phục thì ta không ngừng nghỉ!

Vua bèn dẫn đại binh đi lấp bằng cái ao rồng trên núi. Thế là đoàn binh mã cuồn cuộn như thủy triều nhắm núi Hy

Mã Lạp Sơn mà tiến. Lúc ấy vua rồng mới kinh hoàng, lắc mình một cái, biến thành một ông lão già lụm khụm, tiến đến trước mặt vua Ca Nị Sắc Ca chặn đường:

- Đại vương! Ngài không nên đấu với vua rồng, tuyệt đối không nên đấu với vua rồng! Vua rồng tuy chỉ là một loài súc sinh, nhưng sức người không sao chống lại hắn nổi! Nếu thắng được hắn thì đại vương cũng chẳng được thêm uy đức gì, mà trái lại nếu thua hắn thì thật là xấu hổ! Chẳng bằng đại vương rút quân trở về là hơn!

Nhưng ý của vua Ca Nị Sắc Ca đã quyết, không có gì lay chuyển được, nên vua cứ kéo quân tiến tới.

Vua rồng giận dữ trở về ao trên núi, tức thời mây đen kéo tới dày đặc, đất đá bay nghịt trời thật là hãi hùng làm cho người ngựa kinh khiếp chạy trốn tứ tán, và khiến cho đoàn quân của vua Ca Nị Sắc Ca không biết cách nào mà đối phó.

Trước cảnh hiểm nghèo như thế, vua Ca Nị Sắc Ca bèn dẫn đoàn quân chạy đến trước bảo tháp, chí thành cầu nguyện. Tâm thành của họ đã cảm lên đến chư Phật và chư Bồ Tát, trong nháy mắt trời quang mây tạnh, sấm chớp tắt ngấm. Lúc ấy vua Ca Nị Sắc Ca mới sai binh lính mỗi người ôm một tảng đá to, đem lên núi để lấp bít ao rồng. Khi nghe lệnh vua như thế, vua rồng biết không còn cách kháng cự được, nên lại biến thành ông già như lần trước, tới thỉnh cầu vua:

- Đại vương! Tôi chính là vua rồng hóa thân tới đây xin đầu hàng, cầu xin đại vương tha mạng cho tôi. Tôi biết tính tình hung bạo của tôi khó khắc phục, vì vậy xin đại vương hãy treo trên đỉnh mỗi chùa tháp một cái chuông lớn, nếu thấy mây đen kéo tới trên đỉnh núi thì mau gõ lên tiếng chuông, tôi nghe tiếng chuông sẽ tự giác mà ngừng tâm ác lại!

Vua Ca Nị Sắc Ca nghe vua rồng sám hối như thế rất vui mừng, bèn cho xây bên cạnh bảo tháp một ngôi chùa hùng vĩ nguy nga, và treo trên mái chùa một cái chuông thật to, cử người đến trông coi, hễ thấy mây đen tụ tập thì đánh lên cho âm thanh tiếng chuông vang hưởng. Vua rồng nghe tiếng chuông thì tự giác, do đó tội ác được giảm xuống không biết mấy mà kể!

Từ chuyện này mà vua Ca Nị Sắc Ca được dân chúng sùng kính vô hạn, nhân đó mà ông cảm hóa được rất nhiều người tin theo Phật giáo.

27. Bán thịt tự thân mua lễ vật

Cách đây rất lâu về trước, có một người tên là Thường Đề, tu hành rất tinh chuyên, đạo cao đức trọng nên được mọi người xưng là Bồ Tát Thường Đề.

Lúc mới xuất gia, Bồ Tát Thường Đề muốn tìm minh sư nên không ngại lặn lội đường xa cực khổ, không sợ nguy hiểm đường dài, tinh thần cầu pháp của ông là "chưa đạt mục đích thì chưa ngừng nghỉ".

Nhưng đi khắp các danh sơn trong thiên hạ rồi mà chưa tìm ra được một vị thiện tri thức lý tưởng. Có một hôm, ông ngồi dưới bóng mát một gốc cây để nghỉ ngơi, bỗng nhìn thấy một người từ trong không trung bước xuống, nói với ông rằng:

- Hỡi vị cầu đạo kia! Tinh thần cầu pháp nhiệt tình và tâm nhẫn nại mọi lao khổ của ông khiến cho mọi người phải khâm phục. Nay tôi đến nói cho ông biết rằng, nhắm hướng đông mà đi thì ông sẽ gặp được pháp yếu vô thượng, đắc được trí huệ quý giá nhất.

Nghe thế, Thường Đề hấp tấp hỏi:

- Đại đức! Xin ngài cho tôi biết, nhắm hướng đông mà đi thì phải đi tới chỗ nào mới gặp được vị thiện tri thức cho tôi bái lạy làm thầy?

Vị hóa nhân trả lời:

- Cách đây xa thật là xa, có một chỗ tên gọi là thành Chúng Hương, ông đến đó tìm Bồ Tát Đàm Vô Kiệt xin học chỗ tối cao trong Phật pháp. Thành Chúng Hương là một vườn hoa tuyệt đẹp và Bồ Tát Đàm Vô Kiệt là một vị chuyên nghiên cứu về Bát Nhã. Đó chính là người thầy lý tưởng mà ông mong cầu.

Nghe thế rồi, Thường Đề mừng rỡ vô hạn, lập tức thu thập mấy thứ đang mang theo mình mà nhắm hướng đông đi như bay. Nỗi mừng vui đã khiến ông quên hết mọi cực nhọc gian khổ dặm đường.

Thường Đề đêm ngày đi không ngừng nghỉ, chỉ hận là sao mình không mọc đôi cánh để bay một mạch tới nước Chúng Hương. Đến một thị trấn nọ, ông chợt nghĩ đến một chuyện: khi đến gặp danh sư bái tổ thì phải mang theo lễ vật nào đó cúng dường, nhưng đem cái gì được đây? Ngoài tấm áo thầy tu rách rưới trên thân, ông không hề có một vật gì khác. Cuối cùng ông nghĩ ra một cách, nghĩ rằng những bắp thịt rắn chắc của ông là một món hàng có thể bán được, vì thế ông bèn viết một tấm bảng mang trên người tìm người mua thịt. Nhưng có ai lại muốn mua thịt người bao giờ? Một buổi sáng đã qua mà vẫn chưa ai tới mua thịt của ông, mọi người chỉ nhìn ông bằng cặp mắt kỳ dị, nhưng không ai dám tiến lại gần.

Lòng cầu đạo của ông đã làm cho trời đất phải cảm động, nên thiên Đế Thích muốn thử đạo tâm của Thường Đề, bèn biến thành một ông già đến gần, nói:

- Ông bạn ơi! Sao ông lại muốn bán thịt người vậy? Mạng sống là một báu vật vô giá, và thân thể là chỗ y cứ của mạng sống, sao lại đem mạng sống quý giá ấy hủy mất đi?

Thường Đề nước mắt nhoè nhoẹt trả lời:

- Không giấu gì ngài, tôi số phận hẩm hiu, chướng dày phước mỏng, không có tài sản. Bây giờ tôi muốn đến thành Chúng Hương cầu pháp, muốn lạy Bồ Tát Đàm Vô Kiệt làm thầy, nhưng tôi không có tiền mua lễ vật cúng dường, vì vậy nên đứng đây bán thịt mình, nhưng chẳng ai muốn mua giùm tôi.

Nghe Thường Đề nói thế, ông lão thương hại nói rằng:

- Thôi được! Thế thì tôi mua cho ông một cân thịt người, nhưng ông không sợ đau hay sao?

- Cám ơn ông lão! Cám ơn ông! Ông đã giúp cho tôi mãn nguyện, đã giúp cho tôi giải quyết mọi khốn khó, khỏi cần nói giá tiền, ông cho bao nhiêu cũng được cả!

Nói xong Thường Đề bèn lấy con dao bén, cắn răng chịu đau cắt bắp thịt trên cánh tay. Ngay lúc ấy, giữa đám người đứng nhìn có một thanh niên trẻ tuổi chạy lại hỏi Thường Đề:

- Hỡi vị tu đạo kia, ông chịu đau đớn khổ sở như thế chỉ để cúng dường Bồ Tát Đàm Vô Kiệt, xin hỏi ông rằng, ông làm như thế có ích lợi gì?

- A! Cậu không biết chứ công đức của việc này vô lượng vô biên. Cậu nghĩ xem, thế giới Cực Lạc là một khu vườn vi diệu, đức Phật đã kêu gọi chúng ta một cách chân tình như thế, không lẽ cậu không tha thiết muốn về đó hay sao?

Anh chàng thanh niên cảm động trước lời nói khẩn thiết, nhiệt tình của Thường Đề, nên khảng khái nói:

- Ngài thật là khả kính! Tiền tài mà ngài cần dùng, tôi có thể dâng tặng cho ngài. Nhưng tôi chỉ xin ngài một điều, là hãy cho phép tôi đi theo để cùng cầu pháp bảo.

- Tốt lắm! Tốt lắm!

Thường Đề trả lời ngay.

Lúc ấy, hóa nhân của trời Đế Thích nói:

- Thường Đề! Không phải ta thích gì thịt của ông, ta chỉ muốn thử đạo tâm của ông đấy thôi! Ta không phải ai xa lạ, mà chính là trời Đế Thích. Sau này, ta quyết sẽ ủng hộ pháp của ông.

Lão già nói xong, dùng cánh tay áo phất nhẹ lên vết thương của Thường Đề rồi biến mất, vết thương bèn lành lặn như cũ. Thường Đề lạy tạ trời Đế Thích rồi cùng chàng thanh niên chuẩn bị một vài lễ vật cúng dường xong, cả hai cùng nhắm hướng thành Chúng Hương mà thẳng tiến.

Tới thành Chúng Hương, nhờ Bồ Tát Đàm Vô Kiệt dìu dắt khai đạo, lại nhờ Thường Đề tu hành rất tinh tiến, nên 7 năm sau, Thường Đề giác ngộ được đạo pháp vi diệu, chứng được trí huệ Bát Nhã và vĩnh viễn giải thoát sinh tử.

Từ đó người ta gọi ông là Bồ Tát Thường Đề.

"Người có chí thì làm gì cũng thành", câu này áp dụng ở đây rất đúng. Chỉ cần chịu nhọc, cố gắng thực hiện thì việc gì dầu khó khăn tới đâu cũng có ngày thành công.

28. Hai anh em

Ngày xưa có hai anh em nhà nọ, từ nhỏ sống chung với nhau, tình huynh đệ hết sức sâu đậm. Trưởng thành rồi, tuy cha mẹ đã tạ thế từ lâu, nhưng họ vẫn sống chung với nhau một cách hòa thuận, thân ái. Ngay cả gia tài cha mẹ để lại, cũng không ai nghĩ tới chuyện giành phần của người kia để làm của riêng cho mình.

Một hôm trong lúc chuyện vãn, hai người tình cờ nhắc tới gia cảnh của mình, họ thấy phải chấn hưng và tìm cách phát triển sự nghiệp của tổ tiên để lại. Họ suy nghĩ, nhận thấy từ khi thừa kế gia nghiệp cho đến nay, họ không làm gì hơn là duy trì gia tài cho khỏi suy suyển mà thôi. Nhưng làm cho nếp nhà vẻ vang là trách nhiệm của nam nhi, nếu thành công trên phương diện kinh doanh làm giàu thì cha mẹ sẽ được yên tâm nơi chín suối.

Do đó hai người bàn tính với nhau ra xứ ngoài làm ăn. Họ thu xếp chuyện nhà đâu đó xong xuôi, mỗi người đem theo 10 cân vàng do mẹ để lại, rồi chọn ngày lành tháng tốt sửa soạn hành trang lên đường.

Hai người đi bộ trên một quãng đường khá xa, vượt qua những đỉnh núi cao chót vót. Trên đường đi họ gặp rất ít người, cũng chẳng ai kết bạn đồng hành với họ. Trước mặt họ là một dải đất mênh mông hoang vắng, tịch lặng.

Khi hai người đến một vùng thâm sơn hoang vu, người anh bỗng khởi lên một niệm ác trong tâm: Hay là mình giết thằng em này đi, đoạt lấy vàng của nó? Nếu số vốn được nhân lên làm đôi thì công việc buôn bán chắc chắn sẽ thuận lợi hơn, và mình sẽ kiếm nhiều tiền hơn, làm giàu dễ dàng hơn.

Cùng lúc ấy, người em cũng có những ý nghĩ bất ngờ trong đầu: Sao không giết anh đi, lấy tiền của anh thêm vào phần của mình, thì mọi sự không dễ dàng và thoải mái hơn sao?

Tuy nhiên, cũng gần như đồng thời, trong tâm của cả hai người lại khởi lên tiếp những suy tưởng giống nhau: Không! Đó là tội ác nặng nề to lớn nhất, kim tiền tài sản đều là những khí giới độc hại đối với lương tâm và nhân cách con người, như một vũng bùn sâu, một khi vấp ngã vào đó thì khó có thể trèo ra.

Sự cách biệt giữa thiện và ác chỉ vỏn vẹn trong một niệm, nhưng nhân quả của chúng thì lại xa khác nhau vô biên diệu vợi. Đồ tể buông dao xuống là có thể thành Phật. Người tốt không nhất định phải có toàn những ý nghĩ thiện, cũng như người xấu không phải là vĩnh viễn không có lúc thiện. Tất cả chỉ do nơi sự chọn lựa của họ, và sự định đoạt chỉ nằm trong một cái *sát-na* ấy thôi.

Sau đó hai người có vẻ rất nhẹ nhàng thư thái, vì cả hai đều chọn cách suy nghĩ thứ nhì. Niệm giác ngộ khởi lên thì trong tâm cảm thấy thanh thoát bội phần, bước chân của họ nhanh nhẹn hơn, và họ vượt qua được rặng núi hiểm nghèo kia.

Đi chưa được xa lắm, họ đến bên bờ một hồ nước xanh biếc, người anh móc trong người ra số vàng mang theo vứt xuống hồ một cách quyết liệt.

- Đúng!

Cùng với tiếng nước bị bắn lên tung toé, tiếng khen ngợi của người em vang lên một cách rõ ràng.

- Bõm!

Thêm một lần nữa, những giọt nước như những cánh hoa bay lên tứ phía.

- Đúng!

Người anh cũng vui vẻ tán thán khi thấy người em vứt số vàng của mình xuống nước, nhưng lại nghĩ thầm trong đầu: "Lạ quá, không lẽ chú ấy cùng có một ý nghĩ với ta hay sao?" Nghĩ thế rồi, người anh không ngăn được câu hỏi:

- Vì đồng tiền vàng mà anh đã có những ý nghĩ ác độc muốn hãm hại em, may mà anh đã tỉnh giác kịp thời, vì vậy mới vứt vàng xuống hồ để diệt tuyệt hoạn nạn về sau. Còn em, tại sao lại vứt bỏ vàng của mình đi?

Người em trả lời:

- Đúng thế, em cũng đã có ý nghĩ tội lỗi như anh vậy, vì thế mới đem vàng vứt bỏ đi. Nhưng bây giờ hai anh em ta an ổn rồi!

Vừa nói, hai anh em vừa khoác tay nhau, vai sánh vai tiến bước, mắt nhìn lên bầu trời thăm thẳm bao la. Tâm họ nhẹ nhàng và an vui như áng mây trắng bềnh bồng trong khoảng trời không mênh mông ấy.

Vàng bạc có khác nào rắn độc, chỉ khi nào biết rõ thật tính của vàng bạc mới có thể bảo vệ được nhân tính của mình.

29. Có thân hay không?

Ngày xưa có một vị thương gia tên gọi là Vương lão lão, người béo mập, to lớn mạnh khoẻ, ăn thì thích ăn ngon, ở thì thích nhà cao cửa rộng, không có thứ gì là không ham muốn. Vì để hưởng thụ tiền tài, sắc đẹp và đồ ăn thức uống, nên ông đặc biệt quý trọng thân thể của mình, chỉ luôn lo sợ mỗi một điều là mạng sống không lâu dài.

Có một hôm trên đường về nhà sau chuyến buôn xa, ngước mắt nhìn trời thì thấy mặt trời đã lặn, màn đêm đã bao phủ từ bao giờ. Ông vội vàng tìm một căn nhà nghỉ trọ, nhưng ngoài núi rừng hoang dã, xung quanh không hề có bóng dáng nhà cửa dân cư nào.

Trong lúc đang bồn chồn lo lắng, thì xa xa phía trước thấy thấp thoáng có một ngôi miếu bỏ hoang, ông mừng rỡ chạy tới trú đêm trong ấy.

Trong ngôi miếu hoang phế, ông tìm một góc phòng và nằm ngay xuống đất mà ngủ. Ông suy nghĩ lung tung, tư tưởng càng lúc càng mơ hồ. Trong khoảng mông lung ấy, ông bỗng nhìn thấy một con quỷ đầu to, tóc tai bù xù, mày rậm, mắt lồi, mặt đen, trên lưng cõng một cái xác chết gầy gò, ném xác chết trước mặt ông đánh "rầm" một tiếng. Ông sợ quá, muốn chạy trốn mà không có đường trốn. Tiếp theo, ông lại thấy một con quỷ khác, miệng hoác, tai to, mũi nhọn, răng vẩu, lưỡi dài cũng chạy tới, giận dữ toác miệng ra mắng con quỷ đầu to:

- Cái xác chết này là của ta, tại sao mi lại đem nó tới đây?

- Nó là của ta, dĩ nhiên ta muốn đem nó đi đâu tùy ý!

- Đồ ăn nói quàng xiêng, nó thuộc về ta!

Con quỷ miệng hoác nói xong liền kéo một tay một chân của thây ma lên, tính vác đi.

- Chờ một chút, có người làm chứng, mi có thể hỏi tiên sinh đây!

Con quỷ đầu to vừa nói vừa chỉ thương gia Vương lão lão, và đồng thời cũng nắm giữ lại một tay một chân của tử thi.

Hai con quỷ tranh qua giành lại, tranh hoài không phân thắng bại, con quỷ miệng hoác bèn nhìn Vương lão lão hất hàm hỏi:

- Sự thật cái tử thi này là của ai?

Vương lão lão thầm nghĩ, hai con quỷ này sức mạnh vô song, được lòng đứa này thì tất nhiên sẽ mất lòng đứa kia, bây giờ có nói thật hay nói dối cũng không thoát chết, thôi thì nói thật rồi chết còn hơn nói dối, ông bèn trả lời:

- Tôi thấy chính là vị tiên sinh đầu to đem cái tử thi này tới đây.

- Nói bậy, mi là đồ nói bậy!

Con quỷ miệng hoác hét lên, trừng hai con mắt lên nhìn, không nghe lời biện bạch nào nữa mà hùng hổ kéo một cánh tay của Vương lão lão giật mạnh một cái đứt đoạn, rồi vứt xuống đất. Con quỷ đầu to vội vàng giật một cánh tay của tử thi ra, rồi cắm vào người của Vương lão lão. Cứ thế mà trao qua đổi lại, một con quỷ thì kéo ra từ đầu này, một con thì giật lấy từ đầu kia cắm lại, hai tay, hai chân, rồi từ đầu xuống chân cho đến toàn thân của Vương lão lão đã đổi với toàn thân của tử thi. Hai con quỷ thấy cái tử thi mới mập mạp tươi tốt bèn thi nhau ăn, không còn tranh nhau cái thân người gầy gò kia nữa.

Thật đáng thương cho Vương lão lão, bị hai con quỷ dùng làm miếng mồi ngon. Ăn no nê rồi, chúng quẹt mồm chùi mép, vặn mình chuyển người một lúc rồi hoan hỉ kéo nhau đi. May sao, chân tâm của Vương lão lão không hề bị mất đi, bổn tính cũng chưa mê muội, ông suy nghĩ:

- Thân thể do cha mẹ sinh ra, thế mà hồi nãy trơ mắt ra nhìn hai con quỷ đói ăn sạch rồi! Bây giờ da thịt trên thân ta là da thịt của người khác, từ mập ta đã trở thành gầy, mà thật sự ta có thân không? Hay là không có thân?

Ông suy nghĩ mãi về vấn đề này, nhưng nghĩ không ra. Bỗng nhiên có một tiếng động mạnh làm cho ông sợ hãi giật nẩy mình. Ông trố mắt nhìn quanh, gian phòng trống không, thì ra ông vừa trải qua một cơn ác mộng.

Ngày hôm sau, Vương lão lão tìm đến một ngôi chùa, kể lại giấc mộng của mình cho một vị *tỳ-kheo* nghe, và nêu lên vấn đề thân của mình có hay là không có? Vị *tỳ-kheo* dạy rằng:

- Chư pháp do nhân duyên mà sinh, chư pháp cũng do nhân duyên mà diệt; đời người vô thường, xét đến cùng là vì như thế. Từ vô thủy đến giờ, thật sự không có cái gọi là "*ngã*".

- Thầy thuyết pháp cao siêu quá, tôi không hiểu hết.

- Được rồi, tôi sẽ nói một cách cụ thể hơn cho ông nghe.

Sắc thân của chúng ta là do tứ đại hòa hợp, là một cái bao da hôi thối. Một ngày nào đó bốn nhân duyên lớn là đất, nước, lửa, gió không hòa hợp nữa, cái thân thể mà ta chấp là "tôi" đó, cũng sẽ tiêu tan.

- Như cái thân của tôi do cha mẹ sinh ra, tứ chi và năm căn vẹn toàn, có thể đi đứng, có thể ăn uống, có thể nói chuyện này, không phải là thân của tôi hay sao?

Vương lão lão hỏi, có vẻ như không hiểu.

- Trong giấc mộng vừa rồi của ông, cái thân của ông và cái thân của xác chết có cái gì khác biệt với nhau?

- Khác biệt chứ sao lại không, cái thân của tôi sau khi bị trao đổi đã thành da thịt của người khác.

- Thế thì, lúc ấy cái mà ông gọi là "tôi" đó đã đi đâu rồi?

Vương lão lão không có lời lẽ nào để trả lời câu hỏi này. Ngừng một lúc, vị *tỳ-kheo* lại nói:

- Chính điều đó làm cho chuyện đại sự sinh tử không rõ ràng.

Vị *tỳ-kheo* lại ngừng, để cho Vương lão lão suy nghĩ một lúc, sau đó từ tốn khai thị cho ông:

- Cái thân còn sống của ông và cái xác thân đã chết nọ, đều là cái tôi giả tạo, nếu hiểu rõ ràng thì sẽ thấy là không có hai, không có khác. Ông có thể chỉ cái thân còn sống của ông, sau khi đã trao đổi với cái thân của xác chết kia mà nói rằng "đây là cái tôi thật", đó cũng là bổn lai diện mục của ông vậy.

Vương lão lão nghe xong chợt đại ngộ, liền phát tâm xuất gia tu hành, tinh tiến giữ giới, lìa bỏ ngũ dục, đoạn trừ phiền não của thế gian và chứng quả *A-la-hán*.

30. Y Lý Sa

Trưởng giả Y Lý Sa rất giàu có, tài sản của ông, ngoại trừ nhà vua ra thì không có ai có thể so sánh được. Ông có cả chục cái kho, kho nào cũng tràn ngập vàng bạc châu báu.

Tuy giàu có như thế nhưng ông là một người cực kỳ xấu tướng, sinh ra đã chân thọt, lưng gù, mắt chột, đã thế tính tình lại bủn xỉn, tham lam, tà kiến. Cố nhiên ông đã không cho ai một đồng xu nhỏ nào, mà cả đến chính mình cũng không dám tiêu xài gì cả.

Trước đó, bảy đời tổ tiên của ông đều nổi danh là từ thiện, nhưng đến khi ông lên nối nghiệp thì hoàn toàn làm ngược lại với nền nếp của ông cha, cho đến cái nhà chẩn tế (từ thiện đường), ông cũng phá ra để làm nhà kho. Bình thường, nếu có người hành khất nào đến xin ăn, thì không những Y Lý Sa không bố thí gì cho người ta, mà còn tay đấm chân đá, đánh người ta tới bể đầu chảy máu. Cả làng không ai ưa cái con người coi tiền hơn mạng sống của mình đã đành, mà cả người nhà của ông cũng ghét bỏ ông.

Một hôm ông phải lên kinh thành chầu vua, trên đường về đi ngang qua một quán rượu. Quán rất đông khách, hương rượu nồng thoang thoảng bay qua cánh cửa hé mở khiến Y Lý Sa phải nuốt nước miếng, muốn bước vào quán uống một ly. Nhưng bỗng nhiên ông lại nghĩ rằng: "Nếu ta bị người nhà nhìn thấy đang ngồi uống rượu, thế nào họ cũng đòi uống, lúc ấy tài sản của ta sẽ bị hao hụt hết còn gì!".

Muốn bảo toàn gia tài, Y Lý Sa thà nén cơn thèm rượu của mình và cương quyết rời xa quán rượu. Nhưng trên con đường ấy có quá nhiều quán rượu khác, cuối cùng không không tự kiềm chế nổi, ông bèn bước vào mua một bình rượu và lén tìm một chỗ có nhiều lùm cây trong rừng, một mình rót rượu uống vô cùng khoái trá.

Cha của Y Lý Sa, do vì lúc còn sinh thời thích bố thí và cứu giúp người, nên sau khi chết sinh lên cõi trời làm Thiên Đế Thích.

Đúng lúc ấy, Thiên Đế Thích nghĩ tới chuyện nhà của mình, không biết đứa con trai có nối tiếp sự nghiệp từ thiện bố thí cứu khổ hay không? Khi ông khám phá ra thằng con vô nghì là một thứ keo kiệt bủn xỉn, tới ăn cũng không dám ăn, sợ người nhà tới xin chia, đến nỗi phải lén tìm chỗ kín mà ăn uống một mình, ông động lòng thương liền nghĩ cách cho nó một bài học để sớm cải hối.

Thiên Đế Thích liền biến thành một người giống hệt như Y Lý Sa. Thừa lúc Y Lý Sa còn đang uống rượu trong rừng cây, ông đến hoàng cung xin gặp vua. Vua hỏi:

- Đại trưởng giả! Giờ này không phải là lúc chầu triều, ông đến gặp ta có chuyện gì?

Y Lý Sa giả trả lời:

- Đại vương, không có gì khác hơn là chuyện này, nhà của hạ thần có quá nhiền vàng bạc châu báu, xin đại vương cho sứ thần đến nhà của hạ thần lấy bớt đem về bỏ trong ngân khố quốc gia, khi nào cần mang ra sử dụng.

- Không! Tài sản do ông khổ công tạo ra, ta không nỡ lấy!

Tuy vua từ chối rồi, nhưng Y Lý Sa giả vẫn nài nỉ:

- Nếu đại vương không lấy thì thần nên đem tài sản ấy cho ai bây giờ?

- Trưởng giả! Người nghèo khổ rất nhiều, họ đang cần ông bố thí đấy!

Y Lý Sa giả nghe vua nói thế, giả vờ như vỡ lẽ ra, liền trả lời:

- Phải rồi, thần phải đem tiền đi bố thí cho người nghèo.

Thiên Đế Thích trong lốt Y Lý Sa bèn trở về nhà, mở hết kho vựa, kêu người nhà, vợ con cùng nô bộc tỳ nữ đến bảo rằng:

- Hãy ra ngoài đường mà nói với mọi người rằng nhà Y Lý Sa hôm nay mở đại hội bố thí, ai nghèo khổ thì có thể đến đây nhận tiền cứu trợ.

Tin đột ngột ấy làm cho ai nấy đều lấy làm quái lạ. Bình thường bản tính Y Lý Sa keo kiệt tới mức nào, ai lại chẳng biết? Hay là hôm nay ông say rượu và trở nên tốt bụng, chịu xuất tiền ra bố thí?

Rất nhiều người, thôi thì nào bao nào túi, nào giỏ nào xách, tụ tập trước nhà của trưởng giả. Y Lý Sa giả rất rộng rãi, thấy túi nào bao nào chìa ra cũng đong đầy vàng bạc vào, người nhận ai cũng vui mừng tán thán.

Lúc ấy Y Lý Sa thật uống xong bình rượu bèn ra khỏi rừng cây, chuếnh choáng trở về nhà. Lúc mới bước ngang qua cửa nhà, thấy đằng trước có rất đông người đang đứng xếp hàng dài như một con rắn vĩ đại, ai nấy cũng đeo xách đeo giỏ, ai nấy cũng đều vui mừng rạng rỡ.

Y Lý Sa không hiểu chuyện gì đang xảy ra, bèn hỏi họ:

- Các người đứng đây làm gì vậy?

- A! Hôm nay là ngài trưởng giả Y Lý Sa mở đại hội bố thí, ông là người làng mà chưa biết hay sao?

Y Lý Sa không nghe thì thôi, mà nghe rồi thì sợ hãi rụng rời, suýt nữa té xỉu xuống đất. Khi ông thấy những người nghèo hèn này đem từng bao, từng bao đựng đầy bảo vật lấy từ kho của ông ra, ông vội nhào tới bấu lấy, hét lên:

- Mấy người là đồ ăn cướp! Tiền bạc này là của ta, tại sao lại dám tùy tiện tới lấy!

Những người nghèo này nghe ông nói toàn những lời thô ác, thì nổi giận vung tay tới đánh. Thật đáng thương cho Y Lý Sa, bị một trận đòn đau, thừa lúc hỗn loạn bèn bò ra khỏi đám đông để chạy về nhà. Lúc ấy ông đã tỉnh rượu, nhưng người giữ cửa chặn lại không cho ông vào.

- Thế này là nghĩa thế nào? Ta là chủ của các ngươi mà các ngươi cản không cho ta vào, các ngươi đang làm loạn phải không?

Trưởng giả Y Lý Sa la hét rầm rĩ, nhưng bù lại chỉ bị ăn đòn thêm, cuối cùng không biết làm gì hơn là bất lực nhìn tài sản của mình bị lấy đi không ít. Ông chạy đến hoàng cung như một người điên, cầu khẩn nhà vua:

- Đại vương! Có phải chính ngài là người ra lệnh mở cửa kho của hạ thần cho người ta đến cướp tài sản không?

- Trưởng giả, ta không hề hạ lệnh, không phải chính ông mới là người muốn mở đại hội bố thí hay sao?

Người trưởng giả keo kiệt kia ruột gan như lửa đốt, đỏ mặt tía tai nói rằng:

- Từ trước đến giờ hạ thần quý trọng tài sản như chính mạng sống của mình, có lý nào lại đem tiền bạc trong kho ra phân phát cho thiên hạ, xin đại vương mở cuộc điều tra giúp hạ thần!

Vua bèn phái sứ thần đến nhà trưởng giả, không bao lâu, Y Lý Sa giả cùng vợ con và gia nhân của Y Lý Sa thật đều được đưa đến trước mặt vua và các quan đại thần. Hai ông Y Lý Sa giống nhau không thể nào phân biệt được ai thật ai giả, cuối cùng vua bảo phu nhân ra nhận diện. Nhưng phu nhân lại nhận ông Y Lý Sa chịu bố thí và làm việc thiện làm chồng, và tất cả, từ con cái tới người làm công trong nhà, ai ai cũng nhất định từ chối ông Y Lý Sa keo kiệt kia.

Y Lý Sa thật bèn nhớ tới cái nhọt trên đầu, bình thường không ai có thể nhìn thấy được. Ông bèn gọi thợ hớt tóc đến kiểm chứng, thợ hớt tóc kiểm rồi bèn thưa với vua:

- Đại vương! Cả hai người đều có nhọt trên đầu, hạ thần không phân biệt được ai thật ai giả.

Người trưởng giả keo kiệt kia nghe thợ hớt tóc nói như thế rồi thì run lẩy bẩy, quá lo sợ tài sản bị chiếm đoạt nên té xỉu xuống đất ngay tại chỗ. Chính giây phút ấy Y Lý Sa giả mới hiện nguyên hình, nói với vua rằng:

- Đại vương, ta không phải là Y Lý Sa, ta là Thiên Đế Thích.

Nói xong bèn gọi Y Lý Sa dậy, người xung quanh vội lau mặt cho ông tỉnh. Thiên Đế Thích nói với ông rằng:

- Y Lý Sa! Tài sản ấy là sở hữu của ta chứ không phải của ngươi, ta chính là cha của ngươi đây! Nhờ làm điều thiện, hành bố thí nên sinh làm Thiên Đế Thích. Nhưng ngươi lại phá hoại gia quy của ta, trở thành một người bủn xỉn như vậy. Lòng tham của ngươi không đáy, đã phá hủy nhà chẩn tế, đuổi mắng kẻ ăn xin, một mực bảo thủ tài sản, tự mình không dám dùng cũng không bố thí cho người khác. Từ ngày hôm nay trở đi, ngươi phải xây lại nhà chẩn tế của ta, thực hành bố thí và làm việc thiện, bằng không thì bao nhiêu tài sản ấy sẽ bị ta biến thành cát bụi hết!

Lời răn bảo của cha đã làm cho Y Lý Sa tỉnh ngộ. Từ đó ông chịu làm việc thiện, chịu bố thí, giữ gìn theo Năm giới, về sau cũng được sinh lên cõi trời.

Khi Đức Phật thuật lại câu chuyện này xong, Ngài nói thêm: “Y Lý Sa biết ăn năn ấy chính là tiền thân của ta.”

31. Cô bé lọ lem

Ngày xưa ở Ấn Độ có một quả núi tên là Trú Ám, trên núi, có những gốc cổ thụ vươn lên tới trời, có kỳ hoa dị thảo, bóng người lại thưa thớt, thật là một khung cảnh lý tưởng cho việc tu hành.

Từ xưa đã có rất nhiều vị tu đạo lên núi Trú Ám tịch tĩnh này để tu luyện nên chẳng bao lâu núi đã trở thành một đạo tràng thánh thiện và thanh khiết, được muôn người ngưỡng mộ tìm tới, nhất là người từ xa xôi đến thiết trai cúng dường cầu phước thì lại dìu dập không ngớt lai vãng.

Một hôm có một vị trưởng giả chuẩn bị thật nhiều cao lương mỹ vị và đưa người nhà lên núi để cúng dường chư *tỳ-kheo*. Trên đường, có một cô gái ăn xin vừa tròn 18 tuổi trông thấy được, cô không khỏi nghĩ rằng: "Hôm nay trưởng giả đem nhiều thức ăn như thế để cúng dường các sư phụ xuất gia, nếu ta đi theo xin ăn, thế nào lại chẳng được một bữa cơm no nê thỏa thích, mấy bữa nay đã không có gì vào bụng..."

Nghĩ thế xong, cô vui tươi tung tăng chạy lên núi. Nhưng khi cô lên đến núi, thấy trưởng giả bày ra những thức ăn trân quý ngon lành thì cảm xúc mà nghĩ rằng:

- Kiếp trước trưởng giả đã tu phúc nên kiếp này được quả báo giàu sang phú quý, bây giờ lại có thiện tâm như thế, lập đàn trai cúng dường chư tăng, tạo nhiều công đức, phúc báo kiếp sau chắc chắn sẽ còn to lớn hơn kiếp này nhiều!

Còn ta sao mà đáng thương! Kiếp trước không biết tu phúc nên kiếp này nghèo khổ, nếu bây giờ lại cũng không biết tu phúc, thì kiếp sau sẽ còn nghèo khổ biết bao nhiêu! Mấy bữa trước bươi đống rác lượm được hai đồng tiền, tại sao hôm nay lại không đem hai đồng ấy lên cúng dường cho các sư phụ xuất gia? Mặc dù với hai đồng này ta có thể mua được hai cái bánh để ăn, nhưng dẫu có đem cúng quý thầy chắc ta cũng không đến nỗi chết đói!

Nghĩ xong, chờ các vị *tỳ-kheo* dùng bữa xong xuôi, với tâm cực kỳ cung kính, cô hai tay nâng hai đồng tiền lên hiến dâng các ngài. Theo tục lệ của núi ấy, khi có người đến cúng dường thì vị thầy tri khách sẽ ra chúc phúc cho thí chủ. Nhưng hôm ấy, chính đại thượng tọa trụ trì đã thân hành ra chúc phúc cho cô gái nghèo khổ nọ.

- Trong tâm cô bé này, có bao nhiêu bảo vật trên thế gian cô đều đã đem ra cúng dường cho người xuất gia. Con bố thí là vì muốn tu phúc, nên nay ta chúc con vĩnh viễn không còn nghèo khổ bần cùng nữa.

Cô gái nghèo nghe thượng tọa trụ trì chúc phúc như vậy, lòng cảm thấy rất vui mừng và an ổn, chưa kể cô còn được đại chúng cho ăn một bữa cơm no. Lúc ấy cô thật sự đạt được Pháp lạc vô thượng.

Ăn no rồi, cô rời khỏi núi không lâu thì ngồi xuống một gốc cây lớn nghỉ ngơi. Lúc ấy, mặt trời từ từ hướng về phía tây mà bóng mát của cây ấy không hề chuyển động, và bên trên còn có đám mây ngũ sắc che phủ cho cô nữa, thật là một hiện tượng vô cùng lạ lùng!

Cũng chính ngay lúc ấy, vị vua của nước ấy nhân vì hoàng hậu mới qua đời nên tâm tư buồn bã không nguôi, bèn xa giá đi dạo một vòng sơn thủy cho khuây khoả. Trên đường, xe vua đi ngang gốc cây cô gái nghèo đang nghỉ ngơi. Vua nhìn thấy cô gái đang ngủ dưới đám mây ngũ sắc, giật mình ngỡ rằng là tiên nữ cõi trời, lẩm bẩm tự bảo:

- Thiếu nữ này là tiên hạ phàm, thân hình sao mà kiều diễm, khuôn mặt sao mà tuyệt vời, lại có mây ngũ sắc che trên đầu, thật là kỳ lạ!

Thế rồi vua bèn hạ lệnh:

- Các ngươi hãy mời nàng ấy đến đây cho ta!

Cô gái nghèo giật mình thức giấc, ngơ ngác mở to đôi mắt, thấy quân binh đông đảo vây quanh thì kinh hoàng la lên thất thanh:

- Ôi! Các ông là ai? Có chuyện gì vậy?

- Cô đừng sợ! Chúng tôi không có ý hại cô, chính đại vương muốn mời cô đến gặp mặt đấy thôi!

Cô gái được đưa đến trước mặt vua rồi, nhà vua dịu dàng hỏi:

- Năm nay nàng được bao nhiêu tuổi rồi?

- Tôi vừa tròn mười tám tuổi.

- Nàng xinh đẹp và dễ thương quá, ta rất thích nàng. Ta muốn đưa nàng về cung làm đệ nhất phu nhân, nàng có bằng lòng không?

Cô gái nghèo liếc nhìn nhà vua rồi e thẹn cúi đầu mỉm cười. Cô như người ngủ mê, không dám tin mình lại may mắn dường ấy. Một cô gái nghèo ăn xin, làm sao mà một bước trở nên một vị đệ nhất phu nhân của cả một nước? Cô suy nghĩ như thế nên đờ đẫn cả người. Đức vua lại hỏi:

- Sao? Nàng không bằng lòng ư? Tại sao không nói một lời nào?

- Đại vương! Thiếp không biết mình đang mơ hay tỉnh.

- Nàng không mơ đâu, đây là sự thật.

Về tới hoàng cung, nhà vua lập tức triệu tập quần thần, giới thiệu cho họ vị hoàng hậu mới.

Khi nàng được lên làm hoàng hậu rồi thì cơm no áo ấm, cuộc sống vô cùng sung sướng. Nhưng trong tâm tư nàng không ngớt suy nghĩ:

- Nếu hôm nay ta được may mắn như thế này là nhờ lúc trước có cúng dường hai đồng bạc. Như vậy quý sư phụ trên núi không phải là đại ân nhân của ta sao?

Nghĩ thế, nàng bèn thưa với vua rằng:

- Đại vương! Thiếp vốn là một cô gái con nhà hạ tiện, nay được đại vương đoái thương cho làm đệ nhất phu nhân, cố nhiên ân huệ ấy thiếp cảm tạ không cùng. Nhưng thiếp cũng muốn cảm tạ các vị xuất gia trên núi đã nhận hai đồng tiền của thiếp, thiếp muốn đem vài thứ lên cúng dường các ngài để tỏ lòng biết ơn, chẳng hay đại vương thấy thế nào?

- Tốt lắm, nàng muốn gì thì cứ làm, tùy ý.

Hoàng hậu bèn cho chuẩn bị thật nhiều trân bảo và cao lương mỹ vị, phải dùng tới mấy chiếc xe chở lên núi Trú Ám cúng dường.

Cúng dường xong, đến giờ chúc phúc, thì vị đại thượng tọa trụ trì ngày nào, hôm nay không hề xuất hiện, lại cử vị thầy tri khách thay ngài ra chúc phúc. Hoàng hậu thấy thế không khỏi lấy làm lạ:

- Xưa kia tôi chỉ cúng dường có hai đồng tiền mà thượng tọa trụ trì đích thân ra chúc phúc cho tôi. Hôm nay tôi đem bao nhiêu là thức ăn và trân bảo đến cúng dường, tại sao thượng tọa không ra chúc phúc cho tôi?

Tất cả mọi người ai cũng thắc mắc điều ấy. Thượng tọa trụ trì biết được mối nghi vấn của đại chúng nên mới triệu tập mọi người lại mà dạy rằng:

- Xưa kia, cô ấy chỉ cúng có hai đồng tiền, vật cúng tuy ít ỏi nhưng cô cúng dường với cả một tâm kính cẩn chân thành. Đó là điều cao quý cùng tột. Nay cô đến với hàng mấy chiếc xe chở đầy cao lương mỹ vị và bảo vật quý giá, nhưng cô lại cúng dường với tâm ngã mạn, tự kiêu. Phật pháp không trọng vật chất mà chỉ trọng sự phát tâm, vì thế lần này ta không đích thân ra chúc phúc cho cô. Quý vị hãy hiểu cho rõ việc cúng dường trong Phật pháp.

Hoàng hậu và chúng *tỳ-kheo* nghe thượng tọa trụ trì nói như thế rồi, thì lòng cảm thấy vừa tàm quý nhưng lại vừa rất vui mừng, lúc bấy giờ họ mới hiểu rõ ràng thế nào là ý nghĩa chân chính của sự cúng dường hay bố thí.

32. Đồng tiền gây phiền lụy

Ngày xưa một vị *Bà-la-môn* ở Ấn Độ sinh hạ được một cậu con trai tuấn tú đoan chính, được cha mẹ hết mực cưng chìu. Từ nhỏ cậu bé đã thông minh lạ thường, hoàn toàn không giống với những đứa trẻ khác. Cậu đã trải qua quãng đời thơ ấu sung sướng hạnh phúc trong nhung lụa, không chút ưu phiền.

Thường thường con người hay bị dục lạc mê hoặc, khi sống một cuộc sống sung sướng thì không thể nào nghĩ đến mặt trái đau khổ của cuộc đời, chỉ có bậc siêu nhân mới không bị đọa lạc mà thôi. Thì chính đứa bé con nhà *Bà-la-môn* ấy có được trí huệ của một vị cao nhân, tuy lớn lên trong hoàn cảnh giàu có, nhưng cũng hiểu rõ thế nào là đau khổ, là tội ác của nhân sinh. Vì thế khi cậu thành niên, bèn từ biệt cha mẹ xuất gia làm *tỳ-kheo.*

Một hôm trên đường giáo hóa về, trong một khu rừng cành lá che khuất, thầy gặp một đoàn người buôn trên đường ra nước ngoài để làm ăn buôn bán. Lúc ấy trời đã chạng vạng tối, mặt trời đã vội lặn về tây, đoàn người buôn bèn đóng trại để qua đêm tại đấy. Vị *tỳ-kheo* nọ nhìn thấy những cỗ xe lớn nhỏ của họ nhưng không nói lời nào, chỉ chậm rãi đi bộ qua lại ở gần doanh trại mà thôi.

Lúc ấy, từ đầu phía kia của khu rừng rậm, có một lũ cướp kéo đến rất đông. Chúng nghe ngóng biết được có đoàn thương gia sẽ đi ngang chỗ này, nên tính lợi dụng ban đêm để ùa vào cướp bóc tài sản của họ. Nhưng khi chúng đến sát gần doanh trại nơi các thương gia đang ngủ, thì lại thấy có người quanh quẩn dạo chơi ở bên ngoài lều. Những tên cướp sợ đoàn thương gia này có đề phòng, nên nghĩ phải chờ mọi người ngủ say hết mới dễ động thủ.

Nhưng bóng người ở ngoài đi qua đi lại ấy suốt đêm không hề vào lều nghỉ ngơi. Trời đã từ từ sáng, bọn giặc cướp không làm sao tìm được một lúc sơ hở để ập vào doanh trại cướp bóc, bèn tức giận to tiếng chửi rủa rồi kéo nhau đi. Đúng lúc ấy, bọn người buôn trong trại vừa ngủ dậy, thình lình nghe tiếng ồn ào ở bên ngoài thì vội vàng chạy ra xem, chỉ thấy một bọn cướp núi rất đông tay cầm chùy sắt, gậy gỗ, đang hướng về núi mà chạy đi. Phía ngoài trại chỉ duy nhất có một vị xuất gia, bọn người đi buôn khiếp đảm chạy đến hỏi:

- Đại sư! Ngài có thấy bọn cướp núi không?

- Có chứ! Tôi thấy họ ngay từ đầu.

Vị *tỳ-kheo* trả lời.

- Đại sư, đoàn người buôn lại hỏi, bọn chúng đông như thế, ngài không sợ hay sao? Ngài đơn độc chỉ có một mình, làm sao có thể địch nổi chúng nó?

Vị *tỳ-kheo* chẳng lộ vẻ chút gì sợ hãi hay lo lắng, điềm tĩnh trả lời:

- Người có tiền thấy giặc cướp mới lộ vẻ sợ hãi. Tôi chỉ là một người xuất gia, trong thân không có lấy một đồng thì tôi sợ cái gì? Cái mà bọn cướp muốn là tiền tài và bảo vật, tôi không có một vật gì gọi là đáng giá, thì dẫu có ở rừng sâu hay núi thẳm cũng không hề có tâm sợ hãi.

Những lời nói của vị *tỳ-kheo* khiến những người đi buôn ấy rất cảm động, nghĩ rằng mọi người sẵn sàng xả mệnh để đổi lấy những vật không thật như kim tiền, còn đời sống bình an, thật sự tự do tự tại thì không ai màng đến.

Vì thế họ bèn phát tâm xuất gia tu hành với vị *tỳ-kheo*. Từ đó, họ thể nhập được ý nghĩa khổ, không của thế gian này, và thấy rằng tiền tài vô thường mà họ mang trong thân là nguyên nhân của biết bao phiền lụy!

33. Giai cấp Nhất Ức Lý

Ngày xưa, trong xã hội Ấn Độ, sự chênh lệch giữa người và người quả là rất lớn. Thành Vương Xá ở miền nam nước Ấn, dân chúng rất giàu có nhưng cũng không khỏi có sự phân biệt giai cấp.

Họ căn cứ vào tài sản ít hay nhiều mà phân thành 9 giai cấp, giữa các giai cấp, sự khác biệt vô cùng rõ rệt. Nhất Ức Lý là giai cấp của người dân thành thị giàu có nhất, dư giả nhất, gia sản phải lên tới cả ngàn vạn, hoặc ít nhất cũng là trăm vạn đồng tiền vàng; duy chỉ có những người giàu có như thế mới đủ tư cách để được xếp vào giai cấp Nhất Ức Lý ấy. Dĩ nhiên, giai cấp của họ là giai cấp đứng đầu nên không người nào là không hâm mộ, ao ước.

Lúc ấy có một người thuộc về giai cấp thấp nhất của 9 giai cấp nói trên, rất ngưỡng vọng sự vinh hoa phú quý của giai cấp Nhất Ức Lý. Ông hy vọng sẽ có ngày vượt lên được địa vị của những người mà ông hâm mộ đó, nhưng không có điều kiện thiết yếu là một gia sản đáng giá tối thiểu trăm vạn tiền vàng. Vì muốn có đủ điều kiện, ông không ngại công lao khó nhọc, ngày đêm tìm đủ mọi cách để buôn bán khắp mọi nơi. Nhưng sau mười năm lao lực, ông cũng chỉ gom góp được có 9 phần mười gia sản cần phải có để đạt được lý tưởng của mình. Nhưng than ôi, ông mắc phải một cơn bạo bệnh, bệnh tình nguy ngập, ông biết sẽ không còn sống lâu nữa nên gọi vợ đến căn dặn rằng:

- Tôi sẽ không khỏi bệnh được đâu, chỉ ân hận một điều là nguyện vọng ôm ấp suốt cả một đời chưa đạt được. Con chúng ta nay chỉ mới 8 tuổi, chưa thể thừa kế được sự nghiệp của tôi. Tôi mong bà nuôi nấng cho nó thành người, nói cho nó biết điều tôi mong mỏi, và bảo nó kinh doanh sự nghiệp của chúng ta cho khéo léo hầu vào được giai cấp Nhất Ức Lý, thì lúc ấy ở suối vàng tôi cũng ngậm cười mà an nghỉ.

Đợi việc mai táng xong xuôi, người mẹ gọi con đến trước mặt dạy rằng:

- Cha con mất đi có để lại di ngôn, hy vọng con làm ăn buôn bán cho khéo léo hầu có đủ điều kiện gia nhập vào giai cấp Nhất Ức Lý, để thực hiện nguyện ước của cha con lúc sinh thời.

Đứa con nhỏ tuổi mà đã có trí huệ của một vị cao nhân, đã biết rõ một cách chân chánh thế nào là họa, là phúc. Nó biết rằng tiền bạc châu báu của thế gian như một con rắn độc, từ xưa đến nay biết bao người vì tham cầu nó mà đã phạm vào đủ điều gian ác, không chùn bước trước bất cứ một thủ đoạn gian manh nào để làm tổn hại người, lợi ích cho mình, để rồi chiêu cảm trùng trùng điệp điệp quả báo đau khổ. Tất cả chỉ vì không hiểu rõ được lý nhân quả.

Người ta không hiểu rằng phúc báo của một người không phải từ trên trời rơi xuống, cũng như kẻ không trồng trọt mà muốn gặt hái được sao? Sự phú quý chân chính cũng có con đường của nó: chỉ đi theo con đường bố thí mới có thể đạt được.

Nhưng thằng bé biết rằng mẹ nó chưa hiểu những lý lẽ ấy nên chỉ lựa lời thưa rằng:

- Vâng, con sẽ luôn nhớ lời cha dặn. Nay con có một cách này rất hay, không cần đợi tương lai mà ngay hiện tại đã có thể vào được giai cấp Nhất Ức Lý. Chỉ cần trong nhà có bao nhiêu tiền của mẹ giao hết cho con là được.

Người mẹ nghe thế nửa tin nửa ngờ, nhưng bà thương con rất mực và cũng muốn nương tựa vào con, nên đem chìa khóa ngân khố tài bảo giao hết cho con.

Đứa bé đem toàn bộ gia sản, cả ngày ở ngoài đường thuê người khắc, nặn tượng Phật, xây dựng tháp miếu, cúng dường chư tăng, làm tất cả mọi sự để hoằng dương Phật pháp, rồi còn xuất ra rất nhiều tiền để cứu giúp người nghèo khổ. Chưa tới nửa năm, tài sản của người cha trọn đời dành dụm đã được cậu sử dụng hết!

Người mẹ tuy có phúc báo nhưng chưa từng thông hiểu được pháp Phật. Bà không biết con mình là Bồ Tát tái sinh, không giống phàm nhân, mà trái lại có trí huệ cao siêu, có thần thông thâm diệu, đi lại tự tại trong Ba cõi. Bà cũng không biết rằng thí xả tài sản là con đường ngắn nhất để được phúc đức, giàu sang phú quý. Vì thế, chỉ cần làm theo lời Phật dạy thì việc sinh vào giai cấp Nhất Ức Lý là một điều quá dễ dàng!

Vì bà không thể biết những điều ấy, lại trước mắt thấy tài sản cứ ngày theo ngày tiêu hao nhanh chóng nên trong lòng rất lo lắng. Không những không được làm dân của giai cấp Nhất Ức Lý, mà còn e là sẽ không biết lấy gì để sống nữa! Nhưng tình thương con khiến cho bà không nỡ trách mắng, cũng không nỡ ngăn cấm, vì đứa con luôn biết lựa lời giải thích mỗi khi thấy mẹ quá lo lắng.

Không ngờ phước chưa được hưởng mà họa đã giáng lên đầu, thằng con trai thông minh, kháu khỉnh của bà trong một đêm lâm bệnh nặng, y sĩ không đến kịp, đã lìa khỏi vòng tay của bà mà ra đi vĩnh viễn!

Tài sản không còn, thằng con duy nhất cũng đã chết, người mẹ đau khổ chỉ muốn kết liễu đời mình cho xong, hận sao không được theo con mà chết!

***

Dục vọng con người sao mà nhiều thế, thật không sao kể xiết.

Có một vị phú ông thuộc giai cấp Nhất Ức Lý, giàu có bậc nhất, tài sản lên tới tám trăm vạn tiền vàng, nhưng suốt ngày lại khổ não vì chưa có con trai nối dõi tông đường, gia sản kếch sù kia rồi ai sẽ là người thừa kế?

Ông suốt ngày ngồi kiệu, nghe đâu có chùa chiền miếu mạo nào ông cũng tìm đến cúng bái, cầu xin sinh được một đứa con trai phúc huệ song toàn. Quả nhiên ít lâu sau, bà vợ cả của ông sinh được một đứa con trai.

Đứa bé sinh ra rất kháu khỉnh, song có một điều nó không giống người thường, ai thấy cũng phải lạ. Mới sinh được ba hay bốn ngày, thằng bé đối với mẹ cứ như người lạ: lúc mẹ bồng thì nó rống lên khóc; mẹ cho bú, nó cũng khóc; đút vú vào miệng thì nó không khóc cũng quay đầu chỗ khác... Do đó, hễ nó cất tiếng khóc là cả nhà quýnh quáng lên, vì không bú sữa thì làm sao mà sống? Cả ngày cứ rống lên khóc mãi thì làm sao sống? Chỉ hai điểm ấy thôi đã đủ làm cho cả nhà ai nấy đều lo sợ bất an.

Còn phú ông lại càng khổ sở hơn nữa! Thằng con cầu tự này, khó khăn lắm mới có được, ông xem nó quan trọng hơn cả sinh mệnh của mình, lẽ nào phải ngồi nhìn thằng bé chết dần chết mòn vì la khóc và không chịu bú sữa? Ông bèn cho công bố khắp nơi rằng: "Ai dỗ được con ông hết khóc và làm cho nó chịu bú sữa thì ông sẽ đem lễ vật đến xin người ấy về làm thân quyến của ông."

Biết bao nhiêu người đàn bà đã đến xin thử, nhưng muốn

vào nhà đệ nhất phú ông thật không phải dễ! Người nào đến bồng ẵm đứa bé nó cũng chỉ làm cho nó khóc to hơn, ôm nó còn không được, huống gì có thể cho nó bú!

Một vài ngày trôi qua, bao nhiêu người đàn bà đã thất vọng ra về, duy chỉ có một người không biết tu hành từ đời nào mà đời nay được phúc báo là đuợc giữ lại.

Đó chính là người đàn bà vừa mất con vừa mất tài sản nọ. Chính bà cũng không hiểu rõ tại sao! Bà nào có ý định đến xin thử việc này, chỉ vì thấy có đông người và quang cảnh trước mắt vui vui, khêu gợi tính hiếu kỳ của bà, lại đang lúc buồn nản nên liền đánh liều theo chân đoàn người kia vào thử một phen. Có ngờ đâu khi vừa thấy bà đứa bé như gặp lại người thân, liền im ngay tiếng khóc ngang ngược của mình, lại còn nhìn bà rồi nhoẻn miệng cười qua những giọt nước mắt còn chưa ráo!

Người làm công liền trao cho bà bình sữa. Khi bà đút vào cái miệng nhỏ xíu của đứa bé thì ô kìa, nó bèn bú lấy bú để một cách ngon lành. Thế là, khỏi phải nói, phú ông mừng vui không sao kể xiết, đích thân mời bà ở lại chăm sóc cho đứa bé. Và tất nhiên là giữ lời đã hứa, ông cũng nhận bà làm thân quyến của ông.

Tối đến, khi trong nhà ai nấy đều đã ngủ say, bà vẫn không tài nào nhắm mắt, cứ ôn đi ôn lại từng việc đã xảy ra trong ngày hôm đó. Bà thật tình khó có thể tin được là mình đã bước vào giai cấp Nhất Ức Lý.

- Ta đang nằm mơ chăng? Bà lẩm bẩm tự hỏi.

- Không nằm mơ đâu mẹ!

Có người đang trả lời bà, nhưng người đó là ai? Bà ngồi bật dậy trên giường, nhớn nhác nhìn quanh tìm kiếm.

- Mẹ ơi, là con đây mà!

Thì ra chính đứa bé đang nằm bên cạnh bà, con trai của lão phú ông đang nói chuyện với bà.

- Con ư?

Bà vô cùng kinh dị, một đứa bé sơ sinh làm sao đã biết nói, lại còn gọi bà bằng "mẹ" nữa!!!

- Đúng rồi, con là đứa con mà mẹ đã mất, nay tái sinh về đây! Mẹ chẳng từng nói với con rằng ước vọng của cha trước khi mất là muốn mẹ con mình vào được giai cấp Nhất Ức Lý đó sao? Bây giờ thì mẹ con mình đang ở trong một gia đình giàu có nhất của giai cấp Nhất Ức Lý đây này!

Bà ôm chầm lấy đứa con, giòng nước mắt ràn rụa lăn xuống đôi gò má.

Bây giờ thì bà hiểu rồi: Bố thí tài sản không tham tiếc chính là gieo nhân lành cho sự giàu sang phú quý của đời sau vậy.

34. Một tảng đá

Mùa xuân là thời gian thích hợp nhất cho việc trồng trọt, thế nên có ông nông phu nọ nghĩ đến chuyện khai khẩn, gieo trồng canh tác trên một mảnh đất xưa nay vẫn bị bỏ hoang.

Hôm đó, ông nông phu đang đẩy cán cày để trở đất, thì mũi cày bỗng chạm phải một vật gì rất cứng chắc. Ông khều đất ra xem, thì ra đó là một tảng đá trắng tinh rất lớn.

- Ta phải tìm vài ba người đến đây giúp một tay, vứt tảng đá này đi chỗ khác, nếu không thì không thể gieo trồng gì được.

Ông nông phu nghĩ vậy. Bỗng có một ông già tiến lại gần hỏi:

- Tại sao ông lại muốn dời tảng đá này đi chỗ khác?

Ông nông phu đáp:

- Như vậy mới có lợi, nếu dời nó đi chỗ khác thì có nhiều đất để trồng trọt hơn, cho nên...

- A vậy hả? Nếu ông khai khẩn, canh tác gieo trồng mảnh đất hoang này xong thì một năm ông thu hoạch được bao nhiêu? Nếu tôi tặng ông 500 lượng bạc, ông có thể chìu ý tôi mà không dời tảng đá này đi chỗ khác, được không?

- Tại sao? Ông nông phu ngạc nhiên hỏi. Tại sao ông lại quan tâm đến việc này như thế?

Lão già bỗng lắc mình một cái, biến thành một người cao lớn, đẹp đẽ, y phục lộng lẫy, nói với người nông phu rằng:

- Ta là người cõi trời xuống đây, ngày xưa ta sống ở gần làng này. Lúc ấy ở gần nhà ta có một ông lão phát tâm xây một ngôi chùa, vật liệu chi cũng có đủ, chỉ thiếu có một tảng đá để làm chân cột nơi móng nhà. Vừa khéo, nhà ta có một tảng đá trắng để giặt áo, là gia bảo của tổ tiên ta để lại, đúng y tảng đá mà ông lão đang cần. Tuy ta không phải là người theo đạo Phật, song ta rõ biết giúp người là một điều tốt, vì vậy ta mới đem tảng đá ấy mà tặng cho ông lão khiến cho ngôi chùa được cất lên rất mau lẹ. Nào ngờ, điều này đã đem lại cho ta phúc đức vô cùng to lớn. Lâm chung rồi, ta sinh lên cõi trời Đao Lợi, sống trong cung điện làm bằng bảy báu, và được thiên nữ xinh đẹp hầu hạ phục dịch, quần áo, thức ăn, vật dụng hưởng thụ không bao giờ hết. Xưa nay đang an nhiên tự tại như thế, bỗng sáng nay cung điện của ta bị chấn động mạnh, ta lấy làm lạ, dùng thiên nhãn quán chiếu thì mới biết là vì ông có ý định muốn di chuyển tảng đá trắng này mà ra. Ngày xưa ngôi chùa nằm ngay chỗ này, qua mấy ngàn năm biến đổi bể dâu, không ai tu sửa nên đã sụp đổ, chỉ còn lại một mảnh đất hoang phủ đầy cỏ dại. Tảng đá trắng này là căn nguyên phúc báo của ta, nếu vất bỏ nó đi thì phúc đức cõi trời của ta cũng sẽ bị tổn thất.

Người nông phu nghe rồi thì chắp hai tay lại mà cảm tạ rằng:

- Thì ra ngày xưa ở đây có một ngôi chùa thờ Phật, hiện nay lại hãy còn là ruộng phước của người cõi trời mà tôi không hay biết, may mà có ngài chỉ giáo, nếu không tôi đã vì ham cái lợi nhỏ mà phạm lỗi lầm lớn. Bây giờ đã được mở mắt ra rồi, tôi sẽ không dám di chuyển tảng đá này đi đâu cả.

Người cõi trời nghe thế thì rất an tâm mà trở về thiên cung. Người nông phu trầm mặc suy nghĩ rằng:

- Ngày xưa, cúng dường một tảng đá để giúp xây một ngôi chùa mà được phúc báo sinh cõi trời. Cái thửa ruộng phước màu mỡ hy hữu này, chỉ cần gieo xuống một hạt giống là trổ lên phúc quả vô lượng, gấp cả vạn lần. Ta là nông dân chuyên việc canh tác trồng trọt, tại sao lại không biết đầu tư nhỉ? Ta phải ghi tâm khắc cốt điều này mới được!

Từ đó, mỗi khi gặp bạn bè thân hữu, ông bèn đem câu chuyện này ra kể lại cho họ nghe, được rất nhiều người tin tưởng ủng hộ nên chẳng bao lâu, một ngôi bảo tháp thờ Phật cao lên tới chín từng mây được kiến lập sừng sững trên tảng đá ấy.

35. Hoàng tử Na Nhất Thiên

Vua nước Ca Thi bản tính nhân từ, trị nước công minh, được nhân dân tôn kính. Vua kết hôn với hoàng hậu không lâu thì sinh được một hoàng tử rất khâu khỉnh, vua vui mừng đặt tên con là Na Nhất Thiên. Hai năm sau, khi hoàng tử Na Nhất Thiên đã biết đi, hoàng hậu lại sinh được một hoàng tử thứ hai, đặt tên là hoàng tử Nguyệt.

Hai hoàng tử dễ thương này từ từ lớn lên dưới sự chăm sóc của mẫu hậu, nhưng đương lúc đáng lẽ phải tận hưởng một tuổi thơ vàng son nhất, thì hoàng hậu bất hạnh qua đời.

Chồng mất vợ, con mất mẹ, nỗi đau buồn của ba cha con không làm sao tả cho hết được. Nhưng người chết không sống lại bao giờ, nội cung lại không có người cai quản, nên vua buộc lòng phải kết hôn với một người đàn bà khác.

Chẳng bao lâu sau, tân hoàng hậu lại hạ sinh một hoàng tử nữa, đặt tên là hoàng tử Nhật. Nhà vua rất đẹp lòng, nói với hoàng hậu rằng:

- Ái khanh! Nhân đứa bé này ra đời, ta ban cho nàng một điều ước.

- Đa tạ bệ hạ! Để chờ tương lai thiếp sẽ nói lên điều ước ấy.

Đương lúc ấy hoàng hậu không biết phải xin vua điều gì, nên câu chuyện đình hỗn lại ở đây.

Ba chàng hoàng tử theo thời gian mà lớn lên và thành người. Một hôm, hoàng hậu bỗng nhiên đưa ra yêu cầu của mình:

- Bệ hạ! Ngày xưa bệ hạ muốn ban cho thiếp một điều ước, nay con của chúng ta đã lớn khôn rồi, xin bệ hạ hãy truyền ngôi báu cho hoàng tử Nhật.

- Như thế làm sao được?

Nhà vua kinh ngạc trả lời. Hai hoàng tử lớn của ta bản tính tốt lành, thông minh, tài giỏi, lại đều là huynh trưởng của hoàng tử Nhật, làm sao ta lại có thể truyền ngôi cho con út được?

Tuy vua từ chối lời yêu cầu của hoàng hậu, nhưng bà cứ tiếp tục nài nỉ mãi không thôi, nên vua bỗng sợ rằng nếu nguyện ước của bà không được thỏa mãn, bà sẽ hạ độc thủ giết hại hai đứa con của mình. Ông bèn bảo hai hoàng tử hãy tạm thời rời xa hoàng cung, và bí mật dặn dò rằng:

- Ngày hoàng tử Nhật ra đời, ta có nói sẽ ban cho hoàng hậu một điều ước, nay hoàng hậu yêu cầu ta sau này phải truyền ngôi báu cho hoàng tử Nhật nhưng ta đã từ chối. Lòng dạ đàn bà vốn nham hiểm, có thể hoàng hậu sẽ sinh ác ý với hai con, nên ta muốn hai con hãy tạm thời trốn trong rừng sâu, đợi ta băng hà rồi hãy trở về lên ngôi báu và nắm quyền chấp chính.

Hoàng tử Na Nhất Thiên không hề sợ chết, nhưng muốn cho phụ vương được an lòng nên chỉ còn biết cùng hoàng tử Nguyệt buồn bã từ giã cha già, rời khỏi hoàng cung. Nhà vua ứa lệ hôn lên đầu hai đứa con trưởng, không làm gì khác hơn được là nhìn chúng nó đi xa.

Hai hoàng tử vừa rời khỏi cung điện thì chạm mặt hoàng tử Nhật. Biết hai anh sắp ra khỏi thành, hoàng tử Nhật nhất định đòi đi theo. Thế là ba chàng hoàng tử cùng nhau hướng về phía dãy Hy Mã Lạp Sơn mà đi.

Đến chân núi, sau một vài ngày vượt núi băng sông, cả ba đều mệt mỏi, ngồi xuống một gốc cây bên đường mà nghỉ ngơi. Hoàng tử Nhật nói với Na Nhất Thiên rằng:

- Tiểu đệ mệt quá, muốn uống chút nước!

- Được, đệ hãy đi mau rồi về mau, huynh chờ đệ ở đây.

Được anh cho phép, hoàng tử Nhật ba chân bốn cẳng chạy mau tới bờ sông. Đứng trước dòng nước sông trong vắt, hoàng tử Nhật cầm lòng không đậu, không suy nghĩ gì thêm, bèn nhảy xuống sông tắm. Bỗng nhiên từ dưới nước nổi lên một con thủy quái, tóm lấy hoàng tử Nhật mà nói rằng:

- Nhà ngươi dám nhảy xuống sông này bơi lội, ngươi có biết đây là chỗ nào không? Trừ người nào biết được lý trời, ngoài ra không ai được xuống đây tắm cả.

Thì ra dòng sông này dưới quyền cai quản của con thủy quái, phàm người nào xuống nước tắm, nếu không phải là thánh nhân thông hiểu lý trời, thì đều bị thủy quái ăn thịt. Nay hoàng tử Nhật bị hỏi như thế thì cứng miệng không trả lời được, bèn nói bừa:

- Lý trời là mặt trời, mặt trăng!

Vì không hiểu lý trời nên hoàng tử Nhật bị thủy quái bắt lại, nhốt trong động của mình.

Lúc ấy, hoàng tử Na Nhất Thiên đang ngồi nghỉ dưới gốc cây, thấy hoàng tử Nhật đi lâu quá không về, trong lòng bất an nên bảo hoàng tử Nguyệt đi tìm. Kết quả là hoàng tử Nguyệt cũng xuống sông tắm và cũng bị thủy quái bắt về động.

Mặt trời đã khuất sau núi, hoàng tử Na Nhất Thiên cảm thấy bồn chồn lo lắng nên tự mình đi tìm hai em. Đến bờ sông, chỉ thấy quần áo, đồ vật của hai em mà người thì không thấy đâu. Một lúc sau trên mặt nước có tiếng xào xạc, thủy quái nổi lên mời hoàng tử Na Nhất Thiên xuống tắm. Nhưng đại hoàng tử mãi lo nghĩ đến sự an nguy của hai em nên không có lòng dạ nào bơi lội. Chàng liền hỏi thủy quái:

- Ông có thấy hai em của tôi đâu không?

Thủy quái đáp:

- Có chứ! Hai cậu ấy không hiểu lý trời nên bị ta bắt nhốt lại rồi. Ta đợi tối nay sẽ ăn thịt hai cậu ấy.

- Sao lại muốn ăn thịt chúng nó! Xin ông hãy thả chúng nó ra, nếu muốn ăn thịt thì hãy ăn thịt tôi đây!

Hoàng tử Na Nhất Thiên van cầu thủy quái. Thủy quái nói:

- Xưa nay, bất cứ ai không hiểu lý trời mà xuống nước tắm đều bị ta ăn thịt. Nếu hôm nay cậu có thể trả lời được, ta sẽ trả cho cậu một trong hai người em.

- Được, xin ông cứ hỏi.

Thủy quái ngửa mặt lên trời, lớn tiếng hỏi:

- Cậu có biết lý trời là gì không?

Hoàng tử đọc kệ đáp:

Có đủ tâm tàm quý,
Chỉ sống đời thanh bạch,
Chỗ thế gian tịch tĩnh,
Chính là lý trời vậy.

Khi đại hoàng tử nói xong bốn câu kệ này, thủy quái tỏ vẻ rất vui mừng khen ngợi rằng:

- Đại hiền nhân! Cậu vừa nói lên diệu pháp khiến cho tâm tôi hoan hỉ và thanh tịnh. Nay tôi sẽ trả cho cậu một trong hai người em, cậu chọn người nào?

Hoàng tử Na Nhất Thiên trả lời ngay không chút do dự:

- Xin trả lại em út của tôi là hoàng tử Nhật!

Thủy quái ngạc nhiên hỏi:

- Lạ chưa! Cậu thông hiểu lý trời mà sao không chịu thực hành? Cậu bỏ đứa lớn mà chọn đứa nhỏ, như vậy là hoàn toàn không biết kính trọng người lớn tuổi.

Nhưng lời nói của thủy quái không hề làm cho đại hoàng tử nao núng, chàng khoan thai trả lời:

- Thủy quái, đừng nói như thế! Tôi đã vì ấu đệ mà phải bỏ hoàng cung. Mẫu hậu yêu cầu phụ vương truyền ngôi cho ấu đệ, nhưng phụ vương đã từ chối. Vì muốn bảo toàn mạng sống nên chúng tôi đã phải rời hoàng cung, nhưng ấu đệ nhất định đòi đi theo. Nếu hôm nay để cho ông ăn thịt ấu đệ, đến khi trở về tôi phải giải thích việc này thế nào? Hơn nữa, theo lý thì người ta chỉ kính trọng người lớn tuổi trong những trường hợp xét về kinh nghiệm sống, còn khi cần bảo vệ mạng sống thì tất nhiên phải ưu tiên cho người ít tuổi hơn, vì thời gian được sống đã qua của họ ngắn hơn. Vì thế tôi muốn ông trả em út cho tôi trước.

Lời nói của đại hoàng tử làm cho thủy quái vô cùng cảm động và thán phục, vì hợp tình hợp lý. Thấy hoàng tử nhân từ, đức độ như thế, hắn bèn đem cả hai tù nhân của mình trả lại cho đại hoàng tử. Ba anh em liền vội vã trở về cung điện, đem mọi việc trình lên vua cha.

Hoàng hậu biết được chuyện này, không những thái độ hoàn toàn đổi khác, trở lại thương yêu bảo bọc cả ba anh em, mà từ đó cũng không bao giờ còn nhắc tới việc truyền ngôi cho hoàng tử Nhật nữa.

Vài năm sau, đức vua băng hà, hoàng tử Na Nhất Thiên lên ngôi báu, nhưng chàng không hề thấy mình đang ở ngôi vị vinh dự của một ông vua. Chàng phong hai em làm đại tướng quân nắm giữ binh quyền, và cả ba cùng nhau hợp sức để trị quốc, đem lại an lạc cho muôn dân.

Đại hoàng tử Na Nhất Thiên thuở ấy chính là người đã chứng được quả Phật vô thượng sau này. Hoàng tử Nhật nay là tôn giả A Nan, và hoàng tử Nguyệt chính là tôn giả *Xá-lợi-phất*.

Sinh tử vô thường, người nào nhìn rõ ngọn nguồn của việc sinh tử như hoàng tử Na Nhất Thiên, sinh không thấy là đáng vui mà tử cũng không thấy là đáng buồn, đó mới là người siêu thoát được khổ, không, vô thường.

36. Cúng dường được phước

Thuở xưa có một cặp vợ chồng rất nghèo khổ, cơm không đủ ăn, áo không đủ mặc, sống rất khổ sở, thường bị đói lạnh bức bách mà không thể làm gì để thay đổi tình thế được.

Tuy họ đi khắp nơi tìm việc khó nhọc để làm, nhưng việc làm quá khó kiếm, nhìn thấy thiên hạ giàu có dư dả còn mình thì cùng khốn như thế, hai vợ chồng không ngừng than vắn thở dài với nhau. Trở về căn nhà rách nát của mình, người chồng tên Kệ Di La ngồi trước mặt vợ nói rằng:

- Đức Phật có dạy: Người ta nghèo khổ là vì kiếp trước bủn xỉn tham lam. Tuy giàu có, gia tài vạn ức mà nếu không tu phúc, không bố thí thì kiếp sau chắc chắn không thể sống sung túc được.

Kệ Di La ngừng một chút rồi lại nói tiếp:

- Than ôi! Chúng ta kiếp trước không tu phúc, không biết gieo trồng phúc điền nên kiếp này mới cùng khốn như thế này.

Vợ ông nghe thế, vọt miệng nói mà không suy nghĩ:

- Thế thì bây giờ mình tu phúc đi! Đời này mình không giàu có, thì hy vọng đời sau khá hơn!

- Đúng vậy, tôi cũng nghĩ như bà. Nhưng hiện tại ba bữa ăn một ngày mình còn kiếm không ra, lấy tiền đâu mà bố thí với cúng dường đây?

Nói tới tiền thường làm cho người ta nhức đầu, không biết phải làm cách nào để đào cho ra. Nhưng đàn bà thường nhanh trí nên người vợ nghĩ ra ngay một giải pháp, nói với chồng rằng:

- Đừng lo! Ông hãy đem tôi đi bán làm đầy tớ cho người ta, lấy số tiền đó làm phúc, khó gì?

Bà thấy giải pháp của mình rất hay, nhưng Kệ Di La lắc đầu thở dài:

- Không! Không thể làm như thế được! Tôi đem bà đi bán cho người ta rồi, làm sao tôi sống nổi đây!

Vì cặp vợ chồng này tuy nghèo khổ nhưng tình cảm của họ gắn bó với nhau rất mặn nồng. Người vợ lại nói:

- Nếu ông không bỏ tôi được, thì cả hai chúng ta cùng đem thân mình đi bán lấy tiền làm Phật sự, thì việc thiện đó lại càng có giá trị hơn chứ sao!

Hai vợ chồng bàn tính và quyết định rồi, bèn đến nhà một phú ông kể rõ ngọn nguồn. Phú ông ưng thuận mua họ, hai bên thỏa thuận giá cả, kỳ hạn cho họ 7 ngày để lập hội trai tăng cúng dường, sau 7 ngày ấy hai vợ chồng sẽ trở lại nhà phú ông làm đầy tớ trả nợ suốt đời.

Cầm số tiền trong tay, hai vợ chồng Kệ Di La mừng rỡ vô cùng, chạy mau đến chùa lập hội trai tăng cúng dường. Hai người quên hết tất cả mọi khổ sở, hết lòng hết dạ phụng sự đại chúng. Họ cảm thấy rằng đó là những ngày quý giá nhất đời họ, và cũng là những cuối cùng thuộc về họ. Trong số 7 ngày ấy, họ muốn thay đổi vận mệnh của mình và tu nhân phước đức cho đời vị lai.

Sáu ngày trôi qua, đến ngày cuối bỗng nhiên nhà vua cũng đến chùa mở hội trai tăng. Theo tục lệ thì khi vua đến, bất kỳ người nào cũng phải nhường chỗ cho vua cúng dường trước, nhưng Kệ Di La nhất định không chịu nhường.

Nhà vua không bằng lòng, cho triệu Kệ Di La đến. Trước mặt nhà vua, Kệ Di La thật tình tâu rằng:

- Tâu bệ hạ, xin bệ hạ tha lỗi hạ thần vô lễ. Chỉ vì hôm

nay là ngày cuối cùng thuộc về hạ thần, ngày mai hạ thần sẽ thuộc về người khác mất rồi, cho nên hạ thần không thể nhường cho bệ hạ ngày cuối cùng của hạ thần để làm việc trai tăng.

Nhà vua nghe thế bèn hỏi Kệ Di La nhân duyên gì lại đến đây làm lễ trai tăng cúng dường, và nhất là tại sao bắt đầu từ ngày hôm sau lại thuộc về người khác?

Kệ Di La kể hết mọi sự cho vua nghe, vua cảm thấy tội nghiệp họ và khen ngợi tinh thần cúng dường không tiếc thân mạng của họ. Vì vậy vua ban cho họ rất nhiều quần áo, của cải quý giá, và còn cắt cho rất nhiều đất đai để họ lấy đó kiếm sống.

Nhân quả không bao giờ lừa dối ai, người nào chân thành phát tâm bố thí cúng dường sẽ tự nhiên gặp những cơ hội thành đạt không thể nào ngờ được!

37. Vòng châu cài tóc

Ngày xưa có một ông vua rất cưng chiều con gái của mình, cứ quấn quít lấy con chưa từng rời xa. Khi công chúa muốn điều chi, vua luôn luôn tìm cách để chiều lòng cô.

Một hôm, vừa mới qua một trận mưa lớn, vườn ngự uyển khoác một lớp áo mới mẻ, tươi mát, công chúa tản bộ đến bên hồ nước giữa vườn, ngắm nhìn mặt nước trong vắt.

Đột nhiên cô nhìn thấy trên mặt nước bắn lên rất nhiều bọt bong bóng lóng la lóng lánh như trân châu, thật là đẹp mắt. Công chúa thích quá, bỗng khởi lên một ý tưởng hão huyền, xoay qua nói với vua cha rằng:

- Phụ vương! Cha hãy nhìn mặt nước hồ của vườn hoa

nhà mình, mấy cái bọt bong bóng đẹp quá là đẹp! Con nghĩ mình phải vớt lên để kết thành vòng châu cài tóc cho con trang sức, cha thấy có được không?

- Được chứ! Được chứ! Con gái cưng của cha muốn gì mà lại không được?

Nói xong, nhà vua bỗng sa sầm mặt xuống:

- Nhưng bọt bong bóng trên mặt nước là một vật hư huyễn không thật, không cầm nắm được, làm sao mà vớt lên làm vòng châu được?

Công chúa nũng nịu nói:

- Nhưng con muốn! Con muốn là phải được!

- Con gái cưng! Con ngốc vừa thôi chứ!

Công chúa không bằng lòng, giận dỗi trả lời:

- Cái gì mà ngốc? Trên mặt nước bong bóng rành rành ra đó, làm sao không vớt lên được chứ?

Nhà vua dùng lời ngọt ngào giải thích:

- Nhưng chúng sinh ra và diệt đi trong chốc lát, không tồn tại lâu, làm sao vớt được?

- Con không tin! Nếu không cho con vòng châu bằng bong bóng nước, con không muốn sống nữa!

Công chúa được cưng chiều từ bé, muốn đòi gì là phải được ngay cái ấy. Vua cha nghe vậy thì lo sợ, lập tức triệu tập những tay thợ vàng khéo nhất trong vương quốc và phán rằng:

- Các ông xưa nay vốn được xưng là những tay thợ tuyệt khéo, không có gì là không làm được. Nay ta có việc này muốn nhờ các ông.

- Đại vương có gì dạy bảo, chúng thần đương nhiên sẽ tuân theo!

Các vị thợ vàng đứng thẳng người đợi lệnh:

- Các ông hãy lập tức vớt lấy bong bóng nước trong hồ, kết thành vòng châu cho công chúa.

Các vị thợ vàng nghe thế thì kinh hoàng thất sắc, tất cả đồng tâu rằng:

- Dẫu chúng thần có tài khéo tới đâu đi nữa cũng không có cách gì vớt bong bóng nước làm vòng châu được!

Nhà vua lớn tiếng hạ lệnh:

- Nếu các ông không làm được, ta sẽ chém đầu các ông!

Các vị thợ vàng nghe vậy ai cũng run sợ, líu lưỡi, giương tròn đôi mắt ra nhìn nhau. Vua nổi trận lôi đình, ai mà không sợ? Nhưng trong số có một lão thợ già nghĩ ra một kế, liền tiến lên tâu vua rằng:

- Hạ thần có thể làm được.

- Tốt quá! Ông hãy làm ngay, ta sẽ thưởng công cho ông hậu hĩ!

Nhà vua vô cùng mãn nguyện, quay sang nói với con gái rằng:

- Con có thấy ta thương con không? Ta đã không chút nề hà, tìm ra được một người có thể vớt bong bóng nước để kết thành vòng châu cho con cài tóc rồi đó!

- Đa tạ phụ vương! Con cũng muốn đi xem.

- Thì con hãy đi theo ông thợ mà xem.

Được phụ vương cho phép, công chúa hân hoan đi theo ông thợ già ra bên bờ hồ, cô muốn nhìn tận mắt ông thợ sẽ làm cách nào.

Đến ven hồ, ông thợ già cung kính, khẩn khoản nói với công chúa rằng:

- Tâu công nương! Tôi già nua, mắt mờ không còn thấy rõ, từ trước đến nay cũng không biết phân biệt bong bóng nước đẹp, xấu. Xin công nương vui lòng tự tay chọn lựa theo ý thích, sau đó tôi sẽ kết thành vòng châu cho công nương.

Công chúa vui vẻ nói:

- Được! Để tôi chọn!

Công chúa lập tức xắn tay áo lên, nhúng tay vào nước và mở lòng bàn tay ra để vớt lấy bong bóng. Nhưng tay cô vừa nhúng xuống nước thì bong bóng đã vỡ, cô làm cách nào cũng không có kết quả. Cần cù thật lâu chẳng vớt được một cái bong bóng nào. Cô mệt mỏi, chán nản, bèn bỏ ý muốn vớt bong bóng nước làm vòng châu, quay trở về cung.

Lúc ấy công chúa dường như thức tỉnh, nói với vua cha:

- Bọt nước sinh diệt vô thường, là thứ mà ta không giữ lâu được, con không muốn một vòng châu như thế nữa.

Nhà vua nghe thế vui mừng mỉm cười hỏi:

- Thế thì con muốn một vòng châu như thế nào?

- Con muốn một vòng châu bằng ngọc tím để cài lên tóc, ngày đêm gì cũng không khô héo tàn tạ, như thế tốt hơn nhiều!

- Đúng! Đó mới là một vật chân thật, không hư huyễn, ta nhất định sẽ tặng cho con!

Công chúa rất vui lòng, lễ phụ vương mà lui đi.

Đức Phật đã dạy: "*Đời người mong manh, thế gian vô thường, của cải như bọt nước, sinh diệt trong sát-na, không giữ lâu được, không thể nương tựa được!*"

MỤC LỤC

NHỮNG CHUYỆN TIỀN THÂN ĐỨC PHẬT

NHỮNG CHUYỆN THUỘC NHIỀU GIAI ĐOẠN KHÁC